तीन संन्यासी

(भगवान, संत आणि स्वामी)

ज्ञान, विवेक व बुद्धी यांचा संगम

'विचारनियम' या बेस्टसेलर पुस्तकाचे रचनाकार

सरश्री

Teen Sannyasi
(Bhagwan, Sant aani Swami)
Dnyan, Vivek va Buddhi yancha Sangam
by Sirshree Tejparkhi
© First published in Marathi by Sakal Media Pvt. Ltd.
by arrangement with Tejgyan Foundation
© Tejgyan Global Foundation

तीन संन्यासी

(भगवान, संत आणि स्वामी)

ज्ञान, विवेक व बुद्धी यांचा संगम

सरश्री

प्रथम आवृत्ती	:	मार्च २०२३
प्रकाशक	:	सकाळ मीडिया प्रा. लि.
		५९५, बुधवार पेठ, पुणे ४११ ००२
मुखपृष्ठ	:	मधुमिता शिंदे
मुद्रितशोधन आणि मांडणी	:	अश्विनी महाजन

ISBN : 978-93-95139-84-7

संपर्क : ०२०-२४४० ५६७८ / ८८८८८ ४९०५०

sakalprakashan@esakal.com

Disclaimer:
The views expressed in this book are those of the WOW PPL and do not necessarily reflect the views of the Publishers.

हा ग्रंथ समर्पित आहे
अशा विशुद्ध संन्याशांना
ज्यांनी आपल्या तपोबलाचा उपयोग
समस्त मानवजातीच्या उद्धारासाठी करून
निःस्वार्थ जीवनाची अभिव्यक्ती केली.

विषय सूची

मला संन्यास घ्यायचा आहे
तीन संन्याशांची यात्रा

एके दिवशी एक जिज्ञासू योगऋषींकडे गेला. त्याच्या मनात संन्यासी जीवनाबद्दल जिज्ञासा जागृत झाली होती. योगऋषी आपल्या जिज्ञासेचे निरसन नक्की करतील, यावर त्याचा पूर्ण विश्वास होता. म्हणून तो त्यांच्याजवळ गेला व त्याने विचारले, ''मी संन्यास घ्यावा की नाही, याबाबत मला तुम्ही मार्गदर्शन कराल का?''

यावर योगऋषी म्हणाले, ''जे स्वीकारशील त्यामध्ये पूर्णता प्राप्त कर.'' हे उत्तर जिज्ञासूच्या काही पचनी पडले नाही. त्याच्या चेहऱ्यावरचा गोंधळ स्पष्टपणे दिसून येत होता. हे पाहून योगऋषी त्याला घेऊन एका डोंगरावर गेले. तिथे एक वृद्ध संन्यासी राहत होते. योगऋषींनी त्या वृद्ध संन्याशाला विचारले, ''तुझं वय काय?'' संन्यासी उत्तरला, ''ऐंशी वर्षं!'' यानंतर योगऋषी व संन्यासी आपसात ज्ञानाची चर्चा करण्यात रंगून गेले. थोड्या वेळाने योगऋषींनी पुन्हा संन्याशाला विचारले, ''खरं सांग, तू किती वर्षांचा आहेस?'' संन्याशाने सांगितले, ''ऐंशी वर्षांचा!'' या प्रश्नाचे उत्तर दुसऱ्यांदा द्यावे लागले तरी संन्याशाच्या मनात कोणतेही किल्मीष आले नाही. त्याने सहजपणे उत्तर दिले. पुन्हा दोघांच्यात संभाषण झाले, ज्ञानाच्या गप्पा रंगल्या. अधूनमधून पुनःपुन्हा तोच प्रश्न योगऋषी संन्याशाला विचारत. तिथून निघतानाही त्यांनी तोच प्रश्न

विचारला व संन्याशानेही तितक्याच सहजतेने, शांतपणे तेच उत्तर दिले. हे पाहून जिज्ञासूच्या मनात शंका निर्माण झाली, की योगऋषी तोच-तोच प्रश्न का बरं विचारत आहेत ?

योगऋषी जिज्ञासूबरोबर डोंगर उतरून खाली जाऊ लागले. मध्येच थांबून त्यांनी त्या वृद्ध संन्याशाला हाक मारली व त्याला खाली येण्यास सांगितले. वृद्ध संन्यासी धापा टाकत योगऋषींजवळ आला व खाली बोलावण्याचे कारण विचारले. योगऋषी म्हणाले, ''एक गोष्ट विचारायची राहून गेली. तुझ्या शरीराचं वय किती आहे ?''

हा प्रश्न ऐकून जिज्ञासू चमकला. त्याला वाटले, आता वृद्ध संन्यासी खूप चिडणार! पण असे झाले नाही. त्याच्या चेहऱ्यावर आठीसुद्धा उमटली नाही की काही त्रस्त झाल्याचे भाव उमटले नाही. तितक्याच शांतपणे व सहजपणे त्याने उत्तर दिले, ''ऐंशी वर्षं!''

कृतज्ञता व्यक्त करून योगऋषी पुन्हा मार्गक्रमण करू लागले व वृद्ध संन्यासी आपल्या घराकडे परतले.

योगऋषी समजावणीच्या सुरात जिज्ञासूला म्हणाले, ''ही संन्यासाची पूर्णता आहे. मी वारंवार एकच प्रश्न विचारला तरी वृद्ध संन्यासी रागावला नाही. पहिल्यांदा प्रश्न विचारल्यावर ज्या सहजतेने त्याने उत्तर दिले, तोच सहजपणा वारंवार प्रश्न विचारल्यानंतरही टिकून होता. कोणत्याही मानसिक तरंगांमुळे त्याचं मन बिथरलं नाही. अगदी याच प्रकारे एखादी घटना तुमच्या जीवनात वारंवार घडत असेल तर त्याचा प्रतिकार तितक्याच सहजपणे तुम्ही करू शकलात तर संन्यासाची पूर्णता प्राप्त केली, असे म्हणू शकतो.''

एखाद्याला संन्यस्त जीवनाचे आकर्षण वाटले तरी त्यासाठी त्याला सांसारिक जीवनाचा त्याग करून एखाद्या जंगलात अथवा आश्रमात जाऊन राहण्याची आवश्यकता नाही. प्रपंचात राहूनही संन्यस्त जीवन जगता येते. जो मायेच्या अनित्य अनुभवाचा त्याग करून नित्य अनुभव प्राप्त करण्यासाठी कार्यरत असतो तो खरा संन्यासी आहे. नित्य अनुभव म्हणजे जो निरंतर आहे, सतत ज्याची अनुभूती होत असते. सांसारिक जीवनातही हा अनुभव घेता येतो.

या पुस्तकामध्ये अशा तीन संन्याशांचे जीवनचरित्र उलगडले आहे, जे सांसारिक जीवनात राहून संन्यस्त जीवन जगले व इतरांनाही असे जीवन जगण्याची कला शिकवली. अशा या महान विभूती आहेत– भगवान बुद्ध, संत ज्ञानेश्वर व स्वामी विवेकानंद!

भगवान बुद्ध

'बुद्ध' हे काही एखादे नाव अथवा उपनाव नाही, तर ही एक अवस्था आहे. या अवस्थेत माणूस स्वानुभवाने जाणतो, 'मी कोण आहे.' या अवस्थेला कोणतेही नाव देऊ शकतो– गुरू नानक, मीरा, संत ज्ञानेश्वर, रामकृष्ण परमहंस, रमण महर्षि, संत एकनाथ, संत तुकाराम, कबीरदासजी… कारण सर्वांमध्ये एकच अनुभव आहे. हा अनुभव प्राप्त करणे म्हणजे अध्यात्म आहे, बुद्धत्व आहे. आपल्या जीवनात मिळालेल्या चार संकेतांमधून भगवान बुद्धांची सत्याची यात्रा सुरू झाली. सत्यप्राप्तीसाठी त्यांनी आपले राजवैभव, पत्नी यशोधरा व पुत्र राहुल यांच्या मोहाचा त्याग केला व ते संन्यासी बनले. पुस्तकाच्या पहिल्या भागात तीन मुख्य पात्रांच्या रूपात असलेले भगवान बुद्धांचे जीवनचरित्र सांगितले आहे.

संत ज्ञानेश्वर

संत ज्ञानेश्वर महाराष्ट्रातील प्रसिद्ध संत आहेत. ते वयाने लहान असे आध्यात्मिक योद्धा आहेत. त्यांनी कैक वर्षांपासून सर्वोच्च ज्ञानापासून वंचित असलेल्या जनसामान्यांसाठी समाजात ज्ञान व भक्ती यांनी परिपूर्ण असलेले आंदोलन केले. त्यांनी लोकांची चेतना जागृत करून वृद्धिंगत केली. माणसामाणसांत असलेले भेदभाव व चुकीच्या धारणा यांचे खंडन करून त्यांनी सर्वांच्या कल्याणाचा (मुक्तीचा) मार्ग सुकर केला. पुस्तकाच्या दुसऱ्या भागात संत ज्ञानेश्वरांचे जीवनचरित्र तेजज्ञानाच्या प्रकाशात प्रकाशित केले आहे.

स्वामी विवेकानंद

'सत्य' व 'ईश्वर' यांच्या शोधात भटकत असलेल्या विवेकानंदांना श्री रामकृष्ण परमहंसांनी दोन्हींचा एकत्र (एकम्) साक्षात्कार घडवला तेव्हा विवेकानंद गुरुचरणी समर्पित झाले. या महान भारतीय संन्याशाने संपूर्ण विश्वाला आपली कर्मभूमी मानली व गुरूच्या प्रेरणेने जगभर भारतीय संस्कृती, सभ्यता व धर्म यांचा प्रचार केला. आपल्या ज्ञानाने व प्रतिभेने त्यांनी अनेक बुद्धिजीवींना

प्रभावित केले. सुरुवातीच्या काळात ते परदेशात 'द इंडियन मॉन्क' या नावाने प्रसिद्ध झाले.

भगवान बुद्ध, संत ज्ञानेश्वर व स्वामी विवेकानंद या तीन संन्याशांचे जीवनचरित्र एकत्रितपणे या पुस्तकात अतिशय चपखलपणे गुंफले आहे. या तिघांचे जीवनकाल वेगवेगळे आहेत. भगवान बुद्धांची देहावस्था ८० वर्षे, संत ज्ञानेश्वरांची २१ वर्षे, तर स्वामी विवेकानंदांची ३९ वर्षे होती.

या तिन्ही संन्याशांनी आपल्या शारीरिक जीवनाच्या कालखंडात लोकांना अमूल्य शिकवण दिली. त्यांनी लोकांच्या मनात खोलवर रुजलेल्या सांसारिक धारणा, मान्यता यांपासून त्यांना मुक्त करून जीवनाचे खरे उद्दिष्ट प्राप्त करण्याची प्रेरणा दिली. एकाच पुस्तकात या तिन्ही महान संन्याशांचे जीवनचरित्र वाचून एका मुख्य गोष्टीची जाणीव होते; ती म्हणजे, संन्यासी होणे याचा अर्थ 'प्रपंचापासून विभक्त' असा होत नाही. प्रपंचात राहून मोक्ष प्राप्त करून जीवन जगणे शक्य आहे.

सरश्री

भाग १
भगवान बुद्ध

अनुक्रमणिका

अध्याय १

संबुद्धाची भविष्यवाणी

सिद्धार्थ गौतमाची कहाणी

ज्ञानामुळे बोध होऊ शकतो? सद्यःस्थितीत ज्ञानाचा वर्षाव होत आहे. यूट्यूब, व्हॉट्सअॅप, फेसबुक, ट्विटर, इंस्टाग्राम यांसारख्या माध्यमांद्वारे संपूर्ण विश्वाचे ज्ञान माणसाच्या हातात उपलब्ध आहे. परंतु या ज्ञानाच्या आधारे सुख-दुःखापासून मुक्त अशी बुद्धत्वाची अवस्था प्राप्त होऊ शकते का? सर्व ओझ्यांतून मुक्त करून जीवनाचा अर्थ सिद्ध करण्याची क्षमता या ज्ञानाची आहे का?

हे शक्य नसेल तर माणूस अंतिम सत्यापासून वंचित राहणार का? नाही. कारण गूढ ज्ञान अजून लुप्त झाले नाही व पुढेही होणार नाही. फक्त आपल्या नजरेतून ते सुटून गेले आहे. आपल्या डोळ्यांवरून मायेची धूळ झटकून खऱ्या ज्ञानाचा चश्मा घालण्याची वेळ आता आली आहे.

संपूर्ण विश्वात असे अनेक संत व संन्यासी होऊन गेले, ज्यांनी अज्ञानाचा अंधकार दूर करून ज्ञानाचा प्रकाश पसरवला. त्यांच्यापैकी एक सिद्धार्थ गौतम आहेत. ज्या शरीरात 'बुद्ध' अवस्था प्रकट झाली, अशा शरीराचे ते एक नाव आहे. स्वयंबोध प्राप्त झाल्यानंतर बुद्धावस्था प्रकट होते. या अवस्थेला बुद्धत्व, आत्मसाक्षात्कार, स्वजाणीव (सेल्फरियलाझेशन), कैवल्यावस्था असेही म्हणू शकतो.

२५०० वर्षांपूर्वी, ई.पू.५६३मध्ये सिद्धार्थ गौतमचा जन्म झाला. त्याच्या वडिलांचे नाव शुद्धोधन, तर आईचे नाव महामाया होते. शाक्य वंशाच्या प्रथेनुसार बाळाचा जन्म त्याच्या आजोळी होत असे. म्हणून महामाया आपल्या माहेरी जाण्यास निघाली. वाटेत थोडा आराम करण्यासाठी ती एका सुंदर वनामध्ये थांबली. तिथेच तिला प्रसववेदना होऊ लागली. वैशाख पौर्णिमेच्या दिवशी, निसर्गाच्या सान्निध्यात, पिंपळाच्या झाडाखाली तिने एका मुलाला जन्म दिला. राजा शुद्धोधनच्या कानांवर ही बातमी पडली. त्वरित तो महामाया व बाळाला परत महालात घेऊन आला. शुद्धोधनने आपल्या मुलाचे नाव सिद्धार्थ ठेवले. कारण आजोळी जाण्याचा उद्देश सिद्ध झाला होता.

बाळाच्या जन्मानंतर अनेक चमत्कार घडू लागले. सिद्धार्थच्या जन्मानंतर असित नावाचे वयोवृद्ध ऋषी राजमहालात आले. त्यांना बाळाला पाहायचे होते. परंतु बाळ झोपलेले असल्याने त्यांना परवानगी नाकारली, तरीही त्यांनी त्यांचा हट्ट सोडला नाही. ते म्हणाले, ‘‘झोपला असला तरी काय झालं? मला बाळाला बघू द्या आणि तसंसुद्धा बुद्ध कधी झोपत नाहीत.’’

ऋषींच्या आग्रहाखातर त्यांना बाळाचे दर्शन घेण्यास अनुमती देण्यात आली. बाळाला जवळून बघताच त्यांच्या तोंडून लगेच शब्द निघाले, ‘‘हे बालक एक अद्भुत पुरुष आहे, यात काही शंका नाही.’’ त्यांनी बाळाचे पाय धरले. त्याच्याभोवती एक प्रदक्षिणा घातली व त्याला हातात घेऊन ते विचारमग्न झाले. काही वेळानंतर बाळाकडे पाहून ते जोरजोरात हसू लागले आणि नंतर स्फुंदून-स्फुंदून रडू लागले.

सिद्धार्थच्या जन्मानंतर घडलेला हा पहिला चमत्कार होता. असित ऋषींच्या अशा वागण्याचे राजाला आश्चर्य वाटून त्याच्या मनात शंका निर्माण झाली. त्यांनी असित ऋषींना याचे कारण विचारले. त्यावर ऋषींनी याचे रहस्य सांगितले. ते म्हणाले, ‘‘हे बालक बुद्धत्व प्राप्त करणार आहे... याला सत्याचा साक्षात्कार होणार आहे, हे लक्षात आल्यामुळे मला आनंदाने हसू फुटले. परंतु हा जगात सत्याचा प्रसार करेल तेव्हा मी जिवंत नसेन. मी त्याच्या या अवस्थेचं दर्शन घेण्यापासून वंचित राहणार, या विचाराने माझ्या डोळ्यांत पाणी आलं.’’

त्यानंतर त्यांनी त्यांच्या 'नालक' नावाच्या भाच्याला म्हटले, ''तू आत्तापासूनच तयारी कर! कारण बुद्धाला ज्ञान प्राप्त होईल त्या वेळी तू जिवंत असशील. बुद्धाला ज्ञान प्राप्त होताच तू लगेच त्याचे शिष्यत्व पत्कर!''

समाधीचा पहिला अनुभव

शाक्य वंशाच्या प्रथेनुसार धान्य पेरण्यापूर्वी शेतात नांगर फिरवण्याचा पहिला मान राजाला असे. तो दिवस उत्सवाप्रमाणे साजरा करण्याची त्या वेळी प्रथा होती. सिद्धार्थ आता थोडा मोठा झाला होता. राजा शुद्धोधन त्याला घेऊन उत्सवाच्या ठिकाणी गेला. नांगर फिरवण्याची वेळ आली तेव्हा राजाने सिद्धार्थला एका झाडाखाली बसवले व सर्व जण शेताकडे गेले.

सिद्धार्थ आरामात झाडाखाली बसला होता. थोड्या वेळानंतर त्याचे लक्ष स्वतःच्या श्वासोच्छ्वासाकडे गेले. श्वास कसा आत जातो व पुन्हा बाहेर येतो, याकडे तो लक्षपूर्वक पाहू लागला. त्याला आश्चर्य वाटू लागले. शरीरात आपोआप घडणाऱ्या या क्रियेकडे तो एकाग्रतेने पाहू लागला. श्वास घेताना हवा कधी उजव्या नाकपुडीतून आत जाते, तर कधी डाव्या नाकपुडीतून, तर कधी मध्येच थांबते, हे त्याच्या लक्षात आले. श्वास कधी दीर्घ असतो तर कधी संथ; कधी-कधी थेट पोटापर्यंत जातो, तर कधी अगदीच उथळ असतो. ही क्रिया बघता-बघता सिद्धार्थची समाधी लागली. बराच वेळ तो तसाच बसून होता. थोड्या वेळाने सर्व जण आले व त्याला उठवण्यासाठी हाका मारू लागले. त्यांची हाक सिद्धार्थच्या कानांपर्यंत पोहोचत नव्हती. कारण त्याला त्याच्या शरीराची जाणीवच नव्हती. त्याला समाधी लागली आहे, हे लोकांच्या लक्षात आले. एकाने त्याच्याजवळ जाऊन त्याला हलवले.

लहानपणी सिद्धार्थला आलेला हा अनुभव त्याच्या आयुष्यातील पहिला समाधीचा अनुभव होता. अनुभव तर घेतला; पण त्याचे महत्त्व व अर्थ लक्षात यायला अजून खूप वेळ होता.

वयाच्या २८-२९व्या वर्षी सिद्धार्थ घर सोडून निघून गेला. सहा वर्षे तपश्चर्या केल्यानंतर त्याला स्वबोध प्राप्त झाला. वयाच्या सातव्या वर्षी या अनुभवाची झलक आली होती, याची त्याला जाणीव झाली.

सिद्धार्थला लहानपणापासूनच ध्यानाचे आकर्षण होते. तो आपल्या मित्रांना ध्यानास बसण्याची प्रेरणा देत असे. ध्यानात बसून एखाद्या विषयावर लक्ष एकाग्र करण्यास तो शिकवत असे. परंतु त्याच्या आईवडिलांना त्याचे असे ध्यानस्थ बसणे आवडत नसे. सिद्धार्थने क्षत्रियांसारखे जीवन जगावे, असे त्यांना वाटत असे. त्यासाठी राजा शुद्धोधनने त्याला धनुर्विद्या, तसेच इतर शस्त्रास्त्रांचे शिक्षण दिले. परंतु सिद्धार्थला शिकार करणे आवडत नसे. तो कधीही मित्रांबरोबर यासाठी जात नसे. निर्दोष प्राण्यांच्या वधासाठी साक्षी बनणे त्याला कधीच आवडले नाही.

भविष्यवाणी व चार संकेत

सिद्धार्थचा जन्म झाला त्या वेळी राजा शुद्धोधनने सात ज्योतिषांना बोलावले होते. छोट्या सिद्धार्थचे भविष्य पाहून त्यांनी सांगितले होते, ''हा मुलगा एक तर सम्राट होईल किंवा संबुद्ध होईल.'' संबुद्ध म्हणजे जो बंधन आणि भाग्य यापासून मुक्त आहे. सिद्धार्थने सम्राट व्हावे, अशी राजा शुद्धोधनची इच्छा होती. त्यासाठी त्याने ज्योतिषांना यावर उपाय शोधण्याची विनंती केली. ज्योतिषी म्हणाले, ''सिद्धार्थला या चार दृश्यांपासून (संकेतांपासून) दूर ठेवले तरच तो चक्रवर्ती राजा होईल.''

सिद्धार्थ थोडा मोठा झाल्यावर त्याला ज्योतिष्यांनी सांगितलेली चार दृश्ये कधी दिसू नयेत अशी राजा शुद्धोधनने व्यवस्था केली. परंतु त्याचे हे सारे प्रयत्न निष्फळ ठरले.

राजा शुद्धोधनने केलेली व्यवस्था काही काळ टिकली. त्यानंतर सिद्धार्थला सत्य समजले, काही दृश्ये दिसली व त्याच्या लहानपणी केलेली भविष्यवाणी खरी ठरली.

पहिले दृश्य : वृद्ध माणूस : एके दिवशी सिद्धार्थ आपला सारथी छन्नला बरोबर घेऊन रथातून जात होता. रस्त्यात त्याला एक वृद्ध माणूस दिसला. त्याने सारथ्याला विचारले, ''हा माणूस असा का आहे? याचे दात कुठे आहेत? त्याला काठीच्या आधाराने का चालावे लागत आहे? हा कमरेत वाकून का चालत आहे? याची पार हाडे दिसत आहेत, डोळे खोल गेले आहेत.'' ज्योतिष्याची भविष्यवाणी आठवून सारथ्याने उत्तर दिले, 'कित्येक लोक स्वतःच्या चुकीच्या

सवयींमुळे लवकर म्हतारे होतात.'' यावर सिद्धार्थने विचारले, ''कधी ना कधी सर्व जण म्हातारे होणारच ना?'' सारथ्याने होकारार्थी मान हलवली. अस्वस्थ होऊन सिद्धार्थने विचारले, ''एके दिवशी आई, बाबा, यशोधरा, तू, मी सर्व जण म्हातारे होणार का?'' सारथी उत्तरला, ''हो.''

दुसरे दृश्य : आजारी माणूस : सिद्धार्थ दुसऱ्यांदा सारथ्याबरोबर महालाबाहेर पडला तेव्हा रस्त्यात त्यांना एक आजारी माणूस दिसला. त्याच्या तोंडातून फेस येत होता. उलट्यांमुळे तो त्रस्त झाला होता. सिद्धार्थने सारथ्याला विचारले, ''या माणसाच्या अंगाला इतका कंप का सुटला आहे?'' सारथी म्हणाला, ''तो खूप आजारी आहे. त्याच्यावर उपचार सुरू आहेत. काही दिवसांत त्याला बरे वाटेल.'' यावर सिद्धार्थने विचारले, ''पण याच्या आजारपणाचे कारण काय? हे शरीर म्हणजे काय आहे? या शरीराच्या आत काय आहे?'' छन्नने समजावले, ''आपले शरीर ऋतुमानाप्रमाणे अथवा खाण्यापिण्यात काही बदल झाल्याने वयोमानानुसार आजारी पडते. हे स्वाभाविक आहे व असेच घडत असते. म्हणून निरोगी राहण्यासाठी प्रत्येक जण प्रयत्न करत असतो.'' हे ऐकून सिद्धार्थने विचारले, ''मी, आई, बाबा, तू, सर्व जण आजारी पडू शकतो का? आजारी पडल्यावर आपली अवस्थासुद्धा अशीच होईल का?'' छन्नने अनिच्छेने मान डोलावली. हे पाहून सिद्धार्थ सतत त्रस्त राहू लागला.

तिसरे दृश्य : मृत्यू : तिसऱ्यांदा बाहेर पडल्यावर सिद्धार्थने मृत्यूचे दृश्य बघितले. लोक शव खांद्यांवर घेऊन स्मशानात जात होते. ते पाहून सिद्धार्थने छन्नला प्रश्न विचारले व त्याला मृत्यूचा साक्षात्कार झाला. त्याची मृत्यूबद्दलची जिज्ञासा अजूनच वाढली. मृत्यू म्हणजे काय?... सर्व जण मृत्यू पावतात का?... मीसुद्धा मरणार का? असे अनेक प्रश्न त्याच्या मनात घोंघावू लागले. छन्नकडे सत्य सांगण्याशिवाय काही पर्यायच नव्हता. सिद्धार्थ अत्यंत दुःखी अंतःकरणाने महालात परतला. महालाच्या दरवाजाजवळ त्याला चौथे दृश्य दिसले.

चौथे दृश्य : संन्यासी : सिद्धार्थने महालाच्या दरवाजाजवळ उभ्या असलेल्या एका संन्याशाला पाहिले. त्याच्या चेहऱ्यावर तेज दिसत होते. भिक्षा मागण्यासाठी तो महालाच्या दरवाजाजवळ उभा होता. त्याला पाहून सिद्धार्थने आश्चर्याने सारथ्याला विचारले, ''हा कोण आहे? याने असे कपडे का घातले आहेत? हा इतका शांत व संतुष्ट का दिसत आहे?''

सारथ्याने उत्तर दिले, ''हा एक सत्यसाधक आहे. याला संन्यासी म्हणतात. सत्य काय आहे? सत्यप्राप्ती होऊ शकते का? जन्म-मरण या चक्रातून सुटका होणे शक्य आहे का? मनुष्यजन्म का मिळाला आहे? हे सर्व जाणल्यामुळे तो जीवनमुक्त होऊन एखाद्या कमलपुष्पाप्रमाणे जीवन जगत आहे.'' हे ऐकून सिद्धार्थच्या मनात विचार आला, 'मीसुद्धा या सत्याचा शोध घेणार!'

या चार दृश्यांचा प्रभाव पडल्याने सिद्धार्थ गहन विचारात गढून गेला. महालात असूनही त्याचे लक्ष कुठे लागेना. सारेच त्याला निरस वाटू लागले. ज्या दिवशी यशोधराने राहुलला जन्म दिला, त्याच दिवशी अंतिम सत्याच्या शोधार्थ महालाबाहेर पडण्याचा सिद्धार्थने निर्णय घेतला. यशोधरा व राहुलचे शेवटचे दर्शन घेण्यासाठी तो त्यांच्या दालनात गेला. दोघेही गाढ झोपले होते. आईचा हात बाजूला करून लहानग्या राहुलला बघण्याची त्याला अनावर इच्छा झाली. परंतु यशोधराला जाग येईल व ती आपल्याला जाण्यापासून थांबवेल, या विचाराने राहुलला न बघताच सिद्धार्थ महालाबाहेर पडला. सारथी छन्नबरोबर तो रथातून बाहेर पडला. अनोमा नदीकिनारी पोहोचल्यावर त्याने राजवस्त्रे उतरवली व सारथ्याला परत महालाकडे जाण्याचा आदेश दिला. सिद्धार्थ गौतम सत्याचा शोध घेण्यासाठी पुढे निघाला. त्या वेळी त्याचे वय अवघे २९ वर्षे होते.

■■■

अध्याय २

संन्यासयात्रा

अस्थायी सुखाकडून स्थायी सुखाकडे

'बुद्धत्व' प्राप्त करण्याच्या यात्रेत सर्वांत आधी बुद्धीचा व सामान्यज्ञानाचा उपयोग होतो. बुद्धीचा उपयोग करून खोट्या धारणांच्या पकडीतून सुटका होते. मती बुद्धिविलासात अडकून पडली तर गुंता अधिकच वाढतो. बुद्धीचा उच्चतम विकास झाला तर बुद्धी प्रज्ञावान म्हणजे स्थितप्रज्ञ बनते. मन व बुद्धी यांचा उपयोग कसा करून घ्यायचा? मन मलिन होऊ नये यासाठी काय करायचे? मन व बुद्धी यांचा सम्यक संगम (योग) कसा घडवून आणायचा? जेव्हा एखादा हा योग उत्तम प्रकारे शिकतो, तेव्हा होतो बुद्धीपलीकडे असलेला उच्चतम विकास!

आपल्या राज्यापासून दूर गौतमांनी आपली संन्यासयात्रा सुरू केली होती. सत्यप्राप्तीसाठी ते वेगवेगळ्या ठिकाणी भटकत होते. असेच एकदा जंगलात फिरता-फिरता ते प्रसिद्ध गुरू आलार कलाम, जे असित ऋषींचे शिष्य होते, यांच्या आश्रमात पोहोचले. गौतमांनी त्यांच्याकडून दीक्षा घेतली व वेगवेगळ्या प्रकारचे सात ध्यानविधी शिकून घेतले, तरीसुद्धा त्यांना आतून एक प्रकारचा रिक्तपणा जाणवत होता. त्यांनी गुरुजींना विचारले, ''आता यानंतर काय करू? सगळं करूनही मला आतून रिक्तपणा जाणवत आहे.'' गुरुजी प्रामाणिक होते. ते म्हणाले, ''मला इतकेच माहीत आहे. यापुढचं ज्ञान असणारा सद्य:स्थितीत एखादाच असू शकेल.''

गुरुजींनी त्यांच्यापुढे आश्रम सांभाळण्याचा प्रस्ताव ठेवला. परंतु त्यांनी तो नम्रपणे नाकारला. कारण तेही खूप प्रामाणिक होते. ते म्हणाले, मी स्वतः या ज्ञानाने संतुष्ट झालो नाही. मग मी तुमचा आश्रम कसा सांभाळू शकेन?... इतरांना सत्याचा मार्ग कसा दाखवू शकेन?'' ते सत्याच्या शोधात बाहेर पडले.

गौतम सत्यप्राप्तीसाठी आश्रमातून बाहेर पडले हे पाहून गुरूंना संतोष वाटला. त्यांनी गौतमसाठी प्रार्थना केली व स्वतःपेक्षा श्रेष्ठ असलेल्या गुरू उद्दक राजपूत यांच्याकडे पुढचे ज्ञान प्राप्त करण्यासाठी पाठवले.

उद्दक राजपूत यांच्या आश्रमामध्ये गौतमांना आठवा ध्यानविधी शिकण्याची संधी मिळाली. त्यांनी खूप परिश्रम घेतले व अल्पावधीतच सर्व काही शिकून घेतले, तरीसुद्धा त्यांचे मन संतुष्ट नव्हते. त्यांनी ही गोष्ट गुरूंना सांगितली. गुरुजी म्हणाले, ‘‘यापुढचा शोध तुझा तुलाच घ्यावा लागेल. तुझी इच्छा असेल तर इथे राहून तू नवीन शिष्यांना शिकवण्याचं कार्य करू शकतोस.’’ परंतु सिद्धार्थ गौतमाच्या मनात मोक्षप्राप्तीशिवाय कोणतीही इच्छा नव्हती. ते तिथूनही बाहेर पडले. त्यांच्या या यात्रेमध्ये कोण्डन्य व त्याचे चार सहयात्री सामील झाले. ज्योतिषी कोण्डन्य तर कधी सिद्धार्थ गौतम ज्ञान प्राप्त करून त्यांना दीक्षा देतील, याची वाटच पाहत होते.

सर्व जण मिळून साधना, तप, भिक्षाटन करू लागले. त्यांनी त्या काळच्या मान्यतेनुसार उपवाससुद्धा करायला सुरुवात केली. शरीराला कष्ट देण्याने पाप नष्ट होते, ही धारणा मनी धरून ते दिवसभरात एकदाच जेवत होते. काही दिवसांनंतर ते दोन दिवसांनी एकदा जेवत होते. नंतर काही वेळा तीन दिवसांतून दोनदा जेवत होते. थोड्या दिवसांनंतर तर तीन दिवसांत एकदाच जेवण घेऊ लागले. काही महिने गेल्यानंतर त्यांनी भिक्षा मागणे सोडून दिले. जंगलातील कंदमुळे, फळे व पाने खाऊन राहू लागले. जसजसा काळ पुढे सरकत होता तसतसे ते शरीराला जास्त कष्ट देऊ लागले. दगडांवर झोपणे, सर्व ऋतूंमध्ये थंड पाण्याने स्नान करणे, स्मशानात राहणे, चक्कर आली तरी दीर्घ काळ श्वास रोखून धरणे, यांसारखे कष्टप्रद तपांचे आचरण ते करू लागले. त्यांच्या शरीराचे आरोग्य बिघडू लागले. त्यांची पाठ व पोट एक झाले होते.

एके दिवशी पाणी पिण्यासाठी गौतम नदीच्या पाण्यात उतरले होते. परंतु नदीचा प्रवाह सहन करण्याइतकीही ताकद त्यांच्या शरीरात उरली नव्हती.

पाण्याच्या प्रवाहाबरोबर ते वाहून जाऊ लागले. मोठ्या कष्टाने ते पाण्याबाहेर आले व बेशुद्ध पडले. एका लाकूडतोड्याने त्यांना पाहिले व त्यांना तो आपल्या झोपडीत घेऊन आला. काही दिवस त्याने त्यांची सेवा केली, त्यांना खाऊ घातले, आराम करण्यास सांगितले. गौतमांची तब्येत काहीशी सुधारली.

त्यांच्या मनात विचार येऊ लागले– माझा मार्ग तर चुकत नाही ना?... शरीराला कष्ट देऊन सत्यप्राप्ती होऊ शकते का?... जोपर्यंत भूक नव्हती तोपर्यंत मन भटकले नाही पण आता शरीर तंदुरुस्त झाले की मन पुन्हा भटकू लागले?... शरीराला सुख देऊन ज्ञान प्राप्त करू शकतो का?... शरीराला उपाशी ठेवून भुकेपासून मुक्त होता येईल का?... भुकेलेले शरीर काही काळापुरते तरी या तृष्णेच्या अग्नीपासून मुक्त होऊ शकते; परंतु ही तृष्णा, वासना, इच्छा, महत्त्वाकांक्षा पुन्हा जागृत होतात. शरीर स्वस्थ असेल तर योग्य विचार करण्याची क्षमता तयार होते. भुकेल्या शरीरात विवेक जागृत होत नाही. मग मध्यम मार्ग स्वीकारण्यास काय हरकत आहे?... उपाशी राहायचे नाही व जास्त खाऊन सुस्त व्हायचे नाही. या सर्व गोष्टींवर मनन करून गौतमांनी मध्यम मार्ग स्वीकारला व जीवनभर सर्वांना या मार्गावरून चालण्यासाठी प्रेरित केले.

काही दिवसांनंतर भिक्षा मागत असताना त्यांना त्यांचे पाचही साथीदार भेटले. सिद्धार्थचा प्रसन्न चेहरा पाहून त्यांच्या मनात शंका निर्माण झाली. त्यांना वाटले, सिद्धार्थ गौतम पथभ्रष्ट झाले आहेत. ते नाराज झाले व गौतमांना दूषणे देत त्यांची संगत सोडून निघून गेले.

इथून पुढचा मार्ग एकट्यानेच चालायचा असा निश्चय गौतमांनी केला. त्यांनी सहा वर्षे सतत साधना केली. एकदा ते पिंपळाच्या झाडाखाली बसून साधना करत होते... आणि तो क्षण आला व त्यांना ज्ञानप्राप्ती झाली. नंतर त्या झाडाला 'बोधीवृक्ष' असे संबोधले जाऊ लागले. बोधी म्हणजे बोध प्राप्त होणे. झाडाखाली बसून त्यांनी संकल्प केला– 'जोपर्यंत अंतिम सत्य प्राप्त होणार नाही तोपर्यंत मी डोळे उघडणार नाही. हात-पाय न हलवता असाच बसून राहीन. शरीराचा मृत्यू झाला तरी बेहत्तर!'

अशा प्रकारचे उच्च विचार उगाच येत नाहीत. काही कर्म केले असेल तरच असे संकल्प करण्याचे विचार मनात येतात. सामान्य माणसाच्या मनात असे

विचार येत नाहीत. गौतमांनी साधनांद्वारे अगोदरच वृत्ती व कर्मबंधने यांपासून मुक्ती प्राप्त केली होती. सहा वर्षांच्या तपश्चर्येने त्यांचे शुद्धीकरण झाले होते.

गौतमांच्या गोष्टीत असे सांगितले जाते, की त्यांना मनाच्या सैतानाने खूप घाबरवले तरीसुद्धा ते स्थिर राहिले. त्यांना खूप त्रास झाला. पण त्याकडे दुर्लक्ष करून प्रत्येक वेदनेकडे, दुःखाकडे, दुखण्याकडे ते साक्षीभावाने पाहत राहिले. सरतेशेवटी त्यांना आत्मबोध झाला व ते मुक्त झाले.

काही लोकांच्या म्हणण्यानुसार, ते चार आठवडे त्या वृक्षाखाली बसून होते. ज्ञानप्राप्तीनंतर त्यांना आश्चर्य वाटले! सात दिवस ते आश्चर्यात बुडून मौनामध्ये राहिले. नंतर त्यांना बोध प्राप्त झाला व जाणीव झाली की, ते वास्तवात कोण आहेत. त्यानंतर त्यांनी घोषणा केली, 'घर बनवणाऱ्याला मी जाणले आहे, आता पुन्हा माझं घर बनणार नाही.' याचा अर्थ माणसाच्या मनात नकली 'मी' (अहंकार) कसा तयार होतो हे जाणले आहे. आता बेहोशीत कधीही नकली 'मी' जागृत होणार नाही.

आंतरिक युद्ध समाप्त होताच, दुसरा दिवस उजाडला... साधक गौतम लुप्त होऊन बुद्ध प्रकट झाले.

■■■

अध्याय ३

संन्यासाचा संदेश व दीक्षा

योग्य संघाबरोबर राहा

वास्तविक मुक्त होण्यासाठी मनावर विजय मिळवणे अतिशय महत्त्वाचे आहे. प्रपंचात राहून मनावर विजय मिळवला तर तो प्रपंच सोडून मिळवलेल्या विजयाइतकाच महत्त्वपूर्ण आहे. त्यामुळे तुम्ही इतरांसाठी निमित्त ठरता. प्रपंचात राहून मध्यम मार्ग स्वीकारून प्रगती करणे, हाच तेजसंसारी होण्याचा अर्थ आहे. आपण जो मार्ग स्वीकारला आहे तो योग्य नाही; तर मध्यम मार्गच चांगला आहे व त्याचीच निवड करायला हवी, हे सिद्धार्थ गौतमांनाही जाणवले होते.

बोध प्राप्त झाल्यानंतर पुढचे सात दिवस गौतम बुद्धांना याच गोष्टीचे आश्चर्य वाटत होते, की रहस्य समजणे किती सोपे आहे! आता ते एका अशा माणसाच्या शोधात होते, जो मान्यताविरहित आहे. म्हणजे, त्याच्या मनात कोणत्याही धारणा नाहीत. कारण असा माणूस रहस्य समजण्यासाठी पात्र असतो. कित्येक दिवस त्यांना या ब्रह्मांडाचे रहस्य समजू शकेल असा माणूस भेटलाच नाही. कारण त्या काळी माणूस अनेक मान्यतांनी जखडलेला होता. तो अशा गोष्टी समजू शकत नव्हता.

आपल्या जुन्या गुरूंना गौतम बुद्ध हे ज्ञान देऊ शकले असते; पण त्यांनी हे जग कधीच सोडले होते. आता केवळ त्यांचे पाच साथीदार उरले होते, ज्यांना हे ज्ञान देणे शक्य वाटत होते. यात्रा करत-करत ते त्यांना जाऊन भेटले. सुरुवातीला

कोण्डन्य व त्याचे साथीदार गौतम बुद्धांवर बहिष्कार टाकण्याच्या विचारात होते. पण जसजसे बुद्ध जवळ येऊ लागले तसतसे त्यांच्या चेहऱ्यावरचे तेज त्यांना दिसू लागले. ते पाहून ते सर्व जण त्यांच्यापुढे नतमस्तक झाले, त्यांना पूर्णपणे समर्पित झाले. गौतम बुद्धांच्या शरीरात सत्य प्रकट झाले आहे, हे त्यांच्या लक्षात आले. त्यांनी त्वरित गौतम बुद्धांना बसावयास आसन दिले. त्यांचे भक्तिपूर्वक स्वागत केले. खूप वर्षांच्या तपस्येनंतर ते सत्य श्रवण करण्यासाठी उत्सुक झाले होते. त्या वेळी बुद्धांनी त्यांचे पहिले ज्ञानशिबिर घेतले.

गौतम बुद्धांनी आपल्या प्रवचनात आत्मा, परमात्मा, आकार-निराकार, स्वर्ग-नरक, मागच्या जन्मातील कर्म असे शब्द वापरले नाही. कारण लोक निष्कारण बुद्धिविलासात रमून जातील व मोक्षप्राप्तीपासून वंचित राहतील, हे ते जाणून होते.

यात्रा करता-करता बुद्ध एका गावात पोहोचले. ते आल्याची बातमी कळताच अनेक लोक त्यांचा उपदेश ऐकण्यासाठी एकत्र जमले. लोकांबरोबर चर्चा करत असताना एका जिज्ञासू माणसाने गौतमांना विचारले, ''तुम्ही अजून आत्म्याबद्दल काही सांगितलं नाही. कृपा करून आत्मा म्हणजे काय, हे आम्हाला सांगा.'' प्रश्न ऐकून बुद्ध काही वेळ शांत बसले. त्यांनी डोळे बंद केले.

या प्रश्नाचे उत्तर बुद्ध देणार नाहीत, हे त्यांचे शिष्य जाणून होते. कारण यापूर्वीही त्यांना मृत्यूनंतर आत्मा कोठे जातो? स्वर्ग कसा असतो? परमात्मा कसा दिसतो? असे अनेक प्रश्न विचारले गेले होते. अशा वेळी बुद्ध शांत बसत व आपल्या शिष्यांना एका वाक्यात उत्तर देत, ''तथागताने ही गोष्ट अव्यक्त ठेवली आहे.'' असे ऐकले की शिष्य समजून घेत, या विषयावर जास्त चर्चा करायची नाही. मग ते पुढचा विषय समजून घेत.

या वेळीसुद्धा असेच घडले होते. गौतम बुद्धांनी उत्तर न देता डोळे मिटून घेतले. थोड्या वेळाने त्यांनी डोळे उघडले व तिथे उपस्थित असलेल्या सर्व लोकांना उद्देशून ते म्हणाले, ''समजा, एखाद्या माणसाला बाण लागला तर तो बाण मारणाऱ्याची चौकशी करत बसेल का? कोणत्या धनुष्याने बाण मारला होता? बाण कोणत्या धातूपासून बनवला होता? बाणाच्या टोकाला कोणतं विष लावलं होतं? त्या विषामुळे लवकर मृत्यू येतो का? आधी ही माहिती घेऊन या, मग माझ्या अंगात घुसलेला बाण काढा, असं तो म्हणत नाही. तर, असे घडत

नाही. आधी शरीरात घुसलेला बाण काढण्याचा प्रयत्न करायला हवा. नंतर निरर्थक गोष्टींवर चर्चा करायला हवी. म्हणजे आधी दुःखातून मुक्त व्हायला हवे. नंतर बुद्धिविलासाच्या चर्चा करा.'' हे ऐकून निरर्थक गोष्टींमध्ये वेळ वाया न घालवता आधी दुःखातून मुक्त व्हायला हवे, हे काही लोकांच्या लक्षात आले.

एकदा शिष्यांसमवेत जंगलातून जात असताना ही गोष्ट समजून सांगण्यासाठी गौतम बुद्धांनी जमिनीवर पडलेली झाडाची पाने मुठीत घेतली व म्हणाले, ''हे भिक्षूंनो! माझ्या मुठीत जेवढी पानं आहेत त्याच्या कित्येक पटींनी जास्त पानं या वृक्षांवर आहेत. मी तुम्हाला आवश्यक तितकेच ज्ञान दिले आहे, तितकेच माझ्या मुठीत आहे. यापेक्षा जास्त ज्ञान माझ्याकडे आहे; परंतु तुमच्या मुक्तीसाठी त्याची आवश्यकता नाही. तुम्ही फक्त मी दिलेल्या सिद्धान्तावर काम करा व दुःखमुक्त व्हा. वेळेचा सदुपयोग करा.'' विनाकारण बुद्धिविलासात वेळ घालवणे निष्फळ आहे, हे शिष्य समजून चुकले.

अशा प्रकारे गौतम बुद्धांनी आपल्या शिष्यांना पहिला बोध दिला. त्यानंतर ते आपल्या शिष्यांसमवेत सत्याचा प्रसार चहू दिशांना करण्यासाठी बाहेर पडले. भगवान बुद्ध येणार असल्याची बातमी समजताच राजेदेखील त्यांचा उपदेश ऐकण्यासाठी येत. काही राजांनी त्यांच्याकडून दीक्षा घेतली, त्यामुळे त्या राज्यातील प्रजासुद्धा बुद्धांना शरण गेली. प्रसेनजीत, बिंबीसार यांसारखे राजे संघात सामील झाले.

राजा शुद्धोधनला भगवान बुद्धांना बोध प्राप्त झाल्याचे समजले, तसेच ते आपल्या राज्याच्या जवळ येऊन पोहोचले आहेत, हेही समजले. तेव्हा त्यांनी त्यांना आपल्या राज्यात येण्याचे निमंत्रण धाडले. बुद्धांनी निमंत्रण स्वीकारले व ते कपिलवस्तू नगरीत आले. आपला मुलगा आपल्या राज्यात भिक्षा मागत आहे, हे राजा शुद्धोधनला समजले तेव्हा त्यांना खूप वाईट वाटले. ज्या रस्त्यांवरून बुद्ध रथातून फिरत होते त्या रस्त्यांवर ते भिक्षा मागत आहेत, ही गोष्ट राजा शुद्धोधनला खटकली. त्यांनी बुद्धांजवळ याविषयी तक्रार केली. त्यावर बुद्ध म्हणाले, ''भिक्षा मागणे ही आमच्या वंशाची परंपरा आहे.'' शुद्धोधनने आश्चर्याने म्हटले, ''आपल्या वंशाची तर अशी काही परंपरा नाही!'' तेव्हा बुद्ध म्हणाले, ''मी तुमच्या वंशाबद्दल बोलत नसून माझ्या वंशाबद्दल

बोलत आहे. माझा वंश बुद्धांचा आहे. आम्ही भिक्षा मागून आमचा उदरनिर्वाह करतो.'' शुद्धोधनने त्यांचे काही जुमानले नाही. त्यांची समजूत काढून तो त्यांना राजमहालात घेऊन आला. बुद्धांनी त्या दिवशी महालात भोजन केले.

बुद्धांची आई प्रजापती गौतमीनेसुद्धा त्यांचा उपदेश ऐकून दीक्षा घेतली. महाराणी संघाशी जोडली गेल्यामुळे अनेक महिलांसाठी दीक्षा घेण्याचा मार्ग मोकळा झाला. यशोधरानेही नंतर दीक्षा घेतली. त्याआधी तिने मुलगा राहुल याला आपला उत्तराधिकार मागण्यासाठी बुद्धांकडे पाठवले. त्यानुसार बुद्धांनी त्याला स्वतःची ज्ञानाची अमूल्य दौलत बहाल केली, म्हणजे त्याला ज्ञानाची दीक्षा दिली व तोही संघात सामील झाला.

नुकत्याच लग्न झालेल्या आपल्या भावाला, नंदलासुद्धा बुद्धांनी दीक्षित केले. नंद राजगादी सांभाळणार होता; पण दीक्षा घेऊन तोसुद्धा संघात सामील झाला. शुद्धोधनला हे सारे समजले तेव्हा तो नाराज झाला व बुद्धांना भेटण्यासाठी गेला. तो म्हणाला, ''मुलांना दीक्षित करण्यापूर्वी कमीत कमी त्यांच्या पालकांना विचारलं जावं.'' त्या दिवसापासून मुलांना संघामध्ये प्रवेश देण्यापूर्वी त्यांच्या आईवडिलांची परवानगी घेण्याचा नियम करण्यात आला. राजा शुद्धोधन सोडल्यास बहुतेक सर्व परिवार दीक्षित झाला.

जागृत चेतनेचा चमत्कार

बुद्धांचा चुलतभाऊ देवदत्त लहानपणापासून त्यांचा तिरस्कार करत होता. अजूनही त्याच्या मनात बुद्धांविषयी तेढ होती. परिवारातील जवळजवळ सर्व लोकांनी दीक्षा घेतल्यामुळे देवदत्तलाही नाइलाजाने दीक्षा घ्यावी लागली. तो गौतम बुद्धांना त्रास देण्याची योजना बनवू लागला.

संघातील लोकांना भडकावून तो त्यांना आपल्या बाजूला वळवू लागला. सुरुवातीला लोकांना त्याच्या बोलण्याची भूल पडे; परंतु त्याचा चुकीचा हेतू लक्षात येताच लोक त्याची संगत सोडून देऊ लागले. मग देवदत्तने दुसरा मार्ग अवलंबला. त्याने आपल्या मित्राचा मुलगा राजा अजातशत्रूचे बुद्धांविरुद्ध कान भरले. त्यामुळे राजा बुद्धांच्या विरोधात उभा ठाकला. त्याने त्यांच्या समर्थकांना कारागृहात टाकण्यास सुरुवात केली. त्यामध्ये बुद्धाचे समर्थन करणाऱ्या आपल्या वडिलांनाही त्याने सोडले नाही.

एके दिवशी दोघांनी मिळून बुद्धांची हत्या करण्याची योजना बनवली. अजातशत्रूने सर्वांत ताकदवान अशा हत्तीला खूप दारू पाजली. बुद्ध एकटेच जंगलाच्या दिशेने जात असल्याचे पाहून त्याने हत्तीला त्या रस्त्यावर सोडले. दारूच्या नशेत हत्ती बुद्धांच्या दिशेने धावू लागला. रस्त्यात येणाऱ्या अडथळ्यांना धुडकावून तो वेगाने त्यांच्याकडे जाऊ लागला. परंतु हे सर्व पाहूनही बुद्ध शांतपणे चालत राहिले. असे सांगितले जाते, की हत्ती त्यांच्याजवळ पोहोचताच शांत झाला. त्याने बुद्धांना खाली वाकून नमस्कार केला. हे पाहून देवदत्त व अजातशत्रू थक्क झाले!

असा चमत्कार कसा झाला, हे कोणाच्याही लक्षात आले नाही. वास्तविक, त्या वेळी बुद्ध आपल्या अनुभवात राहून मदमस्त झालेल्या हत्तीसमोरून चालत होते. तुम्ही तुमच्या अनुभवात असाल, म्हणजे प्रत्यक्षात तुम्ही जे चैतन्य आहात त्यावर स्थापित असाल तर समोरच्या शरीरात जो अनुभव, जे चैतन्य आहे त्यालाच साद घालत असता. हत्तीमध्येही तेच चैतन्य (सेल्फ) होते, तोच अनुभव जिवंत होता ज्याला भगवान बुद्धांनी आपल्या चैतन्याने साद घातली. त्यामुळे हत्तीमधील चेतना जागृत झाली होती. अशी घटना घडूनही देवदत्त राजा अजातशत्रूच्या मदतीने वेगवेगळी कारस्थाने करतच राहिला. शेवटी रोगग्रस्त झाल्यामुळे त्याचा देहान्त झाला. भगवान बुद्धांनी देवदत्तच्या साऱ्या चुकांना क्षमा केली.

▮▮▮

अध्याय ४

सत्याचा प्रचार व प्रसार

पुन्नची भक्ती व अंगुलीमालचे हृदयपरिवर्तन

भगवान बुद्धांच्या या प्रवासात त्यांना अनेक साधू भेटले. त्यांच्याबरोबर त्यांचे २००-३०० शिष्यही होते. हे साधू बुद्धांशी वार्तालाप करत. त्यांच्या उपदेशाने प्रभावित होऊन ते आपल्या शिष्यांसमवेत दीक्षा घेत. अशा प्रकारे सुरुवातीच्या काळात संघाचा विकास तीव्र गतीने झाला. नंतर त्यांनी आपल्या शिष्यांना सत्याचा प्रचार व प्रसार करण्याच्या हेतूने भारताच्या सर्व दिशांना जाण्याची आज्ञा दिली.

बुद्धांचे शिष्य भिक्षा मागण्यासाठी गावोगावी जात असत. त्यांच्या चेहऱ्याकडे पाहून इतरांना दीक्षा घेण्याची प्रेरणा मिळत असे. ज्या गोष्टीचा शोध आपण घेत आहोत ती गोष्ट या भिक्षूंना नक्की प्राप्त झाली आहे, हे सत्यसाधकांच्या लक्षात येई. मग असे साधक भिक्षूंना शरण येत.

व्यापार करण्यासाठी एका देशातून दुसऱ्या देशात जाणारे काही व्यापारी बुद्धांच्या संपर्कात आले. बुद्धांकडून दीक्षा घेऊन ते आपल्या देशात परत गेले. अशा प्रकारे बुद्धांची शिकवण चीन, कोरिया, जपान, थायलंड, बर्मा, तिबेट, नेपाळ इत्यादी देशांपर्यंत पोहोचली.

पुन्न नावाच्या अशाच एका माणसाने भगवान बुद्धांना आपल्या देशात जाऊन सत्याचा प्रचार व प्रसार करण्यासाठी आज्ञा मागितली. त्या वेळी बुद्धांनी त्यांना अनेक प्रश्न विचारून त्याची भक्ती पारखली. ते प्रश्न असे होते...

बुद्ध : तुझ्या देशातील लोक अशा गोष्टींचा स्वीकार करणार नाहीत. ते तुला दूषणे देतील, शिवीगाळ करतील. मग अशा वेळी तू काय करशील?

पुन्न : मी असा विचार करेन, की ते लोक खूप चांगले आहेत. कारण ते मला फक्त शिव्या देत आहेत, मारहाण करत नाहीत.

बुद्ध : जर त्यांनी तुला मारहाण केली तर तू काय करशील?

पुन्न : मी असा विचार करेन, की हे लोक चांगले आहेत. ते फक्त मला हातांनी मारत आहेत, दगडांनी अथवा काठीने मारत नाहीत.

बुद्ध : जर त्यांनी दगड व काठी यांचा वापर करून तुला मारले तर?

पुन्न : मी असा विचार करेन, की लोक चांगले आहेत. कारण ते मला मारण्यासाठी कोणत्याही शस्त्रांचा उपयोग करत नाहीत.

बुद्ध : जर शस्त्रांचा वापर करून तुला जखमी केले तर काय करशील?

पुन्न : मी असा विचार करेन, की या लोकांनी शस्त्रांचा वापर करून मला फक्त जखमी केले आहे, मारून टाकले नाही.

बुद्ध : जर त्यांनी तुला ठार मारण्याचे ठरवले तर मरताना काय अनुभव करशील?

पुन्न : मी असा विचार करेन, की हे लोक चांगले आहेत. कारण त्यांनी मला अशा जीवनातून मुक्त केले आहे, जेथे माझ्याकडून पाप घडू शकते, चुका होऊ शकतात. मला मुक्ती देण्यासाठी ते निमित्त ठरले, असे मी समजेन.

बुद्ध : (प्रसन्न होऊन) पुन्न, तू तुझ्या देशात जाऊन प्रचार करू शकतोस. खऱ्या अर्थाने तू ज्ञान ग्रहण केले आहेस.

भगवान बुद्धसुद्धा एका राज्यातून दुसऱ्या राज्यात, एका जंगलातून दुसऱ्या जंगलात असे सतत भ्रमण करत असत. ते एका ठिकाणी जास्त काळ थांबत नसत. आपल्या पायाखाली येऊन कोणत्याही जीवाची हत्या घडू नये, यासाठी ते फक्त पावसाळ्यात एखाद्या ठिकाणी मुक्काम करत.

संघाचे काम वाढू लागल्याने बुद्धांच्या शरीराची देखभाल (सेवा) करण्याचे काम त्यांच्या काकाचा मुलगा आनंद करू लागला. नंतर कित्येक लोकांनी बुद्धांकडून दीक्षा घेतली. गौतम बुद्धांची कीर्ती चहू दिशांनी पसरू लागली.

गौतम बुद्धांनी अशाच एका माणसाचे हृदयपरिवर्तन केले. ती घटना अशी–

अंगुलीमाल भिक्षू झाला

एके दिवशी बुद्ध आपल्या संघाबरोबर यात्रा करत-करत एका गावात पोहोचले. त्या गावाच्या शेजारी एक जंगल होते. त्या जंगलात अंगुलीमाल नावाचा क्रूर माणूस राहत होता. आजूबाजूच्या गावातील लोक व्यापार करण्यासाठी त्या जंगलातून दुसऱ्या गावाकडे जात, तेव्हा अंगुलीमाल त्यांची हत्या करून, त्यांच्या हाताचे एक बोट कापून, त्याची माळ आपल्या गळ्यात घालत असे. जसजशी हत्यांची संख्या वाढू लागली तसतशी त्याच्या गळ्यातील माळ लांब होऊ लागली. त्याची दहशत दूरदूरच्या गावांपर्यंत पसरली होती.

गावातील लोकांबरोबर संभाषण करताना गौतम बुद्धांना या संकटाची माहिती मिळाली. त्यांनी अंगुलीमालला भेटण्याचा निर्णय घेतला व ते जंगलाच्या दिशेने जाऊ लागले. लोकांनी त्यांना थांबवण्याचा खूप प्रयत्न केला; पण त्याचा काही उपयोग झाला नाही. घनदाट जंगलात पोहोचल्यावर अचानक एक भयानक माणूस झाडावरून उडी मारून त्यांच्यासमोर आला. त्याच्या गळ्यात रक्ताने माखलेल्या बोटांची माळ होती. त्याचे कपडे रक्ताने माखले होते. रागाने लाल झालेल्या डोळ्यांनी तो बुद्धांकडे पाहत होता. बुद्धांनी कोणताही प्रतिसाद दिला नाही, त्यामुळे तो आवेशाने तलवार परजत बुद्धांच्या दिशेने येऊ लागला.

असे दृश्य पाहून कोणताही सामान्य माणूस घाबरून पळत सुटला असता; पण गौतम बुद्ध शांतपणे तिथेच उभे राहिले. त्यांच्या अंतरंगात भरून राहिलेली शांतता जराही ढळली नाही. अंगुलीमाल त्यांच्याजवळ येऊन पोहोचला. गौतम बुद्ध थोडेसुद्धा विचलित झाले नाहीत, हे पाहून अंगुलीमालच्या मनात संभ्रम निर्माण झाला.

तरीही जोराने ओरडत तो बुद्धांना म्हणाला, ''तुम्हाला माहीत नाही का, मी कोण आहे ते? माझ्या गळ्यातील माळ बघितली का? आता मी तुम्हाला मारून तुमचे बोट या माळेत अडकवणार आहे.''

गौतम बुद्धांनी उत्तर दिले, ''मला माहीत आहे मित्रा, तू कोण आहेस! तुझं नाव अंगुलीमाल आहे. तू काय करतोस हेही मला ठाऊक आहे.'' गौतम बुद्धांचा आवाज प्रेमाने व करुणेने भारलेला होता.

गौतम बुद्धांचे शब्द कानांवर पडताच अंगुलीमाल आश्चर्यचकित झाला! 'ज्या माणसाची हत्या करण्यासाठी मी उभा आहे, तो मला 'मित्र' असे कसे संबोधत आहे' असा विचार त्याच्या मनात आला. बुद्धांचे डोळे करुणेने भरलेले होते. अंगुलीमालने कित्येक वर्षांत कोणाच्या तोंडून 'मित्र' असा शब्द ऐकला नव्हता.

गौतम बुद्ध पुढे म्हणाले, ''मित्रा, तुझ्या माळेची शोभा वाढवण्यासाठी मी माझ्या हातांची बोटं तुला निश्चित देईन. पण त्याआधी तुला माझं एक काम करावे लागेल. समोरच्या झाडाची पानं तोडून मला आणून दे.'' अंगुलीमालने ताबडतोब झाडाची पाने तोडून गौतम बुद्धांच्या हातात दिली.

बुद्ध म्हणाले, ''आता ही पाने पुन्हा त्याच जागी चिटकवून टाक.'' अंगुलीमाल म्हणाला, ''हे तर मी करू शकत नाही.''

बुद्ध समजावणीच्या सुरात म्हणाले, ''मी तुला हीच गोष्ट समजावून सांगण्यासाठी आलो आहे. कोणतीही गोष्ट तोडणं खूप सोपं आहे; पण जोडणं खूप कठीण आहे. रागाने निर्दोष लोकांची हत्या करणे सोपं आहे; परंतु राग आलेला असतानासुद्धा, समोरच्या माणसावर प्रेम करणं, त्याला क्षमा करणं तितकंच कठीण आहे; पण त्यातच खरा शूरपणा आहे. असं असूनही तुला माझी बोटं हवी असतील तर पुढे ये!'' असे म्हणून बुद्धांनी आपले हात त्याच्यासमोर धरले.

जीवनात आलेल्या अडचणी व झालेली अवहेलना यामुळे अंगुलीमालचे हृदय कठोर बनले होते, त्याचा स्वभाव क्रूर झाला होता. गौतम बुद्धांची करुणा व निर्व्याज प्रेम पाहून अंगुलीमालचे हृदयपरिवर्तन घडले. त्याने तलवार फेकून दिली व गौतम बुद्धांच्या चरणावर लोळण घेतली. त्यांची क्षमा मागून तो त्यांना शरण गेला. गौतम बुद्धांनी त्याला उठवले व मिठी मारली. त्याला घेऊन ते गावात आले.

सुरुवातीला अंगुलीमाल बदलला आहे, यावर लोकांचा विश्वास बसला नाही. पण हळूहळू त्यांचा विश्वास वाढू लागला. बुद्धांनी अंगुलीमालला दीक्षा दिली. तो भिक्षू बनला. गौतम बुद्धांबरोबर तो यात्रा करू लागला. यात्रेमध्ये

कित्येक गावे अशी होती, जिथल्या लोकांची अंगुलीमालने हत्या केली होती. त्या गावातील लोक अंगुलीमालला शिवीगाळ करत, दगड मारत. परंतु बुद्धांकडून ज्ञान प्राप्त केल्याने त्याला सत्य उमगले होते. त्याच्या मनात क्रोधाची जागा आता करुणेने घेतली होती. तो सर्वांना क्षमा करून त्यांचे मंगल व्हावे यासाठी प्रार्थना करत होता. आता हे त्याच्यासाठी सहजशक्य झाले होते. अशा प्रकारे भगवान बुद्धांना शरण आल्यामुळे अंगुलीमालच्या हृदयात परिवर्तन घडून आले.

■■■

अध्याय ५

मृत्यू व त्याग यावर संन्यासीचा उपदेश

गोष्ट गौतमीची, अनाथपिण्डकचे दान

प्रत्येकाला वेळोवेळी मृत्यूचे दर्शन घडत असते. दररोज कोणी ना कोणी मृत्यू पावतोच. मृत्यूकडे अज्ञानाच्या दृष्टिकोनातून पाहिले तर निश्चितपणे दुःख होणार! मृत्यूकडे पाहून जी जाणीव व्हायला हवी ती होणार नाही. मृत्यूकडे योग्य प्रकारे बघण्याची कला प्राप्त झाली तर मृत्युदर्शनाने लोकांचा कायापालट होऊ शकतो, मृत्यू त्यासाठी निमित्त ठरू शकतो. गौतमीच्या बाबतीत असेच घडले.

गौतमी नावाच्या एका स्त्रीचा लहान मुलगा मरण पावला. ही गोष्ट तिला सहन झाली नाही. आक्रोश करत, वेड्यासारखी ती मुलाचे शव हातात घेऊन प्रत्येकाला सांगत सुटली, ''माझ्या मुलाला जिवंत करा.'' एका माणसाने तिला बुद्धांकडे जाण्याचा सल्ला दिला. मुलाचे शव हातात घेऊन ती बुद्धांकडे गेली. बुद्धांनी शांतपणे तिचे म्हणणे ऐकून घेतले. मुलाला जिवंत करण्यासाठी त्यांनी नकार दिला नाही. त्यांची प्रत्येकाला शिकवण्याची पद्धत वेगळी होती. ते गौतमीला म्हणाले, ''आधी गावातील कोणत्याही घरातून मोहरी घेऊन ये. मग तुझ्या मुलाला जिवंत करतो. पण लक्षात ठेव, अशा घरातून मोहरी घेऊन ये ज्या घरातील सदस्यांच्या एकाही नातेवाइकाचा मृत्यू झालेला नाही!''

सांगण्याचे मर्म लक्षात न घेताच गौतमी धावत सुटली. संध्याकाळपर्यंत प्रत्येकाचे दार ठोठावत राहिली. परंतु तिला एकही घर असे दिसले नाही जिथे

कोणाचा मृत्यू झालेला नाही. बुद्धांना काय समजावून सांगायचे आहे, हे हळूहळू तिच्या लक्षात येऊ लागले. भगवान बुद्धांचे मार्गदर्शन मिळण्यासाठी तिच्या मुलाचा मृत्यू कारणीभूत ठरला. नंतर ती बुद्धांना शरण गेली व संघामध्ये जाऊन दीक्षा घेतली.

गौतमीची ही गोष्ट सगळीकडे प्रसिद्ध झाली. गौतमीच्या निमित्ताने बुद्धांनी मृत्यूचे खरे स्वरूप सर्वांना समजावून सांगितले.

अनाथपिण्डकाची गोष्ट

अनाथपिण्डक दानशूर माणूस होता. तो नेहमी गरिबांना भरपूर दानधर्म करत असे. यावरून त्याचे 'सुदत्त' नाव बदलून 'अनाथपिण्डक' असे पडले होते. त्याच्या दरवाजावर आलेला कोणीही रिक्त हाताने कधीही जात नसे. एके दिवशी काही कामानिमित्त अनाथपिण्डक आपल्या मेव्हण्याच्या घरी गेला होता. तिथे तो भगवान बुद्धांच्या सान्निध्यात आला. बुद्धांच्या वचनांनी प्रभावित होऊन तो त्यांना शरण गेला.

त्याने मानवसेवा करण्याची आपली उत्कट इच्छा बुद्धांसमोर प्रकट केली. त्याने बुद्धांना विचारले, ''मी माझी सर्व संपत्ती, घरदार, व्यवसाय यांचा त्याग करून आध्यात्मिक सुख प्राप्त करण्यासाठी घर सोडणं योग्य ठरेल का?''

उत्तरादाखल बुद्ध म्हणाले, ''ज्याला धनाबद्दल आसक्ती नाही व जो त्याच्याजवळ असलेल्या धनाचा योग्य उपयोग करतो, अशा प्रत्येकाला आध्यात्मिक जीवनाचं सुख प्राप्त होऊ शकतं. असा माणूस मानवतेसाठी वरदान आहे. माणसाच्या जीवनात असणारे ऐश्वर्य व अधिकार त्याला दास बनवत नाही; तर त्याबद्दल असणारी आसक्ती त्याला दास बनवते. माणूस व्यापार करत असो वा नोकरी; किंवा संसाराचा त्याग करून ध्यानमग्न राहो; परंतु त्याने ते काम मनापासून केलं पाहिजे. त्याने परिश्रम करत उत्साही राहिलं पाहिजे. जीवनात संघर्ष असूनही एखाद्याच्या मनात कोणाविषयी द्वेष व तिरस्कार नसेल, प्रपंचात निःस्वार्थी राहून तो पारमार्थिक जीवन जगत असेल तर त्याचे मन आनंदाने, शांततेने व सुखाने भरून जाणार, यात कोणतीच शंका नाही.''

भगवान बुद्धांचा उपदेश ऐकून, प्रपंचात राहूनही सत्य प्राप्त करता येते, हे अनाथपिण्डकने जाणले. तो बुद्धांचा अनुयायी झाला. श्रद्धेने नमस्कार करत

त्याने पुढच्या पावसाळ्यात संघासहित त्याच्याकडे मुक्काम करण्यासाठी बुद्धांना आमंत्रण दिले. बुद्धांनी त्याचे आमंत्रण स्वीकारले.

घरी येऊन अनाथपिण्डक बुद्धांची राहण्याची व्यवस्था करण्याच्या तयारीला लागला. योग्य जागेची निवड करण्यासाठी कित्येक दिवस तो भटकत राहिला. शेवटी त्याला राजकुमार जेतचा बगीचा पसंत पडला. अनाथपिण्डकने राजकुमारला जमीन विकण्याची विनंती केली. परंतु राजकुमार जेतने त्याची विनंती धुडकावून लावली. मग अनाथपिण्डकने मागेल तेवढी किंमत देण्याची तयारी दाखवली. राजकुमारने विचार केला, इतकी किंमत सांगावी, की तो त्या किमतीला जमीन खरेदी करूच शकणार नाही. तो अनाथपिण्डकला म्हणाला, ''जेवढी जमीन तुला पाहिजे त्यावर तू सोन्याची नाणी टाक. जितकी नाणी टाकशील तेवढी जमीन तुझी होईल.''

हे ऐकून अनाथपिण्डक खूश झाला. तो गाडीभर सोन्याची नाणी घेऊन आला. राजकुमारला खूप आश्चर्य वाटले! कोणासाठी तो हे सर्व करत आहे, असा त्याला प्रश्न पडला. जमिनीचा खूप मोठा भाग सोन्याच्या नाण्यांनी भरून गेला. हे पाहून राजकुमारने त्याला थांबवले व उरलेली जमीनही त्याला देऊन टाकली. पुढे ती जागा अनाथपिण्डकचे 'जेतवनाराम' या नावाने प्रसिद्ध झाली. भगवान बुद्धांनी अनेक पावसाळे इथेच घालवले. अशा प्रकारे अनाथपिण्डकचा दानशूरपणा हजारो, लाखो लोकांसाठी सत्यप्राप्तीचे कारण ठरला.

■■■

अध्याय ६

चार आर्यसत्य

दुःखमुक्तीचा मार्ग

'आर्यसत्य' म्हणजे न बदलणारे सत्य! आर्य म्हणजे जाणीव व अनुभव यामुळे प्राप्त झालेला बोध! भगवान बुद्धांना बोध प्राप्त झाल्यानंतर प्रथम त्यांनी चार आर्यसत्यांचा विस्तार केला. हे समजून घेऊ.

पहिले आर्यसत्य : दुःख आहे

आज जगामध्ये उपासमार, आजारपण, त्रास, बेरोजगारी आहे. लहान मुले, वृद्ध माणसे, स्त्रिया यांच्यावर अत्याचार होत आहेत. खुर्ची मिळण्यासाठी चढाओढ सुरू आहे. पंडित, पुरोहित वेगवेगळी कर्मकांडं करण्यास सांगत आहेत आणि लोक त्यात फसत आहेत. म्हणजे, माणसाच्या चहू बाजूला दुःखच दुःख आहे. एखाद्याला दुःख जाणवले तरच तो दुःखमुक्तीचा मार्ग शोधणार! दुःख नसेल तर मोक्षाचा मार्ग कसा शोधला जाणार? काही लोक दुःखात आहेत; पण त्यांना त्यांच्या दुःखाची जाणीव नाही, हे गौतम बुद्धांच्या लक्षात आले. असे लोक असंवेदनशील, बेसावध व अज्ञानी आहेत. म्हणून आधी दुःख दूर करायला हवे याचे ज्ञान यायला हवे. 'दुःख आहे' हेच माहीत नसेल तर ते दूर करण्याचा विचार मनात येणारही नाही.

भगवान बुद्ध म्हणाले, ''मूल जन्माला आले की रडते. म्हणजे लोक जन्माला येतानाही रडतात व मरतानाही रडतात. का रडत असतील? कारण 'हे

माझं दुखणं आहे' या आभासात लोक जगतात. ही पीडा शरीराला होत आहे, हे माहीत नसल्याने व शरीराशी लिप्त झाल्यामुळे शरीराचे दुःख हे माझे दुःख आहे असे माणसाला वाटते.

विद्यार्थ्याला अभ्यासाबाबत विचारले तर तो म्हणतो, 'अभ्यास करताना खूप कंटाळा येतो.' परीक्षेच्या काळात तर तो जास्त दुःखी असतो. परीक्षेची चिंता करता-करता आजारीसुद्धा पडतो. शिक्षण पूर्ण झाले की भविष्याची चिंता वाटू लागते. नोकरी मिळाली नाही की दुःखी होतो. त्यातून मित्राला नोकरी मिळाली व त्याला मिळाली नाही तर त्रासात अजूनच भर पडते. चिंता काही संपत नाही. मग पुढे लग्न... मुलं... त्यांची जबाबदारी... मग म्हातारपण आणि म्हतारपणही दुःखाने भरलेले! म्हणून बुद्धांनी वारंवार आठवण करून दिली – 'स्वतःचे दुःख पाहा. जेवढे दुःख बघाल तेवढे त्यातून बाहेर पडण्याची इच्छा जागृत होईल; नाहीतर दुःखातून बाहेर पडणं अवघड होईल.'

वास्तविक, माणसाला दुःखात राहण्याची सवय झाली आहे. दुःख जाणवत नाही म्हणून त्यातून बाहेर पडण्याची चिंता वाटत नाही. दुःखातच त्याचे जीवन व्यतीत होते व दुःख घेऊनच तो मरण पावतो. बुद्धांनी आठवण करून दिली – 'आपल्या आजूबाजूला काय घडत आहे ते पाहा. नेहमी दुःखातच राहणार का?'

दुसरे आर्यसत्य : दुःखाचे कारण आहे

दुःख म्हणजे काय? हे समजण्यासाठी बुद्धांनी दुसरे आर्यसत्य सांगितले. दुसरे आर्यसत्य आहे– दुःखाचे कारण आहे. दुःख आहे तर कारणही असणारच!

प्रत्येकाच्या दुःखाचे कारण वेगवेगळे आहे. प्रत्येकाची दुःखाबाबतची समज वेगळी आहे. परंतु आता योग्य कारण लक्षात घ्यायला हवे.

दुःखाचे कारण समजले तर जीवनाची पुढची यात्रा शक्य होईल. 'दुःखाचं दुःख करणं हेच दुःखाचं कारण आहे' हे दुसरे आर्यसत्य बुद्धांनी सांगितले. माणसाला दुःख होते; पण 'मला दुःख का होत आहे?' असा विचार करून तो दुःखाचा स्वीकार करत नाही व दुःखाचे दुःख करत राहतो.

माणसाला दुःखाचे दुःख आहे, कारण तो तृष्णा, कामना, वासना व इच्छा यांमध्ये गुरफटला आहे. दुःखाचे दुःख का होते? तर, माणसाच्या मनात क्षणाक्षणाला इच्छा जागृत होतात. त्याला वाटते, ही इच्छा पूर्ण झाली तर दुःख

संपेल... हे काम झाले तर मी आनंदी होईन... माझा आनंद वर्तमानात नाही तर भविष्यात आहे... मला एकदा नोकरी मिळू दे... मग मी खूश होईन... माझ्या मुलाचं लग्न झालं की मला आनंद वाटेल.

सुख-दुःखाच्या बाबतीत प्रत्येकाचे विचार, धारणा वेगवेगळ्या आहेत आणि त्यानुसार तो जीवन जगतो.

तिसरे आर्यसत्य : दुःखाचे निवारण आहे

आर्यसत्य दोन असती तर त्याचा काही उपयोग होणार नाही. अर्धसत्य पूर्ण खोटेपणापेक्षा जास्त धोकादायक असते. 'दुःख आहे' ही सत्याची सुरुवात आहे. 'दुःखाचे कारण आहे' हे अर्धसत्य आहे. 'दुःखाचे निवारण आहे' हे सत्य पूर्णतेकडे घेऊन जाते. आजारपण असेल तर त्यावर उपाय आहे, ही शुभवार्ता आहे. तिसरे आर्यसत्य सांगते, 'दुःखाचं कारण नष्ट झालं की लगेच दुःखाचं निवारण होतं.' दुःखाचे कारण तृष्णा असेल तर दुःखाचे निवारण तृष्णेतून मुक्त होणे आहे.

माणसाला तीन प्रकारच्या गोष्टींची ओढ, इच्छा किंवा आवड असते :

१. स्थूल (मोठ्या) इच्छा : गाडी, बंगला, पद, प्रतिष्ठा, नाव, प्रसिद्धी प्राप्त व्हावी.

२. सूक्ष्म (छोट्या) इच्छा : सुख-सुविधा, सुरक्षा, श्रेय मिळावे व दुःख, द्विधावस्था, असुरक्षा नसावी. कोणी आपल्याला आरोपी ठरवू नये.

३. अति सूक्ष्म (तरल) इच्छा : सुखद संवेदना व्हाव्यात, दुःखद नकोत. सतत तरुण दिसावे, आजारी पडू नये, काम विनासायास व्हावे, कामात अडथळे येऊ नयेत, दिवे जाऊ नयेत, इत्यादी.

घटना घडून गेल्यानंतर या इच्छा जाणवतात. उदाहरणार्थ, या क्षणी दिवे बंद होऊ नयेत, ही इच्छा आहे की नाही हे दिवे गेल्यावरच लक्षात येते. दिवे गेल्यावर तुम्हाला वाईट वाटले, चिडचिड झाली तर दिवे जाऊ नयेत, अशी इच्छा तुमच्या मनात होती. अशा प्रकारे अति सूक्ष्म इच्छा पकडण्यासाठी बुद्धीचा सम्यक उपयोग करायला हवा.

इच्छांमध्ये जगता-जगता माणसाला त्याची सवय जडते. मग इच्छेविना तो शांत बसूच शकत नाही. त्याच्या मनात क्षणाक्षणाला नवनवीन इच्छा जागृत होत

राहतात. एक इच्छा पूर्ण होताच नवीन इच्छा जन्म घेते. मन चंचल होऊ लागते. हे चंचल मन दुःखाचे मूळ कारण आहे.

इच्छा असण्याची इच्छा करणे बंद होईल तेव्हा दुःखाचे निवारण होईल. ही सवय सुटेल तेव्हा लक्षात येईल, की इच्छेची आसक्ती जास्त दुःखदायक असते. इच्छेपासून अलिप्त होताच त्याच्यापासून होणारे दुःख नाहीसे होते. आपण प्रत्येक इच्छा निर्माण होताना बघू शकलो, इच्छेशी असणारी आसक्ती ओळखू शकलो, इच्छेच्या इच्छेतून मुक्त होऊ शकलो तर दुःखनिवारण निश्चितपणे होईल; आणि शुभेच्छा, म्हणजे सर्व इच्छांमधून मुक्त होण्याची इच्छा प्राप्त करू शकू.

चौथे आर्यसत्य : दुःख मुक्तीची अवस्था आहे

इच्छांपासून मुक्त होणे, इच्छांची आसक्ती सोडणे शक्य आहे का? हे शक्य नसेल तर आधीची तिन्ही आर्यसत्यं उपयोगाची नाहीत. परंतु एक अवस्था अशी आहे जिथे स्वातंत्र्याचा आनंद घेता येतो. ही चौथी अवस्था आहे. चेतनेच्या चार अवस्था असतात– जागृतावस्था, निद्रावस्था, स्वप्नावस्था व समाधिवस्था. चौथे आर्यसत्य समाधी अवस्थेचे वर्णन करते. ही अवस्था आहे तर त्यासाठी पावले उचलायला हवीत.

चौथे आर्यसत्य सांगते, 'मनाने धारण केलेल्या कल्पनांतून मुक्त होणे शक्य आहे.' अशी अवस्था आहे. हे अशा प्रकारे समजून घेऊ शकतो–रोग आहे, रोग होण्यासाठी कारण आहे. त्यावर उपचार आहेत व रोगमुक्तीची अवस्था आहे. पुन्हा आरोग्य प्राप्त होऊ शकते. आजारपण गेले की माणूस निरोगी होतो. 'स्वस्थ होणे, निरोगी होणे' हे चौथे आर्यसत्य आहे.

याचप्रमाणे दुःख आहे, दुःखाचे कारण आहे, दुःखाचे निवारण आहे व दुःखमुक्तीची अवस्था आहे. निवारण म्हणजे दुःखातून बाहेर पडण्याचा मार्ग. दुःखाचे दुःख करणे कसे बंद करायचे? इच्छांपासून, मनाच्या धारणांपासून सुटका कशी करून घ्यायची?

मोक्षावस्था, निर्वाणावस्था अथवा कैवल्यावस्था ही चौथी अवस्था आहे. या अवस्थेमध्ये माणूस संपूर्ण ब्रह्मांडाचे रहस्य फक्त बुद्धीने नाही, तर अनुभवाने जाणतो. ब्रह्मांडाचे रहस्य जाणणे म्हणजे, सूर्य व चंद्रामधील अंतर जाणणे किंवा पृथ्वीचे वजन जाणणे नाही; भविष्यात घडणारे वैज्ञानिकांचे आविष्कार जाणणे किंवा रॉकेटमध्ये वापरण्यात येणारी यंत्रे जाणणे नाही; तर सर्व कार्ये

कशी व कोणत्या शक्तीद्वारे होतात, हे अनुभवाने जाणणे. दुःखनिर्मिती कशी होते, शरीराची आसक्ती कशी निर्माण होते, मनाच्या धारणा कशा तयार होतात, शरीरात बंधने कशी कार्यरत असतात, प्रत्येक कर्म कसे फलित होते, बंधने कशी तयार होतात आणि बंधने कशी तुटतात याचे रहस्य जाणल्यानंतर चौथे आर्यसत्य वास्तवात फलित होईल.

■ ■ ■

अध्याय ७

सत्य, विवेक व समाधी

तीन प्रकारचे सर्वसामान्य ज्ञान

भगवान बुद्धांनी ज्ञानाचा प्रसार करताना तीन मुख्य गोष्टी सांगितल्या. त्यातली पहिली 'सर्वव्यापी सत्य' म्हणजे असे सत्य जे सगळीकडे व्यापलेले आहे, प्रत्येकाला लागू आहे. मग तो माणूस अमेरिकेत राहत असो, ऑस्ट्रेलियात असो वा भारतात! कारण मानवी मन एकच आहे. म्हणून बुद्धांनी सर्वव्यापी सत्याचा प्रसार केला.

दुसरी गोष्ट 'विवेकबुद्धी' म्हणजे प्रज्ञा. त्या काळी अनेक लोक कर्मकांडांत अडकले होते. म्हणून विवेकबुद्धीचा प्रसार करताना बुद्धांनी सांगितले, ''माणसाने प्रत्येक गोष्ट विवेकबुद्धीने तपासली पाहिजे, पारखून घेतली पाहिजे. कर्मकांडांमुळे दुःख समाप्त होईल का? मला स्वातंत्र्य मिळवून देणारं सत्य आहे का? कर्मकांडे केल्याने खरंच स्वर्गप्राप्ती होते का? असे प्रश्न विवेकबुद्धीच्या कसोटीवर तपासले पाहिजेत.'' लोक कर्मकांडांनाच अध्यात्म समजतात. म्हणून बुद्धांनी विवेकबुद्धीचे महत्त्व लोकांना समजावून सांगितले. प्रत्येक गोष्ट तावूनसुलाखून बघायला पाहिजे, स्वतः पारखी व्हायला पाहिजे.

बुद्धांनी तिसऱ्या गोष्टीचा प्रसार केला— ती होती 'सम्यक समाधी संघ'. जेव्हा तुम्ही तीन तास एखादा चित्रपट पाहता तेव्हा तीन तास कधी निघून गेले, हे तुमच्या लक्षात येत नाही. कारण चित्रपट पाहताना तुम्ही त्यात हरवून जाता.

अशीच एक समाधी अवस्था आहे ; पण ती सम्यक समाधी नाही. कारण सम्यक समाधीमध्ये कोणत्याही प्रकारचे आमिष किंवा भीती नसते. कोणत्याही गोष्टीबद्दल आसक्ती नसते किंवा वाद नसतो, ती अवस्था म्हणजे 'सम्यक समाधी'.

सम्यक समाधी संघ

अशा लोकांचा समूह जो समाधीचा अभ्यास करत आहे, त्याला सम्यक समाधी संघ म्हणतात. त्यासाठी आपण कोणत्या समूहात राहतो, हे खूप महत्त्वाचे आहे. खरा संघ तोच, जो सत्याशी जोडला गेला आहे. आजच्या भाषेत सम्यक समाधी संघाला असेही संबोधू शकतो– सर्वव्यापी सत्य– Universal Truthमधील U, विवेकबुद्धीमधील V आणि सम्यक समाधीसंघमधील S अशी अक्षरे एकत्र केली तर शब्द बनतो UVS; म्हणजे उच्चतम विकसित समाज. जिथे उपदेशांचे मूल्य अधिक आहे व पृथ्वीलक्ष्य महत्त्वाचे आहे. पृथ्वीलक्ष्य म्हणजे जे उच्चतम उद्दिष्ट घेऊन पृथ्वीवर जन्म घेतला आहे ते साध्य करणे. उच्चतम उद्दिष्ट आहे, वास्तवात 'मी कोण आहे' हे जाणणे व त्याची अभिव्यक्ती करणे. या समाजात एकट्याने हे उद्दिष्ट साध्य करणे कठीण वाटत असेल तर एकत्रित येऊन ते कार्य सोपे करता येते.

बुद्धांनी सर्वव्यापी सत्य, विवेकबुद्धी व सम्यक समाधी संघ या तीन गोष्टींचा प्रसार केला. त्यांनी सांगितले, 'जर तुम्ही मायेमध्ये अडकलात तर तुमचे नुकसान होईल. म्हणून मायेत गुंतू नका, तिच्यामागे जाऊ नका.' कारण मायेची आसक्ती असते. ती इतकी सूक्ष्म असते, की माणसाच्या लक्षात येत नाही. उदाहरणार्थ, तुम्ही एखाद्या वातानुकूलीत खोलीत जाता तेव्हा छान वाटते. पण खोलीच्या बाहेर येताच आतून एक प्रकारचा अवरोध जाणवतो. बाहेर आल्यानंतर ती भावना टिकून राहत नाही. त्याचप्रमाणे काही लोकांना सकाळी लवकर उठणे अवघड वाटते. कारण माणसाचे शरीर दिवसभर उभे (उभ्या स्थितीतील लंबक) असते व रात्री झोपण्याच्या अवस्थेत (क्षितिज) राहण्याची संधी मिळते. अशा वेळी एखाद्याने त्याला सांगितले 'अजून दोन-तीन तास झोपून राहा,' तर त्याला खूप छान वाटते.

सांगण्याचे तात्पर्य असे की, रोज सात-आठ तास आडवे (क्षितिज अवस्था) झोपल्याने त्या अवस्थेची सवय होते. त्यामुळे अंथरूण सोडून

उठण्याचा माणसाला कंटाळा येतो. याचा अर्थ माणसाने झोपू नये असा नाही. जर तिन्ही गोष्टींचे ज्ञान असेल तर तुम्ही पटकन अंथरूण सोडू शकाल. या सुविधेत अडकून त्याची आसक्ती न ठेवता; उलट त्याचा आनंद घ्याल. कारण ही सुविधा माया आहे. या गोष्टींकडे साक्षीभावाने बघून एखाद्या खेळाप्रमाणे याचा आनंद घ्याल.

दररोज याचा सराव केला तर सकाळी उठल्यावर प्रत्येक घटनेकडे अशा प्रकारे बघू शकाल. तुम्हाला स्वतःलाच समजेल, की सुखाची आसक्ती व दुःखाशी संघर्ष का होतो– दिवसभरात अनेक सुखद गोष्टी घडतील ज्याची मनाला आसक्ती जडेल, त्याचप्रमाणे दुःखद घटनाही घडतील जिथे मनाचा संघर्ष सुरू होईल. दैनंदिन अभ्यासामुळे दोन्ही गोष्टींकडे बुद्धबोधातून बघाल.

■■■

अध्याय ८

सम्यक दृष्टी, सम्यक संकल्प

बुद्धबोध : पहिला व दुसरा उपाय

भगवान बुद्धांनी सत्यप्रसाराची यात्रा करत असताना चार आर्यसत्यांबरोबर आर्य अष्टांगिक मार्गांचाही प्रसार केला. या अष्टांगिक मार्गाचे आठ अंग आहेत : सम्यक दृष्टी, सम्यक संकल्प, सम्यक वाणी, सम्यक कर्मांत, सम्यक आजीविका, सम्यक व्यायाम, सम्यक स्मृती, सम्यक समाधी.

ही आठ अंगे तीन प्रकारच्या लोकांमध्ये विभागली गेली तर तीन उपाय होतील. तीन प्रकारच्या लोकांपैकी पहिल्या प्रकारचे लोक जे दारूगोळ्यावर बसलेले असतात. सत्याची ठिणगी त्यांच्यात अनुभव जागृत करते. असे लोक ज्ञानप्राप्तीसाठी पात्र झालेले असतात. सत्याकडे केलेला इशारा पकडून ते बोध प्राप्त करू शकतात.

दुसऱ्या प्रकारचे लोक वाळलेल्या लाकडाप्रमाणे असतात. ते प्रपंचात गुरफटलेले असतात व त्यांना फक्त दिलासा हवा असतो. अशांसाठी शील व सदाचार हा उपाय उपयुक्त असतो.

भगवान बुद्धांनी पहिला उपाय सांगितला– समज, जाणीव, प्रज्ञा व सम्यक दृष्टी.

ज्या लोकांमध्ये सत्य ऐकून ज्ञान प्राप्त करण्याची संभावना होती त्यांना सरळ सत्य सांगितले गेले. परंतु जे सत्य ऐकून ज्ञान प्राप्त करू शकले नाहीत, त्यांना

वेगवेगळे विधी सांगितले गेले. पहिला उपाय त्यांनी सांगितला– सत्य श्रवणाने सम्यक दृष्टी प्राप्त करणे. ज्यांची ऐकण्याची तयारी होती त्यांना सत्य श्रवणाने आत्मसाक्षात्कार झाला. भगवान बुद्धांनी अनेक लोकांवर हा उपाय केला. त्या लोकांमध्ये त्यांचे पाच मित्रही होते, जे त्यांना सत्यशोधाच्या यात्रेमध्ये अध्र्या वाटेत सोडून गेले होते. बुद्धांकडून श्रवणमार्गाद्वारे सत्य प्राप्त करण्यासाठी पात्रता तयार व्हावी यासाठी कोण्डन्यने आपला व्यवसाय, घर व राज्य सोडले होते. भगवान बुद्धांची ज्ञानवाणी ऐकताच ते मुक्त झाले.

सत्य श्रवणाद्वारे जाणले जाऊ शकते. ही गोष्ट पहिल्यांदा कोणी ऐकली तर त्याचा यावर विश्वास बसत नाही. त्याला वाटते, सत्य श्रवणाद्वारे जाणता येत असेल तर फोनवर ऐकू. परंतु ज्याप्रमाणे बंदुकीच्या गोळीचा परिणाम गोळी बंदुकीतून सुटली तरच होतो, तीच गोळी हाताने मारली तर काहीच परिणाम होत नाही; त्याचप्रमाणे सत्याचा परिणाम सत्संगात जाऊन श्रवण केल्याने होतो, फोनवर नुसते ऐकून होत नाही. सत्य श्रवणामुळे अहंकाराचे कर्तेपण नाहीसे होते.

सत्य श्रवणाने परिणाम झाला नाही तर त्याचा काही लाभ नाही. म्हणून योग्य प्रकारे श्रवण व्हावे यासाठी पूर्वतयारी करून घेतली जाते. सत्य जाणल्यानंतर नकली 'मी'चा मृत्यू होतो. सत्य जाणण्यामध्ये चुकीच्या धारणा, मान्यता यांचा अडथळा असतो. तो दूर करण्याची गरज आहे. मान्यता दूर होताच सत्य प्रकाशात येते.

आता या बोधाचा दुसरा उपाय जाणून घेऊ.

सरळसरळ सत्य श्रवणाने ज्यांना समजत नाही त्यांना एखादा विधी सांगितला जातो. विधीमार्फत सम्यक अभ्यास करवून घेतला जातो. विश्वातील बहुतेक जण दुसऱ्या उपायाचा लाभ घेतात.

दुसऱ्या उपायांतर्गत पहिला शब्द आहे : सम्यक संकल्प

भगवान बुद्धांनी सहा वर्षे जंगलात राहून तपस्या केली व अचानक एक दिवस संकल्प केला– 'जोपर्यंत मला ज्ञान प्राप्त होणार नाही तोपर्यंत मी या वृक्षाखाली (बोधीवृक्ष) बसून राहीन.' सकाळ उजाडताच त्यांना पूर्ण ज्ञान प्राप्त झाले. कारण त्यांची पूर्वतयारी झाली होती. संकल्पाद्वारे त्यांना इच्छित फळ प्राप्त झाले. सत्यप्राप्तीचा संकल्प केला तर सत्य जीवनात उतरतेच. बुद्धांनी निश्चय केला तेव्हा त्यांना अंतिम सत्य प्राप्त झाले.

दुसऱ्या उपायांतर्गत दुसरा शब्द आहे : सम्यक कर्मांत, प्रयास

बुद्ध म्हणतात, 'प्रयत्न केल्याशिवाय यश प्राप्त होत नाही.' हे एका उदाहरणावरून लक्षात येईल.

नोकरी मिळवण्यासाठी एक जण मुलाखतीसाठी गेला. तिथे त्याने वरिष्ठांना विचारले, ''मला किती पगार मिळेल?'' त्यांनी सांगितले, 'सध्या तुला एक हजार रुपये मिळतील. दहा महिन्यानंतर तुला दोन हजार रुपये देण्यात येतील.'' त्यावर तो उत्तरला, ''ठीक आहे, मग मी दहा महिन्यांनंतर रुजू होईन.''

त्या माणसाला वाटते, कष्ट न करता जास्त पगार मिळावा; परंतु कष्टाशिवाय यश मिळत नाही, नोकरी मिळत नाही, पगार वाढत नाही.

दुसऱ्या उपायांतर्गत तिसरा शब्द आहे : सम्यक स्मृती

स्मृती म्हणजे जागृती. स्वतःचे विचार पाहू शकणे, स्वतःच्या शरीराला बसलेले, झोपलेले, चालताना, बोलताना पाहू शकणे हा सम्यक स्मृतीचा भाग आहे. एखादा पुरुष रंगमंचावर स्त्रीची भूमिका करत असेल तर तो आपण पुरुष आहोत हे विसरतो का? नाही. स्त्रीची भूमिका करत असतानाही तो स्वतःचे पुरुष असणे विसरत नाही. त्याचप्रमाणे तुम्ही कोण आहात, हे तुम्ही जाणता तेव्हा सतत ती जागृती राहते.

दुसऱ्या उपायांतर्गत चौथा शब्द आहे : समाधी (मनाचे स्नान)

समाधीचा अर्थ आहे– अंतरंगात डुबकी मारणे, अंतरंगात जाणे, मनाचे स्नान करणे; म्हणजे मन निर्मळ करून ते कसे काम करते हे जाणणे. आपण आपल्या मनाला पाहू शकलो पाहिजे, त्याला समजू शकलो पाहिजे. मनाच्या सचैल स्नानाने अमन, दृढता व शांती वृद्धिंगत होते.

बाह्य दुनियेत आपण पाहतो, की माणूस आपल्या वरिष्ठासमोर वेगळे वर्तन करतो. त्याचे नोकराबरोबरचे वागणे वेगळे असते, आईसमोर, मित्रांशी, शिक्षकांबरोबर त्याची वर्तणूक वेगवेगळी असते. अशा प्रकारे प्रत्येकासमोर तो नवीन चेहरा घेऊन जातो. मग त्याचा खरा चेहरा त्याला कधी कळणार? मनाच्या स्नानामुळे आपल्याला आपल्या खऱ्या चेहऱ्याची ओळख होते.

समाधीचा अभ्यास करताना या पाच शत्रूंपासून सावध राहा.

१. **शंकाकुशंका :** स्वतःवर - गुरूंवर - साधनेच्या विधींवर शंका.

२. **तमोगुण** : सुस्ती-आळसामुळे साधक समाधी अवस्थेत जाण्यास टाळाटाळ करतो.

३. **कामवासनेचे विचार** : मनात निर्माण होणारे भोगविलासाचे विचार माणसाला समाधीपासून दूर नेतात.

४. **निराशेचे विचार** : साधनेत असफल होण्याचे विचार

५. **तिरस्काराचे विचार** : एखाद्याशी शत्रुत्व असेल तर त्याची आठवण येताच बदला घेण्याची भावना जागणे.

सम्यक समाधीमुळे या सर्व शत्रूंपासून मुक्ती मिळते. मन निर्मळ होते. सहनशीलता, कार्यक्षमता, एकाग्रता, आरोग्यसंपन्नता, तसेच कर्मभावना वृद्धिंगत होते.

■■■

अध्याय ९

वाणी, वर्तन व व्यापार

बुद्धबोध : तिसरा उपाय

प्रापंचिक माणसांना ध्यान व मनन करण्यासाठी वेळ मिळत नाही. त्यांच्यासाठी तिसरा उपाय आवश्यक आहे.

उच्चार : सम्यक वाणी

दिवसभरात आपण ज्या शब्दांचा वापर करतो, त्याचा परिणाम आपल्या जीवनावर होतो. चुकीचे शब्द वापरल्यामुळे शब्दांची शक्ती क्षीण होत जाते, म्हणून शब्दांचा योग्य वापर झाला पाहिजे. आपले शब्द कोणाच्या जिव्हारी लागू नयेत याची खबरदारी घेतली पाहिजे. ज्या शब्दांचा उपयोग तुम्ही करता तसेच विचार मनात येत राहतात. म्हणून शिवीगाळ करणे, चुगल्या करणे, एखाद्याचे वाईट चिंतणे, एखाद्याच्या व्यंगाची टर उडवणे, खोटे बोलणे सोडून द्यावे.

आचरण : सम्यक वर्तन

आचरण म्हणजे वर्तणूक. चोरी, नशापाणी, व्यभिचार, जुगार, हत्या यांसारखे वाईट वर्तन नसावे. या गोष्टींपासून दूर राहिल्याने मन शांत राहू शकते, शांत मन अंतरंगात जाऊन बोध घेऊ शकते. अशांत मन अविवेकी असते. सम्यक कर्माचे (योग्य आचरणाचे) फळ परिपक्व होताच सुख आपोआप माणसाच्या जीवनात प्रवेश करते. वाईट कर्माचे फळ परिपक्व होण्यापूर्वींच मूर्ख माणूस

त्याचा आनंद साजरा करतो व पापकर्माचे फळ मिळताच दुःखी होतो व त्यांचा मूर्खपणा अजूनच वाढतो.

व्यापार : सम्यक आजीविका

बुद्धांनी संचार, व्यापार हा तिसरा शब्द वापरला. आजच्या घडीला व्यवसाय किंवा बाजार असेही म्हणू शकतो. माणसाला जगण्यासाठी जेवणखाण, कपडेलत्ते, घर लागते. या सर्व गोष्टींसाठी पैशांची गरज असते. त्यासाठी एखादी नोकरी अथवा व्यापार करावा लागतो. पण या गोष्टी दुःखाला कारणीभूत ठरू नयेत. ज्यामुळे सुख, समाधान मिळेल, जिथे गुणांचा विकास होईल अशा आजीविकेचा स्वीकार करा. लोकांची हानी न करणारा, त्यांच्या घरात सुख-शांती निर्माण करणारा असा व्यवसाय निवडा. दारू, स्फोटक द्रव्ये, पिस्तुले विकणे यांसारखे व्यवसाय; तसेच मांस, शिकार, चरस, गांजा यांचा व्यापार करू नका.

या तिन्ही उपायांबरोबर सम्यक व्यायामसुद्धा आवश्यक आहे. सम्यक व्यायामासंबंधी काही जाणून घेऊ.

सम्यक व्यायाम : राजनीतिज्ञ

भगवान बुद्ध वेगवेगळ्या लोकांना (उदाहरणार्थ, गृहस्थ, राजनीतिज्ञ, स्त्री-पुरुष, तरुण, भिक्षू, राजा इत्यादी) त्यांच्या आवश्यकतेनुसार उपदेश करत. त्यांनी प्रत्येकाला ज्ञान देण्याची व्यवस्था केली. ज्ञान प्राप्त करण्यासाठी आलेल्या लोकांची त्यांनी दोन गटात विभागणी केली. एका गटाचे नाव 'भिक्षू' अथवा 'श्रमण' व दुसऱ्याचे नाव 'उपासक' ठेवले. भिक्षू संघात राहून दीक्षित झाले व संन्यस्त होऊन भिक्षाटन व ध्यानसाधना करू लागले. उपासक गृहस्थधर्मात राहून पंचशीलचे पालन करून नैतिकतेने सदाचाराचे जीवन जगू लागले.

उपासकांना ज्ञान देताना भगवान बुद्धांनी त्यांना सम्यक व्यायामाचे मार्गदर्शन केले.

प्रत्येक माणसाने शारीरिक व्यायामाबरोबर सम्यक व्यायामसुद्धा करायला पाहिजे. व्यायाम म्हणजे कसरत आणि सम्यक व्यायाम म्हणजे विवेकपूर्ण मानसिक कसरत. चुकीच्या वृत्तींमुळे मन निर्बल होते तेव्हा त्याला सम्यक व्यायामाची खूप गरज असते. कमकुवत मन माणसाला दुःखाच्या खाईत लोटते

व तेच मन सक्षम झाले तर मोक्ष प्राप्त करण्यासाठी मदत करते. मनाला दिशा देण्यासाठी काही व्यायाम आवश्यक आहेत. रिकामे मन सैतानाचे घर बनते. म्हणून मनासाठी चार प्रकारचे व्यायाम सांगितले आहेत :

- आपल्यामध्ये कोणतेही दुर्गुण नाहीत ना, याची खात्री करा. पुढेही दुर्गुणाचा शिरकाव होणार नाही यासाठी सावध राहा. दुर्गुण, वृत्ती, चुकीच्या सवयी रोखण्याचा व्यायाम हा पहिला व्यायाम आहे.

- समजा, आपल्यामध्ये काही दुर्गुण असतील तर ते काढून टाकण्याचा व्यायाम करा. असे दुर्गुण, वृत्ती, चुकीच्या सवयी धैर्याने, साहसाने काढून टाकता येतील. दुर्गुण माणसाच्या अधःपतनास कारणीभूत ठरतात, म्हणून हा व्यायाम खूप आवश्यक आहे. पंचशील तत्त्वाचे पालन या व्यायामासाठी साहाय्य करते. ही पंचशील याप्रमाणे :

  * खोटे न बोलणे किंवा नेहमी सत्याच्या मार्गावरून चालणे

  * हिंसा किंवा कोणाची हत्या न करणे. प्राणिमात्रांना आपले भाव, विचार, वाणी अथवा क्रिया यांमार्फत दुःख न देणे

  * चोरी न करणे किंवा दुसऱ्याच्या वस्तू स्वतःच्या न समजणे

  * नशापाणी न करणे किंवा चुकीची व्यसने, जुगार यांत न अडकणे

  * व्यभिचार न करणे, परस्त्रीला आपली स्त्री न मानणे व भोगविलासात न अडकणे

  प्रत्येक माणसाने स्वतःसाठी एक मर्यादा (नियम व पंचशील) आखून घेतली पाहिजे. म्हणजे आपले पतन होत आहे की उत्कर्ष, हे त्याच्या लक्षात येईल. ज्या माणसाला जीवनाचे नियम व पंचशील माहीत नाही त्याला स्वतःचे पतन होत आहे, हे दिसत नाही. त्यामुळे त्याचा कधी उत्कर्ष होत नाही. तो सतत दुःखाच्या खाईत बुडत जातो. याउलट, जो माणूस आपले होणारे अधःपतन ओळखू शकतो, तो कधी ना कधी पंचशीलचे पालन, संकल्प करून आपल्या जीवनाचा उद्धार करू शकतो. जेव्हा तुम्ही स्वतःसाठी यम-नियम, शील तयार कराल तेव्हा स्वतःलाच प्रश्न विचारा, या नियमांचे पालन करून माझे भले

होणार आहे का? दुसरा प्रश्न असा विचारा, या नियमाचे पालन करण्याने इतरांचे नुकसान होणार आहे का?

पहिल्या प्रश्नाचे उत्तर 'हो' असेल व दुसऱ्या प्रश्नाचे उत्तर 'नाही' असेल तर तुम्ही तयार केलेले नियम बरोबर आहेत. उदाहरणार्थ, चोरी न करून माझे भले होणार आहे का? चोरी न करण्याने इतरांचे नुकसान होणार आहे का?

दुसऱ्या प्रकारच्या व्यायामामुळे श्रेष्ठ जीवनाची सुरुवात होते. मन अशांत करणाऱ्या सवयींपासून सुटका होते. आपले पतन होत आहे की उत्कर्ष, याची सतत आठवण राहते. उदाहरणार्थ, तुम्हाला माहीत आहे, की शिव्याशाप देणे, निरर्थक गप्पा मारणे, चुगली करणे, इतरांचे वाईट चिंतणे या गोष्टी वाईट आहेत. तेव्हा या गोष्टी करत असताना तुम्हाला तुमचे पतन होत आहे, हे जाणवते. हे लक्षात येणे शुभ लक्षण आहे. तुम्ही लगेच पुढचा संकल्प करून यातून बाहेर येण्याचा व्यायाम करू शकता.

- आपल्यामध्ये काही गुण असणे अत्यंत आवश्यक आहे. सत्याच्या यात्रेमध्ये या गुणांचा खूप उपयोग होतो. उदाहरणार्थ, आत्मसंयम ठेवणे, कट-कारस्थान न रचणे, गोड बोलणे, इतरांशी नम्रपणे वर्तन करणे, शरीराची कार्यक्षमता वाढवणे, स्वयंशिस्त राखणे, काम वेळेत पूर्ण करणे, आजारी माणसाची सेवा करणे इत्यादी.

  या गुणांमुळे आपण इतरांकडून, स्वतःच्या शरीराकडून, तसेच विचारांमुळे होणाऱ्या त्रासापासून स्वतःला वाचवू शकतो. वेळेची बचत होऊन त्याचा सदुपयोग आपण ध्यानसाधनेसाठी करू शकतो. या तिसऱ्या व्यायामाच्या अनुषंगाने स्वतःमधील गुणांची पारख करा. जे गुण आपल्यात नाहीत ते लवकरात लवकर आत्मसात करण्याचा 'पण' करा.

- इतरांमधील चांगले गुण घेण्याचा प्रयत्न करा. स्वतःमधील गुण ओळखा. या गुणांचा उपयोग करा. हे गुण सतत राहावेत यासाठी विवेकबुद्धीचा व्यायाम करा व या गुणांचा विकास व संवर्धन करा.

■■■

अध्याय १०

मध्यम मार्गाची निवड

दहा सद्गुण

स्वतः भगवान बुद्धांनी सुरुवातीला अतिरेकी मार्ग वापरला होता. महालातील भोगविलासाचा त्यांच्या सुरुवातीच्या जीवनात अतिरेक झाला होता. नंतरच्या कालावधीत जंगलात राहून शरीराला अति कष्ट देण्याचे तप त्यांनी अंगीकारले होते. दोन्ही अतिरेकाचा अनुभव घेतल्यानंतर त्यांच्या मनाची धारणा नष्ट झाली. शरीराला कष्ट दिल्यामुळे पाप नाहीसे होते, ही मान्यतासुद्धा नष्ट झाली.

माणूस जीवनात अत्यंत टोकाच्या गोष्टी करत राहतो. म्हणून निसर्गाच्या विरुद्ध जाऊन आजाराला निमंत्रण देतो. स्वाद, रुची यांच्या आहारी जाऊन तो जेवणाचा अतिरेक करतो. त्यामुळे आरोग्य बिघडले की आहार न घेण्याची भूमिका घेतो. अशा प्रकारे तो नेहमी दोन टोकांच्या गोष्टीत अडकून पडतो.

राजा प्रसेनजीत भोजनाचे शौकीन होते. बुद्धांना शरण आल्यानंतर त्यांनी मध्यममार्ग स्वीकारला. सुरुवातीला त्यांना तो खूप अवघड वाटला. बुद्धांनी त्यांना समजावले, ''भरपेट जेवण करून डुकराप्रमाणे लोळत राहणं, तंद्रीमध्ये पडून राहणं म्हणजे मूर्खपणा आहे. कारण अधिक जेवण करणं रोगांना आमंत्रण देतं. खाण्यावर संयम ठेवून योग्य प्रमाणात आहार घेणं बुद्धिमान असण्याचं लक्षण आहे. अल्पाहारी माणसाला हळूहळू वृद्धत्व येतं. तो अनेक शारीरिक पीडा होण्यापासून दूर राहतो.''

अनेक प्रयत्न करूनही राजा प्रसेनजीतला आपल्या खाण्यावर ताबा ठेवता आला नाही. मग बुद्धांनी आपला भाचा सुदर्शन याला त्यांना आठवण करून देण्याची आज्ञा दिली. जास्त खाल्ले की त्यांच्याकडून एक हजार मुद्रा दंडाच्या स्वरूपात घेतल्या जात. अशा प्रकारे राजा प्रसेनजीतचे वजन कमी झाले.

निसर्ग नेहमी संतुलन राखत असतो. तापमान वाढले की पावसामुळे त्याचे संतुलन होते. परंतु माणूस मात्र निसर्गाच्या विरुद्ध अतीमध्ये जातो. त्याची ही सवय प्रत्येक ठिकाणी काम करते. तो एक तर जास्त झोपतो किंवा कमी झोपतो; अतिशय गरम अन्न सेवन करतो किंवा एकदम थंड, फ्रिजमधील अन्न खातो. अशा प्रकारचे अन्न त्याच्या शरीरात एक तर उन्माद निर्माण करते, नाही तर ग्लानी; आणि हे माणसाला आवडते. ही सवय हळूहळू वाढून व्यसन बनते आणि माणूस खूप गरम अन्न खातो किंवा अतिशय थंड! असे जेवण मिळाले नाही तर त्याला खूप राग येतो. म्हणून जेवणाच्या बाबतीत कोणताच अतिरेक करू नये. 'अति सर्वत्र वर्जयेत्' असे सांगितले गेले आहे.

व्यायाम करणे चांगल्या स्वास्थ्यासाठी उचित आहे; पण दिवसभर व्यायाम करत राहणे अनुचित आहे. जगण्यासाठी भोजन आवश्यक आहे; पण भोजनासाठी जगणे वर्ज्य आहे.

एखादा कोणत्याही गोष्टीचा अतिरेक करतो तेव्हा त्याला लहरी म्हटले जाते. त्याने कितीही प्रयोग केले तरी त्याचा विकास एकतर्फी असतो. संपूर्ण विकास होण्यासाठी अत्यंत टोकाचे वागणे सोडून दिले पाहिजे. मध्यम मार्ग स्वीकारला पाहिजे.

सम्यक आहार, सम्यक व्यायाम, सम्यक आराम व सम्यक आजीविका; संतुलित, स्वस्थ व संतुष्ट जीवनासाठी अमृताप्रमाणे आहे. अती भोजन, अती काम, अती आराम व अती विचार. संतुलित, स्वस्थ व संतुष्ट जीवनासाठी विषासमान आहे.

म्हणून कोणताही अतिरेक न करता मध्यम मार्ग स्वीकारून सद्गुणांचे स्वामी बना.

दहा सद्गुण

भगवान बुद्धांनी संबोध प्राप्त करण्यासाठी दहा सद्गुणांची आवश्यकता आहे, असे आपल्या उपदेशात सांगितले आहे. साधक या दहा सद्गुणांचा आपल्या

जीवनात विकास करतो तेव्हा त्याला मुक्तावस्था प्राप्त होते. हे दहा सद्गुण याप्रमाणे :

१. दान : दान फक्त संपत्तीचेच नाही; तर आपला वेळ, आपल्याजवळची माहिती यांचाही इतरांना लाभ करून द्यायला पाहिजे. आपल्याकडे असलेल्या धनावर फक्त आपलाच अधिकार नसून समाजातील गरजवंतांचाही त्यावर हक्क असतो. लोकांची चेतना वाढवण्यासाठी धनाचा उपयोग करायला हवा. हे एका उदाहरणावरून स्पष्ट होईल.

भगवान बुद्धांचे जेव्हा पाटलीपुत्र राज्यात आगमन झाले तेव्हा प्रत्येक जण आपल्या सांपत्तिक स्थितीनुसार त्यांना काहीतरी भेट देण्याचा विचार करू लागला. राजा बिंबीसारने मूल्यवान हिरे, मोती, रत्ने त्यांना भेट दिली. त्यानंतर मंत्री, शेठ व सावकारांनीही आपापल्या ऐपतीनुसार भेटवस्तू दिल्या. बुद्धांनी सर्व भेटी एका हाताने स्वीकारल्या.

इतक्यात एक वृद्धा काठी टेकत तिथे आली. भगवान बुद्धांना नमस्कार करून म्हणाली, ''भगवान! ज्या वेळी तुम्ही येणार ही बातमी समजली तेव्हा मी हे डाळिंब खात होते. माझ्याकडे तुम्हाला देण्यासाठी एकही भेटवस्तू नाही. म्हणून मी हे अर्धे डाळिंब तुमच्यासाठी घेऊन आले आहे. तुम्ही माझी ही क्षुल्लक भेट स्वीकारलीत तर ते मी माझे भाग्य समजेन.''

भगवान बुद्धांनी तिच्यासमोर ओंजळ धरली व तिने दिलेल्या भेटीचा दोन्ही हातांनी स्वीकार कला. राजा बिंबासारने हे बघितले तेव्हा त्याने न राहवून बुद्धदेवांना विचारले, ''भगवान! क्षमा करा! पण मला तुम्हाला एक प्रश्न विचारायचा आहे. आम्ही सर्वांनी किमती भेटवस्तू दिल्या तरी तुम्ही एका हाताने त्याचा स्वीकार केलात आणि या वृद्धेने दिलेलं उष्टं छोटं फळदेखील दोन हातांनी स्वीकारलंत. याचं कारण काय?''

हे ऐकून बुद्धदेव हसले व म्हणाले, ''हे राजन! तुम्ही सर्वांनी दिलेल्या भेटवस्तू निश्चित बहुमोल व किमती आहेत; परंतु त्या तुमच्याकडे असलेल्या संपत्तीचा दहावा हिस्सासुद्धा नाहीत. तुम्ही हे दान गोरगरीब व दीनदुबळ्यांच्या भल्यासाठी केले नाही. म्हणून हे दान 'सात्त्विक दान' या श्रेणीत येत नाही. याउलट, या वृद्धेने स्वतःच्या तोंडचा घास मला देऊन

टाकला. ही वृद्धा निर्धन असली तरी तिला संपत्तीचा मोह नाही. त्यासाठी तिने दिलेलं दान मी मोकळ्या मनाने ओंजळीत घेतले.''

२. **शील** : शील म्हणजे नैतिकता. निसर्गनियमांचे पालन करणे व सदाचाराने जीवन जगणे

३. **निष्क्रियता** : सांसारिक काम, भोग यांचा त्याग करणे

४. **प्रज्ञा** : प्रज्ञा म्हणजे जाणणे, प्रकाशात आणणे

५. **वीर्य** : वीर्य म्हणजे पुरुषार्थ दाखवणे, मेहनत करणे. सत्यप्राप्तीसाठी प्रत्येक असुविधाजनक गोष्टीचा सामना करणे. प्रत्येक वेळी या गुणाचा वापर करणे आवश्यक आहे.

६. **शांती** : शांती म्हणजे सहनशीलता. संयम व धैर्य राखून साधना करणे. इतरांना क्षमा करता येणे हा या गुणाचा विस्तार आहे.

७. **सत्य** : सत्य म्हणजे कपट न करणे. चेष्टेतसुद्धा खोटे बोलू नये. सतत सत्याचा आधार घ्यावा.

८. **अधिष्ठान** : अधिष्ठान म्हणजे दृढनिश्चय. समाधीचा सराव करण्यासाठी संकल्पशक्ती, वीर्य व अधिष्ठान असायला हवे.

९. **मैत्री** : मैत्री म्हणजे सर्व जीवांभूती आपलेपणाची भावना. प्रत्येक माणसाशी मैत्री करा. दुःखितांसाठी दया व करुणा दाखवा.
   गौतम बुद्धांनी भिक्षूंना सतत शील व सदाचाराने युक्त असे जीवन जगण्यासाठी प्रोत्साहन दिले. ते भिक्षूंना आजारी माणसांची व आजारी असताना एकमेकांची सेवा करण्यासाठी उद्युक्त करत. ते सांगत, ''हे भिक्षूंनो! तुम्हाला माझी सेवा करायची असेल तर या रोग्यांची सेवा करा. माझी सेवा करण्याने जे फळ मिळतं, तेच यांची सेवा केल्याने मिळेल. भुकेला माणूस रोग्याप्रमाणे आहे. अशा अवस्थेत त्याला दान न देता जेवण द्या; जेणेकरून भरल्यापोटी तो सत्य श्रवण करू शकेल. हीच योग्य सेवा आहे.''

१०. **उपेक्षा** : उपेक्षा म्हणजे अलिप्तता. प्रपंचात प्रत्येक घटनेमध्ये समतोल राखण्याचा सराव करा.
   बुद्धांचे छायाचित्र तुम्ही पाहिले असेल. त्यांचे डोळे अर्धोन्मिलीत दाखवले जातात. असे डोळे अनासक्त अवस्था दर्शवतात. अर्धमिटल्या डोळ्यांनी

बघितले जाते तेव्हा अशी अवस्था आसक्तीरहित असते. कोणत्याही दृश्याचा परिणाम होत नाही. दृश्य पाहून त्यात अडकून स्वतःला (वास्तवात तुम्ही जी चेतना आहात) विसरत नाही. ही अवस्था समजावून सांगण्यासाठी बुद्धांच्या प्रतिमेत त्यांचे डोळे अर्धे मिटलेले दाखवले जातात. तुम्हीसुद्धा सकाळी उठल्यापासून रात्री झोपेपर्यंत डोळे अर्धवट उघडून वावरलात तर तुमच्या लक्षात येईल, की तुम्ही कोणत्याही गोष्टीने प्रभावित होत नाही.

स्वतःवर असे प्रयोग करून पाहा. अर्धमिटल्या डोळ्यांनी वावरताना, टीव्ही बघताना त्यातील गोष्टींचा प्रभाव तुमच्यावर पडत नाही. एखाद्या गोष्टीचे आकर्षण वाटले तर डोळे लगेच मोठे होतात.

ही गोष्ट समजून घ्या. बुद्ध म्हणजे माणसाची मूळ अवस्था. ही अवस्था कशी समजून घेता येईल? कशी दाखवता येईल? कशी सांगता येईल? बुद्ध म्हणजे, एक अशी अवस्था ज्यामध्ये दृश्ये बघितली तरी निर्लिप्तता असते. अशा अवस्थेमध्ये फक्त द्रष्टा बनून बघितले जाते. सर्व गोष्टींचा, मग त्या सकारात्मक असो वा नकारात्मक; सुखद असो वा दुःखद, स्वीकार केला जातो. अशा अवस्थेमध्ये उपेक्षा भाव किंवा अलिप्तता उपयोगी ठरते.

■■■

अध्याय ११

आपला खरा स्वभाव ओळखा

अव्यक्तिगत जीवन जगा

भगवान बुद्धांसारख्या खऱ्या मार्गदर्शकांनी आपल्या अनुयायांना ना स्वर्गाची लालूच दाखवली ना नरकाचे भय! ते केवळ त्यांना त्यांच्या मूळ स्वभावाची ओळख करवून देतात. सर्वांना योग्य व खरा मार्ग दाखवतात. तो मार्ग अनुसरून साधक स्वतःच निर्वाणाचा परम आनंद प्राप्त करतो, जीवनातील दुःख व कर्मबंधने यातून मुक्त होऊन अव्यक्तिगत जीवनाचा आनंद घेऊ शकतो. यातील खरेपणा पुढील घटनांवरून समजून घेऊ.

कौशलचा राजा प्रसेनजीत याच्याकडे 'पायेक्का' नावाचा हत्ती होता. तो खूप शक्तिशाली, शूर व साहसी होता. तो राजाची शान मानला जात होता. असे सांगितले जाते की, पायेक्का हत्तीवरून राजा युद्धावर गेला की त्याला कोणीही हरवू शकत नसे. नेहमी त्याचाच विजय होत असे. पायेक्का हत्तीचा चित्कार ऐकून शत्रूच्या सैन्यदलामध्ये पळापळ होत असे. कित्येकदा शत्रूच्या सैन्याने त्याला ठार मारण्याचा प्रयत्नही केला होता. पण प्रत्येक वेळी ते अपयशी ठरले.

कालांतराने हत्ती म्हातारा झाला. त्याचा जुना माहूत सेवानिवृत्त झाला होता. एके दिवशी हत्ती तलावात स्नान करण्यासाठी गेला व चिखलात रुतला. त्याने दलदलीतून बाहेर येण्याचा आटोकाट प्रयत्न केला; परंतु जोर लावताच तो अजून रूतत गेला. नवीन माहुताने त्याला बाहेर काढण्यासाठी खूप प्रयत्न केले, पण

काही उपयोग झाला नाही. आपल्या अशा दुर्दशेवर हत्तीला रडू कोसळले. राजा प्रसेनजीत खूप दुःखी झाला. संध्याकाळपर्यंत सर्व नगरात ही बातमी पसरली. लोकांनी तलावावर गर्दी केली.

त्या वेळी हत्तीचा जुना माहूत बुद्धांना शरण गेला होता व तो अनाथपिण्डकच्या जेतवनाराममध्ये बुद्धांचे प्रवचन ऐकत होता. हत्ती दलदलीत फसला आहे, ही बातमी बुद्धांपर्यंत पोहोचली. मग त्यांनी माहुताला हत्तीच्या मदतीसाठी जाण्यास सांगितले. दलदलीत फसलेल्या हत्तीकडे पाहून तो खूप हसू लागला. नंतर त्याने युद्धाचा बिगुल वाजवण्याचा आदेश दिला. बिगुलचा आवाज ऐकताच हत्तीला स्फुरण चढले आणि जोराने चित्कार करत तो दलदलीतून बाहेर आला.

लोकांच्या गर्दीमध्ये भगवान बुद्धांचे काही भिक्षूसुद्धा उपस्थित होते. त्यांनी बुद्धांकडे जाऊन सर्व घटना सांगितली आणि माहुताच्या आधी हसण्याचे व नंतर बिगुल वाजवण्याचे कारण विचारले. त्यांनी त्या दिवशीच्या प्रवचनात या घटनेचा आधार घेऊन मार्गदर्शन केले. ते म्हणाले, ''एवढा मोठा बलवान हत्ती, ज्याच्या शौर्याची ख्याती दूरवर पसरली आहे, तो एवढ्याशा तलावाच्या दलदलीत फसला आहे, हे त्या माहुताच्या लक्षात आले. आपण अनेक युद्धे जिंकली, हे तो हत्ती कसं विसरला? नंतर त्याने बिगुल वाजवण्याचा आदेश यासाठी दिला, की त्या आवाजाने हत्तीला आपल्या मूळ स्वभावाची आठवण येईल आणि झालंही तसंच! बिगुलच्या आवाजाने हत्तीला युद्ध आठवलं व तो दलदलीतून बाहेर आला.''

पुढे बुद्ध म्हणाले, ''हत्तीवरून काही गोष्टी शिकाल. तरुणपणी शक्तिशाली असलेला माणूस म्हातारपणी शक्तिहीन होतो; श्रीमंत माणूस निर्धन होतो. या प्रपंचात एकही गोष्ट तशीच टिकून राहत नाही. तारुण्यात ज्या वासनांची सवय लागते ती म्हातारपणी अजूनच डोकं वर काढते. तो हत्ती तरुण असतानाही त्या तलावात पोहण्यासाठी जात असणार! पण तारुण्याच्या जोशात तो दलदलीत फसला नाही. म्हातारपण आल्यावरही त्या हत्तीची सवय गेली नाही; पण तो दलदलीत अडकला. म्हणून तरुणपणी कोणतंही व्यसन करू आणि म्हातारपणी ते सोडून देऊ या भ्रमात राहू नका.''

खुलासा करत ते पुढे म्हणाले, ''माहुताने बिगुल वाजवायला सांगून हत्तीला त्याच्या मूळ स्वभावाची आठवण करून दिली. मीसुद्धा अनित्यतेचा बिगुल

वाजवत आहे. तुम्ही भवसागराच्या (प्रापंचिक) दलदलीतून बाहेर पडू शकता. जन्म-मरण, आजारपणं, वृद्धत्व यांसारख्या दुःखदायी दलदलीतून बाहेर येऊ शकता. तुम्ही तुमचं सगळं लक्ष सारी शक्ती, राग, द्वेष, चिंता, भीती यांसारखे विकार नाहीसे करण्यासाठी व्यतीत केलं तर लवकरच तुम्ही सजग होऊ शकाल. म्हणून इच्छाशक्ती बळकट करा व भवसागररूपी दलदलीतून बाहेर या.''

कर्मबंधन बनू नये

एके दिवशी भगवान बुद्धांचा काही भिक्षूसमवेत एका गावात मुक्काम पडला. त्या गावातील एक माणूस बुद्धांच्या विरोधात होता. ते गावात आले आहेत हे समजताच तो तिकडे गेला व त्यांना अद्वातद्वा बोलू लागला. भगवान बुद्ध शांतपणे बसून राहिले. त्यांनी कोणतीही प्रतिक्रिया दर्शवली नाही. हे पाहून तो अधिकच चिडला व त्यांना शिव्या देऊ लागला. तरीही, बुद्धांच्या शांततेत तसूभरही फरक पडला नाही.

कंटाळून तो माणूस बुद्धांना म्हणाला, ''तुम्ही शांत का? मला रागावत का नाही? काहीतरी उत्तर द्या.'' त्यावर बुद्ध म्हणाले. ''तू तुझं काम केलं आहेस. आता मला जे करायचं आहे ते मी करेन. मी तुझा नोकर नाही. माझ्याकडे उत्तर देण्यासाठी भरपूर वेळ आहे.'' थोड्या वेळानंतर तो माणूस बुद्धांजवळ आला व म्हणाला, ''माझी चूक झाली. मला क्षमा करा!'' तरीसुद्धा बुद्धांना शांत बसलेले पाहून तो म्हणाला, ''तुम्ही माझी परीक्षा घेतली आणि आता मला क्षमासुद्धा करत नाही आहात.'' बुद्धांनी स्पष्ट केले, ''अजून खूप वेळ अवकाश आहे. तू चुकीचे वागलास हे आधी नक्की कर. क्षमा नंतर केली जाते. चूक असेल तर क्षमा करणार ना! मी माझ्या समजेनुसार जे करायचं आहे ते करेन. मी काही तुझा नोकर नाही.'' त्या माणसाला बुद्धांचे बोलणे काही समजले नाही. तो तिथून निघून गेला.

तो गेल्यानंतर भिक्षूंनी बुद्धांना विचारले, ''तुम्ही त्या माणसाला काहीच का बोलला नाहीत?'' एक उदाहरण सांगून बुद्धांनी भिक्षूंना समजावून सांगितले, ''विचार करा, समजा एखादा तुमच्यासाठी खूप भेटवस्तू घेऊन आला. पण तुम्ही त्या स्वीकारल्या नाहीत तर त्या वस्तूंचं काय होईल?'' एक भिक्षू म्हणाला, ''त्याला त्या वस्तू परत घेऊन जाव्या लागतील.'' गौतम बुद्ध म्हणाले, ''अगदी

बरोबर! तो माणूस माझ्यासाठी शिव्यांची भेट घेऊन आला होता. परंतु मी त्यांचा स्वीकार न केल्यामुळे तो त्या शिव्या परत घेऊन गेला.''

या उदाहरणावरून लक्षात घ्या, घटना घडल्यानंतर व कर्म करण्यापूर्वी मध्ये जो वेळ असतो, तो लहान अथवा मोठा असणे हे तुमच्या संवेदनशीलतेवर अवलंबून असते. घटना घडल्यानंतर प्रतिसाद देण्यासाठी तुमच्याकडे भरपूर वेळ असतो. फक्त ते लक्षात यायला हवे. जो संवेदनशील, ग्रहणशील असतो त्याच्या हे लगेच लक्षात येते. महापुरुषांच्या जीवनाचे अवलोकन केले असता त्यांच्यासाठी कर्म बंधन का होत नाही, हे समजेल. कारण त्यांचे जीवन अव्यक्तिगत असते.

जीवन व्यक्तिगत असते, सीमित असते, एका व्यक्तीचे असते, अहंकारासाठी असते व 'मी शरीर आहे' या अज्ञानात बांधले गेलेले असते, तेव्हा त्या माणसाकडून ज्या क्रिया घडतील त्याने बंधन तयार होते. अव्यक्तिगत जीवनाकडून ज्या क्रिया होतात त्याचे बंधन तयार होत नाही.

तुम्ही कोणतीही क्रिया केली नाही तर क्रिया न करण्याचे कर्म तुमच्याकडून होते व त्याचे फळ मिळते. माणसांकडून खूप कर्म घडतात व त्यांचे बंधन तयार होते. म्हणून अव्यक्तिगत (इतरांच्या फायद्यासाठी) कर्म घडायला हवीत. त्यामुळे बंधने तयार होत नाहीत. येशू किंवा भगवान बुद्ध यांसारख्या महान संतांकडून अव्यक्तिगत व उच्चतम कर्म घडत होती. त्यांचे संपूर्ण जीवनच अव्यक्तिगत होते. त्यामुळे त्यांची कर्म बंधने ठरली नाहीत.

■■■

अध्याय १२

बुद्धांच्या तीन महत्त्वपूर्ण शिकवणी

संघाचा परिणाम

बुद्धांच्या तीन महत्त्वपूर्ण शिकवणींमध्ये पहिली शिकवण होती, 'बुद्धं शरणं गच्छामी' म्हणजे बुद्धाला शरण या! इथे 'बुद्धं शरणं' याचा अर्थ आहे, 'जागृताला (स्व, खरा मी) शरण जा.' कारण ते सर्वांत सुरक्षित ठिकाण आहे. तुम्ही एखाद्या जंगलात, डोंगरावर, तीर्थस्थानी गेलात तरी तिथे सुरक्षित नाही. तुम्ही तुमच्या मनात डोकावलेत तरी तिथेही चिंता, भीती यांचे अस्तित्व जाणवते. म्हणून ते ठिकाणही सुरक्षित नाही.

बुद्धांची दुसरी महत्त्वाची शिकवण होती, 'धम्मं शरणं गच्छामी' म्हणजे धर्माला शरण जा! इथे धर्म म्हणजे एखादा संप्रदाय नाही. बुद्ध सांगतात, 'शिकवणुकीला शरण जा, त्यामुळे मोक्ष प्राप्त होईल.'

बुद्धांची तिसरी महत्त्वपूर्ण शिकवण होती, 'संघम् शरणं गच्छामी' म्हणजे संघाला शरण जा! संघात कोणाची ना कोणाची चेतना उच्च असते. ज्याच्या चेतनेचा स्तर उच्च असतो, तो इतरांना विचार करण्यास भाग पाडतो. तो इतरांसाठी निमित्त ठरतो. संघातील एक सदस्य जरी विपरीत परिस्थितीत संघाचे आदर्श व नियम यांवर स्थिर राहिला तरी त्याच्या आधारे संपूर्ण संघ विकासाच्या मार्गावर पुढे जाऊ शकतो.

जे लोक शिकवणुकीनुसार कार्य करत आहेत, हे जागृत गुरूच्या संपर्कात आहेत, अशा समूहाला संघ म्हटले जाते. नाहीतर संघाच्या नावाने लोक भ्रमित होऊन एखाद्या क्लबशी जोडले जातात. ज्या लोकांना शिकवणुकीची आवड नाही त्यांना वाटते, इतक्या लवकर अशा गोष्टी कशाला करायच्या. त्या नंतरसुद्धा करता येतील. म्हणून लक्षात ठेवा, चुकीच्या संघात गेलात तर असेच ऐकू येईल.

ज्या लोकांचा सत्याशी संबंध नाही ते लोक असेच म्हणतील, की 'ध्यानसाधनेने काय होणार? गप्पागोष्टी करू. व्यापारासंबंधी बोलू. तुमचा व्यापार कशाने वाढला ते सांगा, जेणेकरून आम्हाला काही नवीन कळेल.' अशा लोकांच्या समूहाला संघ मानण्याची चूक करू नका. याचा अर्थ लोकांबरोबर एकत्र येऊन व्यापारासंबंधी चर्चा करायची नाही, असा नाही; तर ज्या समूहातील लोकांची आवड शिकवणुकीमध्ये आहे, त्यालाच संघ म्हणता येईल. अशा संघाबरोबर राहण्याने उच्चतम लाभ होईल.

योग्य संघाची निवड करा

एके दिवशी गौतम बुद्ध एका राज्यातून दुसऱ्या राज्यात जात होते. ते अचानक थांबले. जमिनीवर पडलेला एक दोरीचा तुकडा उचलून भिक्षूच्या हातात देत ते म्हणाले, ''याला कशाचा वास येत आहे सांग?'' भिक्षूने दोरीचा वास घेतला व म्हणाला, ''या दोरीला खूप दुर्गंध येत आहे.'' तिथे उपस्थित असलेल्या सर्व भिक्षूंना ते म्हणाले, ''याचा वास घेऊन सांगा, की या दोरीचा उपयोग कशासाठी केला आहे?'' त्या दोरीचा खूप घाण वास होता. भिक्षू वास घेऊन तोंड फिरवत व दुसऱ्या भिक्षूच्या हातात दोरीचा तुकडा देऊन टाकत.

सर्वांनी त्याचा वास घेतला. या दोरीचा वापर मच्छिमारांनी केला असावा, असा काही भिक्षूंनी निष्कर्ष काढला. मासे पकडण्यासाठी ही दोरी वापरल्याने याला दुर्गंध येत आहे. बुद्धांनी होकारार्थी मान हलवली व विचारले, ''ही दोरी तयार केली तेव्हा तिला असा वास येत होता का?'' सगळ्या भिक्षूंनी एकसुरात 'नाही' असे उत्तर दिले. ते म्हणाले, ''त्या वेळी दोरीला कोणताच वास नसणार... ना त्याच्यात सुगंध असणार, ना दुर्गंध!'' यावर बुद्धांनी स्पष्ट केले, ''अगदी बरोबर! दोरीला मुळात कोणताच वास नसतो. परंतु मेलेल्या माशांबरोबर ही ठेवली असल्याने माशांचा वास या दोरीला लागला. आता हा दुर्गंध दोरीचा

अभिन्न भाग बनला आहे, कायमचा या दोरीला चिकटला आहे. ज्या हातात ही दोरी जाईल त्या हाताला दुर्गंध येईल. म्हणून प्रत्येक जण या दोरीची घृणा येऊन ती फेकून देईल.''

काही भिक्षूंना बुद्धांचा इशारा लगेच लक्षात आला, तर काही भिक्षूंना याचा अर्थ समजला नाही. ते पाहून बुद्ध म्हणाले, ''माणसाचंही असंच असतं. चांगल्या किंवा वाईट सवयी घेऊन माणूस जन्माला येत नाही. परंतु तो वाईट लोकांच्या संगतीत राहिला तर त्या वाईट सवयी त्याला जडतात. कितीही प्रयत्न केला तरी संगतीचा परिणाम होतोच. सतत त्या वातावरणात राहिल्याने त्या सवयी माणसाचे व्यक्तित्व बनतात. मग मात्र त्यापासून सुटका होणे अशक्यप्राय असते. परिणामस्वरूप, अशा लोकांची संगत नकोशी वाटते, त्यांना टाळले जाते. वाईट माणसं कोणालाच आवडत नाहीत. म्हणून सुरुवातीपासूनच माणसाने संगतीच्या बाबतीत सतर्कता बाळगली पाहिजे. जे लोक आदर्श वाटतात अशांच्या संगतीत राहायला हवे, वाईट लोकांच्या नाही.'' या उदाहरणावरून वाईट संगतीचा परिणाम भिक्षूंच्या लक्षात आला.

याचप्रमाणे एके दिवशी बुद्धांनी फाटलेल्या वस्त्राचा एक तुकडा उचलून एका भिक्षूला त्याचा वास घेण्यास सांगितले. वास घेऊन भिक्षू म्हणाला, ''या वस्त्रातून सुगंध येत आहे.'' इतर भिक्षूंनीसुद्धा वास घेतला. सुगंधामुळे सगळ्यांच्या चेहऱ्यावर आनंद उमटला. एका भिक्षूने विचारले, ''वस्त्रे तर गंधहीन असतात. मग या तुकड्याला सुगंध का येत आहे?'' बुद्ध म्हणाले, ''या वस्त्रामध्ये उदबत्त्या बांधून ठेवल्या होत्या. त्यामुळे उदबत्त्यांचा वास वस्त्राला लागला व तेसुद्धा सुगंधित झाले. सर्वांना या वासामुळे प्रसन्न वाटले. माणसाचंही असंच असतं. चांगल्या लोकांच्या संगतीत राहिले तर त्यांचे गुण आत्मसात केले जातात. फलस्वरूप चांगले वर्तन त्याच्या व्यक्तित्वाचा भाग बनते. अशा लोकांची संगत सर्वांनाच आवडते.''

बुद्ध पुढे म्हणाले, ''चांगल्या किंवा वाईट लोकांच्या संगतीचा परिणाम हळूहळू, पण सतत होतो. समजा, दोन जण डोंगर चढत आहेत व दोघांचा संघ वेगवेगळा आहे. एक संघ डोंगराच्या शिखराकडे जात आहे, तर दुसरा डोंगर उतरून खाली येत आहे. अशा परिस्थितीत काय होईल? दोघेही आपापल्या संघाबरोबर डोंगर चढू लागतील. दोघेही एकेक पावलांनी पुढे सरकतील. एक

जण डोंगर चढण्याच्या दिशेने पावले टाकेल, तर दुसरा उतरण्याच्या दिशेने! परिणामी, एक डोंगराच्या शिखरावर पोहोचेल, तर दुसरा डोंगराच्या पायथ्याशी पोहोचेल.''

योग्य व अयोग्य संघाचे परिणाम लवकर दिसून येत नाहीत. तरीसुद्धा योग्य संघाचीच निवड करायला हवी. भगवान बुद्धांच्या शिकवणुकीत मंगल मैत्रीचा भावही समाविष्ट होता. याविषयी जाणून घेऊ.

मंगल मैत्री

भगवान बुद्धांच्या काळात भिक्षू एखाद्या घरी भिक्षा मागायला जात असे तेव्हा दरवाजा उघडेपर्यंत तो प्रार्थना करत असे, मंगल मैत्री करत असे. म्हणजे, त्या घरातील सर्व सदस्यांकरिता त्यांचे मंगल व्हावे यासाठी प्रार्थना करत असे. 'सर्वांना ईश्वराचा आशीर्वाद लाभो' अशी मंगल प्रार्थना तो करत असे. त्या काळी ज्यांना या गोष्टीचे आकलन झाले होते, ते भिक्षू दरवाजावर आला आहे हे पाहून आनंदित होत. परंतु काही लोकांना याची स्पष्टता नसल्याने ते भिक्षूंवर चिडत. त्यांना वाटे सत्याच्या मार्गावर चालणारा हा भिक्षू वेडा आहे. सांसारिक सुखाचा त्याग करून तो मूर्खपणा करत आहे. भिक्षूला पाहून ते शिवीगाळ करत. म्हणून भिक्षू भिक्षा न घेता परत फिरे. जो भिक्षू त्यांच्यासाठी प्रार्थना करी, ज्याच्या मनात त्यांच्याविषयी करुणा भाव, मंगल मैत्रीचा भाव असे, ते त्याला अशा रीतीने पिटाळून लावत. वास्तविक, प्रत्येकाच्या जीवनात अशा प्रकारच्या लोकांचे सान्निध्य हवे.

मैत्री खरेतर एक असे नाव आहे जिथे लोक मोकळेपणाने एकमेकांशी बोलतात. मित्रांचा संघ बनवणे खूप सोपे आहे. कारण ते आपसांत मोकळेपणाने राहू शकतात. परंतु जे लोक दोन पावले आपल्यापेक्षा पुढे आहेत व गुणांनी (आर्थिकबाबतीत नव्हे) आपल्या बरोबरीचे आहेत, त्यांच्याशी मैत्री करावी. चुकीच्या मित्रांच्या संघात राहिल्याने त्यांचे अवगुण आपल्यात येऊ लागतात व आपल्या चारित्र्याचे अधःपतन होऊ लागते. म्हणून जे आपल्यासाठी आरशासारखे (पारदर्शीपणाने) काम करतील त्यांच्याशीच मैत्री करा. असे मित्र, प्रत्येक घटना संधी आहे याचे दर्शन ते घडवतील. आपण वास्तवात कोण आहोत, याचे ज्ञान ते करून देतील.

असे मित्र भेटले तर तुमच्या जीवनातील अज्ञान, भ्रम, इंद्रजाल, मायाजाल दूर होईल. तुम्हाला स्वतःचे दर्शन स्वच्छपणे होईल, म्हणजे वास्तवात तुम्ही कोण आहात हे जाणवू लागेल व खोटा 'मी' नाहीसा होऊ लागेल. अशा मित्राच्या मैत्रीला 'मंगल मैत्री' म्हणतात. प्रत्येकाच्या जीवनात असे मित्र यायला हवेत.

याखेरीज बुद्धांच्या शिकवणुकीत जागृतीचे महत्त्व सांगितले आहे. त्या काळी बुद्धांची श्रेष्ठतम अवस्था पाहून त्यांना अनेक नावाने संबोधले जाऊ लागले. उदाहरणार्थ, 'बुद्धदेव', 'भगवान बुद्ध', वगैरे... परंतु त्यांनी अशा विशेषणांना नकार दिला. जेव्हा त्यांना विचारले गेले, ''तुम्ही ज्ञान प्राप्त केल्यामुळे भगवान किंवा देव झाला नाहीत का?'' त्यावर ते म्हणाले, ''नाही. मी केवळ जागृत झालो आहे.''

■■■

अध्याय १३

शेवटच्या क्षणी केलेले मार्गदर्शन

भगवान बुद्धांच्या उपदेशांचा प्रसार

भगवान बुद्धांनी जीवनाच्या अंतिम क्षणी आपल्या सर्व शिष्यांना स्वतःचा मार्ग स्वतःच विस्तृत करण्याची प्रेरणा दिली. त्यांचे सिद्धान्त गुरुस्थानी समजण्याचा सल्ला दिला. सिद्धान्त म्हणजे सिद्ध पुरुषाने केलेला उपदेश. बुद्धांचे सिद्धान्त म्हणजे त्यांनी केलेल्या मननाचे सार आहे. बुद्धीचा जिथे उच्चतम विकास होऊन रूपांतरण होते, त्या अवस्थेत सिद्धान्त तयार होतात.

प्रत्येक माणसाने बुद्धीचा उच्चतम विकास करायला हवा. जो माणूस बुद्धीचा उपयोग फक्त पैसे कमावण्यासाठी किंवा इतरांना फसवण्यासाठी करतो, तो बुद्धीचा वापर निम्न स्तरावर करतो. बुद्धीचा उच्चतम विकास झाल्यामुळे आनंदाचा मार्ग, दुःखमुक्तीचा मार्ग गवसतो. याशिवाय, बुद्धीचा उच्चतम विकासाचा विस्तार कसा होईल व त्याची आवश्यकता का आहे, हे जाणून घेऊ.

- बुद्धीचा उच्चतम विकास करून पृथ्वीलक्ष्य (पृथ्वीवर येण्याचे मूळ उद्दिष्ट म्हणजे 'मी कोण आहे', हे जाणून त्याची अभिव्यक्ती करणे) साध्य करण्यासाठी मनुष्यजन्म मिळतो.

बुद्धीच्या उच्चतम विकासासाठी –

- गुरू जीवनात येतात.
- एकाग्रता, मौन व समाधीचा अभ्यास होतो.

- सतत सजग राहायला हवे.
- वाणी, विचार व कर्म यांचा सम्यक उपयोग करायला पाहिजे.
- चार आर्यसत्यांवर भरपूर मनन केले पाहिजे.
- नेहमी पंचशील तत्त्वांचे पालन करायला पाहिजे.
- दहा सद्गुणांचा समावेश जीवनात करायला पाहिजे, तसेच त्यांचे संवर्धनही व्हायला पाहिजे.
- प्रज्ञावान लोकांच्या संघात राहायला हवे. सत्संगात राहून सत्य ऐकण्यामुळे बुद्धी खुलते. एखाद्याची विकासातील उच्चतम भरारी पाहून आपल्यालाही तशी इच्छा होते.
- इंद्रियांवर संयमन ठेवायला हवे.
- धार्मिक पुस्तकांचे पठण करायला हवे.
- इतरांच्या अडचणी सोडवण्यास मदत करायला हवी. सेवेद्वारे आपल्यातील गुणांची अभिव्यक्ती करायला हवी.
- निरर्थक गोष्टींमध्ये वेळ घालवू नये. फावल्या वेळेचा उपयोग जीवनात काही परिवर्तन घडवून आणणे आवश्यक आहे का, याचा पुनर्विचार केला पाहिजे. त्याची आवश्यकता असेल तर त्वरित काम सुरू करायला हवे.
- नवीन प्रयोग, तसेच काम करण्याच्या नवीन पद्धती उपयोगात आणल्या पाहिजेत.
- विचार सकारात्मक असायला हवेत. अनासक्त भावनेने नकारात्मक विचारांकडे बघण्याची कला शिकायला हवी.
- मोठ्या जबाबदाऱ्या स्वीकारायला हव्यात, विश्वाची चिंता करायला हवी. गौतम बुद्धांनी विश्वाची चिंता केली म्हणून त्यांच्या बुद्धीचा उच्चतम विकास होऊन रूपांतरण झाले व ते 'बुद्ध' बनले.

भगवान बुद्धांच्या महानिर्वाणानंतर सुभद्र नावाचा भिक्षू खूप आनंदित झाला. सर्वांना तो सांगू लागला, ''आता आपण स्वतंत्र झालो. बुद्ध आपल्याला सतत 'हे करा', 'हे करू नका' अशा सूचना देत होते. आता आपण आपल्याला हवं ते करू शकतो. आपल्याला विचारणारं कोणी नाही.'' सुभद्रची ही परिस्थिती पाहून बुद्धांचे प्रमुख शिष्य महाकश्यपच्या मनात विचार आला— सर्व जण असे

विचार करू लागले तर लवकरच त्यांना बुद्धांच्या शिकवणीचा लाभ मिळणे बंद होईल. बुद्धांच्या शिकवणीला खंड पडेल. यावर उपाय म्हणून तो राज्याच्या राजाला भेटला व एका सभेचे आयोजन केले. त्यांनी सभेला सर्व प्रमुख, समर्पित असलेल्या व बुद्धांचे सिद्धान्त मानणाऱ्या शिष्यांना आमंत्रित केले. सर्वांनी बुद्धांच्या उपदेशांच्या तत्त्वांचे उच्चारण केले. त्यांच्याकडून सर्व गोष्टी पाठ करून घेतल्या गेल्या ; जेणेकरून बुद्धांचे सिद्धान्त अमर राहतील.

पुढे हे सिद्धान्त अमर ठेवण्याच्या कार्यात राजा अशोकचे मोठे योगदान होते. बुद्धांचे सिद्धान्त बुद्धीला समजणारे व तर्कसंगत आहेत. ज्या गोष्टी बुद्धीच्या तर्कात बसत नाहीत त्यावर बुद्धांनी कधी चर्चा केली नाही. त्यांनी नेहमी मध्यम मार्ग स्वीकारण्याचा सल्ला दिला. जास्त भोजन केले तर शरीर निरुपयोगी होते व भोजन कमी घेण्याने बुद्धी क्षीण होते. सम्यक बुद्धीसाठी मध्यम मार्ग हिताचा आहे. बुद्धीच्या उच्चतम विकासासाठी बुद्धांचे जीवन आदर्श जीवन आहे.

■■■

अध्याय १४

भगवान बुद्धांचे इतर उपदेश

संक्षिप्त उपदेश

निर्मळ मन - मलिन मन

- जशी बैलागाडीची चाके बैलांच्या पायाच्या मागे चालतात, तसेच मलिन मनाने बोलणाऱ्या व कार्य करणाऱ्या माणसाच्या मागे दुःख चालत राहते.

- ज्याप्रमाणे सावली साथ न सोडता माणसाच्या मागे चालते, त्याप्रमाणे निर्मळ मनाने काम करणाऱ्या माणसाच्या मागे सुख सतत चालते.

वैरशांती

- शत्रुत्व, शत्रुत्वाने कधीही संपत नाही. मैत्रीने शत्रुत्व मिटते, हा निसर्गाचा सनातन नियम आहे.

- कामभोग : ज्याप्रमाणे वारा हिमालयाला हलवू शकत नाही, त्याप्रमाणे जो कामभोगात रमत नाही, इंद्रिये ज्याच्या ताब्यात आहेत, योग्य प्रमाणात भोजन करण्याचे ज्याला ज्ञान आहे, जो श्रद्धावान व व्यावसायिक आहे, त्याला सैतान विचलित करू शकत नाही.

कुमार्ग-सन्मार्ग

- शत्रू किंवा वैरी माणसाची जेवढी हानी करतो त्यापेक्षा जास्त हानी कुमार्गाला लागलेले माणसाचे मन करते.

- आईवडील, नातलग जेवढे कल्याण करतात त्यापेक्षा जास्त कल्याण सन्मार्गाला लागलेले माणसाचे मन करते.

पुष्प

- ज्याप्रमाणे फुले सुंदर रंग व सुगंधाने युक्त असतात, त्याप्रमाणे जे बोलतो त्यानुसार कार्य करणाऱ्या माणसाची वाणी सुंदर व सफल असते.

- ज्याप्रमाणे एखादा फुलांच्या ढिगातून खूप हार तयार करतो, त्याप्रमाणे पृथ्वीवर जन्म घेतलेल्या प्रत्येकाने खूप शुभकार्ये केली पाहिजेत.

पश्चात्ताप

- पश्चात्ताप करावा लागू नये असे काम माणसाने करावे. कार्याचे फळ असे असावे जे प्रसन्न चित्ताने भोगता यावे.

सत्पुरुष पंडित

- जो माणूस दोष दाखवणाऱ्याला जमिनीत दडलेले धन दाखवणाऱ्याप्रमाणे समजतो, जो संयमाचा समर्थक आहे, ज्याची धारणाशक्ती तीव्र आहे व जो विद्वानाची संगत धरतो, त्याचे नेहमी कल्याणच होते.

- जो उपदेश देतो, ज्याला स्वयंशिस्त असते, जो अनुचित कार्य करत नाही, तो सत्पुरुषांना प्रिय असतो. जे सत्पुरुष नसतात त्यांना अप्रिय असतो.

- दुष्ट मित्र, अधम पुरुष यांची संगत धरू नका. चांगले मित्र व उत्तम माणसांची संगत धरा.

- जो अंधश्रद्धारहित आहे, ज्याने निर्वाण जाणले आहे, जो बंधनमुक्त आहे, ज्याला पुनर्जन्म नाही, ज्याने विषयभोगांचा त्याग केला आहे, तो उत्तम पुरुष आहे.

अनासक्त

- सामान्य माणूस जिथे रमत नाही तिथे वीतरागी (अनासक्त) रमतो, कारण तो कामभोगामागे धावत नाही.

जीत

- इतरांना जिंकण्यापेक्षा स्वतःवर विजय मिळवणे श्रेष्ठ आहे. ज्या माणसाने स्वतःचे मन ताब्यात ठेवले आहे, ज्याचा स्वतःवर संयम आहे, त्याचा

विजय अबाधित असतो. कोणीही देवता, गंधर्व, ब्रह्मा, सैतानसुद्धा त्याला पराजित करू शकत नाही.

श्रेष्ठ जीवन

- दुष्प्रज्ञ (अज्ञानी) व चित्त एकाग्र करता न येणारे जीवन १०० वर्षे जगण्यापेक्षा प्रज्ञावान व ध्यानी होऊन एक दिवस जगणेसुद्धा श्रेष्ठ जीवन ठरते.

पाप-पुण्य

- शुभ कार्य वारंवार करा. त्यात तल्लीन व्हा. पुण्यसंचय सुखाचे कारण ठरते.

- हाताला जखम नसेल तर विष हातात घेता येते, कारण घावरहित हातावर विष चढत नाही; त्याचप्रमाणे प्रापंचिक आसक्ती नसलेल्या माणसाला पाप लागत नाही.

- ना आकाशात, ना समुद्राच्या तळाशी, ना पर्वतांच्या खाईत, या जगात अशी जागाच नाही जिथे राहिल्याने मनुष्य पापकर्माच्या फळापासून वाचू शकेल.

मृत्यू

- ना आकाशात, ना समुद्राच्या तळाशी, ना पर्वतांच्या खाईत; या जगात अशी कोणतीही जागा नाही जिथे राहणारा मृत्यूपासून वाचू शकेल.

- सर्व जण लाठीला घाबरतात, सर्वांना मृत्यूचे भय वाटते, सर्वांन जीवन प्रिय वाटते. म्हणून सर्वांना आपल्यासारखे समजून कोणालाही मारू नका, मरू देऊ नका.

शुद्धी, श्रमण

- नग्नावस्थेत न राहता, जटा न ठेवता, अंगाला चिखल न फासता, उपवास न करता, कडक भूमीवर न झोपता, अंगाला धूळ न लावता, कुक्कुटासनात न बसता अशा माणसाची शुद्धी होते ज्याच्या मनात शंका नाहीत.

- अलंकृत असूनही ज्याचे आचरण सम्यक आहे, जर तो शांत आहे, ब्रह्मचारी आहे व त्याने सर्व प्राणिमात्रांवर दंड उगारणे त्याज्य केले आहे तोच श्रमण आहे, तोच भिक्षू आहे.

शरीर

- या विचित्र शरीराकडे बघा, ते व्रणांनी भरले आहे, फुललेले आहे, जे रोगग्रस्त आहे, नाना प्रकारच्या संकल्पांनी युक्त आहे व ज्याची स्थिती निश्चित नाही.
- हे शरीर जीर्ण आहे, रोगांचे घर आहे, ते क्षणभंगुर, अनित्य, अस्थायी आहे, सडणारे, भस्म होणारे आहे. सर्वांना मृत्यू अटळ आहे.

तृष्णा

- घर बनवणाऱ्या माणसाला शोधता-शोधता अनेक जन्म मी प्रपंचात धावत राहिलो. वारंवार जन्म घेणे क्लेशकारक आहे. हे गृहकारका, मला तू दिसला आहेस. आता तू घर बनवू शकत नाहीस. तुझ्या शृंखला तुटून गेल्या आहेत. घराचे शिखर मोडून गेले आहे. चित्त संस्कारहीन झाले आहे. वासना, क्षुधा, इच्छा यांचा क्षय झाला आहे.

बुद्धांची शिकवण

- पाप करू नका. शुभ कार्य करा. चित्त शुद्ध ठेवा.
- निंदा करू नका, विश्वासघात करू नका, भिक्षू नियमांचे पालन करा, योग्य प्रमाणात आहार घ्या, एकांतात राहा, एकांतात निद्रा घ्या, चित्त योग-अभ्यासात ठेवा.
- भीतीपोटी माणूस पर्वत, वन, उद्यान, वृक्ष, चैत्य इत्यादी अनेक गोष्टींना शरण जातो. परंतु हा मार्ग कल्याणकारी नाही, चांगला नाही. या गोष्टींना शरण गेल्यामुळे सर्व दुःखातून मुक्ती मिळत नाही.
- जो बुद्ध, धर्म व संघ यांना शरण जातो, जो चारही आर्यसत्य (१) दुःख (२) दुःखाची उत्पत्ती (३) दुःखाचा विनाश व (४) दुःखमुक्ती प्रज्ञावान नजरेने पारखतो, अष्टांगिक मार्गाला शरण जातो, त्याचा मार्ग कल्याणकारी ठरतो. या मार्गाला शरण जाणे उत्तम आहे. त्यामुळे मनुष्य सर्व दुःखातून मुक्त होतो.

श्रेष्ठ पुरुष

- श्रेष्ठ पुरुषाचा जन्म होणे दुर्लभ आहे. नेहमी असा जन्म होत नाही. ज्या कुळात श्रेष्ठ पुरुषाचा जन्म होतो त्या कुळात सुखाची वृद्धी होते.

- बुद्ध जन्माला येणे, सत्धर्माचा उपदेश ग्रहण करणे, संघात एकता असणे, एकत्र जमून तप करणे सुखकारक आहे.
- निरोगी असणे परमलाभ आहे, संतुष्टी प्राप्त करणे परमधर्म आहे, विश्वास सर्वांत मोठा बंधू आहे, आणि निर्वाण सर्वांत मोठे सुख आहे.

सुख-दुःख

- रागासारखा अग्नी नाही, द्वेषासारखी टाकाऊ गोष्ट नाही, पंचेंद्रियांशी आसक्ती यासारखे दुःख नाही. शांतीपेक्षा मोठे सुख नाही.
- सत्पुरुषांचे दर्शन चांगले आहे, सत्पुरुषांची संगत सुखकर आहे व मूर्खांचे दर्शन न झाल्याने माणूस नेहमी सुखी राहू शकतो.

प्रिय-अप्रिय

- प्रियजनांबरोबर राहू नका, अप्रियांबरोबरही राहू नका. प्रियजन न भेटल्यामुळे व अप्रियाचे दर्शन झाल्यामुळे दुःख निर्माण होते. म्हणून कोणालाही प्रिय बनवू नका. कारण गोष्टींच्या नाशामुळे वाईट वाटते. ज्यांचे कोणीही प्रिय-अप्रिय नसतात, त्यांच्या मनात बंध निर्माण होत नाही.

सत्यवादी

- जो शीलवान आहे, विद्वान आहे, धर्मात स्थापित आहे तो सत्यवादी आहे. जो आपले काम पूर्ण करतो तो सर्वांना आवडतो.
- ज्याला निर्वाणाची अभिलाषा आहे, मनाने ज्याने त्याला स्पर्श केला आहे, ज्याचे चित्त कामभोगात अडकलेले नाही, त्याला ऊर्ध्वस्रोत (उच्चतम स्रोत) म्हटले जाते.

सदाचरण

- शरीर, मन, वाणी यांच्या चंचलतेपासून सावध राहा. यांवर संयम ठेवा. शरीर, वाणी व मन चारित्र्यहीन होऊ देऊ नका. नेहमी सदाचरणाचे आचरण करा.

त्याज्य गोष्ट

- वेदमंत्रांची आवृत्ती न करणे त्याज्य आहे, घराची डागडुजी न करणे त्याज्य आहे, आळस शारीरिक सौंदर्यासाठी त्याज्य आहे, पहारेकऱ्यासाठी

असावधपणा त्याज्य आहे, स्त्रीसाठी चारित्र्यहीन असणे त्याज्य आहे, देणाऱ्याने कंजुष असणे त्याज्य आहे. पण याहीपेक्षा त्याज्य गोष्ट आहे– अविद्या. भिक्षूंनो! अविद्येसारखी त्याज्य गोष्ट सोडा व निर्मळ बना!

कटू वाक्य

- प्रशिक्षित हत्ती युद्धात उपयोगी असतो. राजा प्रशिक्षित हत्तीवर आरूढ होतो. शिक्षित मनुष्य श्रेष्ठ आहे. तो कटू वाक्ये सहन करू शकतो.

बंधन

- ज्याच्या मनात अनेक संकल्प-विकल्प निर्माण होतात, मनात तीव्र राग आहे, जो शुभ गोष्टी पाहतो त्याची तृष्णा वाढते व तो आपले बंधन अधिकच दृढ करतो.

- जो संकल्प-विकल्प शांत करण्याचा प्रयत्न करतो, सतत सजग राहून अशुभ गोष्टी पाहतो, तो सैतानाचे बंधन तोडतो, तोच ते नष्ट करतो.

तृष्णा

- मुळासकट झाड उपटले नाही तर कापलेल्या झाडाला पुन्हा पालवी फुटते; त्याचप्रमाणे जोपर्यंत तृष्णा पूर्णपणे नाहीशी होत नाही तोपर्यंत दुःख वारंवार निर्माण होते.

ध्यान-प्रज्ञा

- ज्याला ज्ञान नाही त्याचे चित्त एकाग्र होत नाही. ज्याचे चित्त एकाग्र होत नाही तो प्रज्ञावान होत नाही. ज्याला प्रज्ञा व ध्यान दोन्ही आहे तो निर्वाणाच्या समीप आहे.

ब्राह्मण कोण?[*]

- ज्याचे शरीर, वाणी, मन शांत आहे, जो समाधीने युक्त आहे, ज्याने लौकिक भोगांचा त्याग केला आहे.

- ध्यानी, निर्मळ, एकांतसेवी, कृतकृत्य, भोगरहित असा व ज्याने उत्तम अर्थ जाणला आहे.

---

* ब्रह्मामध्ये विहार करणारा कोण?

- दिवसा सूर्य चमकतो, रात्री चंद्र चमकतो, कवचबद्ध झाल्यानंतर क्षत्रिय चमकतो, ध्यान केल्यावर ब्राह्मण (ज्ञानी) चमकतो; परंतु बुद्ध आपल्या तेजाने दिवस-रात्र चमकतात.

- ना जटाधारी होण्याने, ना गोत्रामुळे, ना जन्मामुळे ब्राह्मण होता येते. ज्याच्यात सत्याचा वास आहे, तो धर्मात स्थापित आहे, तो पवित्र आहे.

- जो सर्व बंधने तोडून टाकतो, जो निर्भय आहे, जो नित्संग व आसक्तीरहित आहे.

- जो याच जन्मी दुःखाचा क्षय जाणतो, ज्याने आपला भार उतरवला आहे, जो आसक्तीरहित आहे.

- या लोकात व परलोकांत ज्याला कशाचीही इच्छा नाही, जो इच्छारहित आहे, जो आसक्तीरहित आहे.

- जो चंद्राप्रमाणे निरिच्छ, शुद्ध व स्वच्छ आहे, जो तृष्णारहित झाला आहे.

- ज्याने या दुर्गम, प्रापंचिक व जन्म-मरणाच्या फेऱ्यात अडकवणाऱ्या मोहरूपी उलट्या मार्गाचा त्याग गेला आहे, जो याच्या पलीकडे पोहोचला आहे, जो ध्यानी, स्थिर, संशयरहित आहे, ज्याने स्थैर्य प्राप्त केले आहे.

- ज्याने मानवी भोगांचा त्याग गेला आहे, दिव्य भोगांचाही त्याग केला आहे, जो सर्व भोगांप्रति अनासक्त आहे.

- जो श्रेष्ठ आहे, वीर आहे, महर्षि आहे, विजेता आहे, स्थिर आहे, जो स्नातक (विश्वविद्यालयाची पदवी प्राप्त केलेला, नित्य) आहे, बुद्ध आहे.

■■■

भाग २
संत ज्ञानेश्वर

अनुक्रमणिका

अध्याय १

संन्यासी मुलांची आई
लाखमोलाचा प्रश्न

इंद्रायणी नदीच्या किनारी एक गाव होते. तिथे एक शंकराचे मंदिर होते. रुक्मिणी नावाची एक स्त्री दररोज सूर्योदयाच्या वेळी नदीत स्नान करून मंदिरात दर्शनासाठी जात असे. शंकराला मनोभावे नमस्कार करून प्रार्थना करत असे. तिच्या मनात राहून-राहून प्रश्न येई, माझ्या जीवनाला काय अर्थ आहे? हा प्रश्न लाखमोलाचा होता. असा प्रश्न आपल्या जीवनाची दिशा बदलू शकतो व जीवनाला नवीन अर्थ देऊ शकतो, जीवन सार्थ करू शकतो.

रोज मंदिरात जाऊन शंकराला हाच प्रश्न विचारत ती प्रार्थना करत असे, 'हे ईश्वरा! मला माझ्या जीवनाचा अर्थ सांग.' तिला तिच्या या प्रश्नाचे उत्तर कधी मिळत नसे. तरीसुद्धा मोठ्या संयमाने, निरंतरतेने ती मंदिरात जात राहिली.

नेहमीप्रमाणे एकदा ती मंदिरात गेली. तिच्या मनातल्या प्रश्नाचे उत्तर आज मिळणार होते. उत्तर प्रदेशाहून एक महागुरू* त्या मंदिरात आले होते. त्यांच्या चेहऱ्यावरचे तेज पाहून त्यांचा आशीर्वाद घेण्याची इच्छा रुक्मिणीच्या मनात आली. पुढे जाऊन तिने महागुरूंच्या चरणावर मस्तक ठेवले. महागुरू आशीर्वाद देत म्हणाले, ''पुत्रवती भव।'' हे ऐकताच तिचे डोळे भरून आले व डोळ्यांतून

---

* महागुरूंना रामानंद स्वामी, श्रीपाद स्वामी किंवा उत्तर गुरू या नावांनीदेखील ओळखले जाते.

अश्रू वाहू लागले. महागुरूंनी विचारले, ''काय झालं? तू का रडत आहेस?'' मनातील दुःख प्रकट करत ती म्हणाली, ''हे महात्मा! माझ्या पतीने काशीला जाऊन संन्यास घेतला आहे. त्यामुळे तुमच्या आशीर्वादाचे फळ मला मिळणार नाही.''

रुक्मिणीच्या तोंडून हे ऐकताच महागुरूंना खूप आश्चर्य वाटले. आशीर्वाद फलित होणार नव्हता तर तो माझ्या मुखातून कसा बाहेर आला, या गोष्टीचे त्यांना नवल वाटले! कारण महागुरू स्वानुभवी होते. ते स्व-स्वरूपावर स्थापित होते. त्यांच्या मुखातून बाहेर पडणारे शब्द थेट स्रोताकडून (सेल्फ) आलेले होते. या आशीर्वादाच्या मागे नक्की काहीतरी दैवी योजना आहे, म्हणून असा आशीर्वाद दिला गेला, हे त्यांनी जाणले.

महागुरूंनी रुक्मिणीकडून तिच्या पतीची सर्व माहिती जाणून घेतली. तिचे सगळे म्हणणे ऐकल्यावर, त्यांचा शिष्य चैतन्य हाच रुक्मिणीचा पती विठ्ठल असल्याचे त्यांच्या लक्षात आले. आपली रामेश्वरची यात्रा अर्धवट सोडून ते ताबडतोब काशीला परत गेले.

गुरूने विचारल्यावर चैतन्य ऊर्फ विठ्ठलने आपली चूक मान्य केली व क्षमा मागत त्यांचे पाय धरले. त्या वेळी महागुरू विठ्ठलला म्हणाले, ''मी तुझ्या पत्नीला 'संत संतान भव!' असा आशीर्वाद दिला आहे. तुला तुझं वैवाहिक जीवन पुन्हा सुरू करून ईश्वरीय वचनांची पूर्तता करावी लागेल.'' गुरूची आज्ञा व उपदेश घेऊन विठ्ठल पुन्हा आपल्या गावी परतले व पत्नीबरोबर संसारी जीवन व्यतीत करू लागले. रुक्मिणीला अतिशय आनंद झाला. हळूहळू त्यांचा संसार सुरळीत सुरू झाला. रुक्मिणीने चार अपत्यांना जन्म दिला— निवृत्ती, ज्ञानेश्वर, सोपान व मुक्ताबाई. या मुलांना 'संत' होण्यासाठी मदत करणे, त्यांच्यावर प्रेम करणे हाच रुक्मिणीच्या जीवनाचा उद्देश होता. तो तिने यथोचित पूर्ण केला. त्याचबरोबर महागुरूंचा आशीर्वादही फलित झाला. त्यांची मुले खरोखरच संत होती.

रुक्मिणीचा लाखमोलाचा प्रश्न

त्या काळी समाजामध्ये संसारी स्त्रीच्या जीवनाचा अर्थ होता— मुलांचे पालनपोषण व पतिसेवा! पण रुक्मिणीच्या जीवनातून या गोष्टी दूर गेल्या होत्या.

तिला पुत्रप्राप्ती झाली नव्हती व पतीनेही संन्यास घेतला होता. तिच्या जीवनाला काही अर्थ उरला नव्हता. हाच प्रश्न घेऊन ती ईश्वराला प्रार्थना करत होती.

रुक्मिणीच्या या लाखमोलाच्या प्रश्नाचे उत्तर ईश्वराने उत्तर दिशेकडून आलेल्या महागुरूंकडून दिले. त्यांच्या आशीर्वादात रुक्मिणीच्या जीवनाचा अर्थ दडला होता. दिव्य योजनेनुसार त्यांच्या चार संत मुलांचे आगमन होणार होते. या संतांना आत्मसाक्षात्कारी संत होण्यासाठी मदत करायची होती. त्यांना इतके प्रेम द्यायचे होते, की त्याचा अभाव असतानाही सुखी व संतुष्ट राहण्याची उमेद त्यांच्यात यावी व कष्टप्रद अवस्थेतही आनंदी राहण्याची कला त्यांनी शिकावी. ईश्वराची भक्ती हा त्यांच्या जीवनाचा उद्देश व्हावा व त्या भक्तीची अभिव्यक्ती (प्रकटीकरण) त्यांनी करावी.

आई म्हणजेच अनंत प्रेम. रुक्मिणी आपल्या मुलांना प्रेम देऊन निघून गेली, हाच तिच्या जीवनाचा अर्थ होता. त्या मातेने आपल्या लाखमोलाच्या प्रश्नाचे उत्तर मिळवून तेच केले जे तिने करणे अपेक्षित होते.

■■■

अध्याय २

संन्यासी होण्यासाठी लागणारी पात्रता

गुरूशी कपट करू नका

रुक्मिणीचे वडील सिद्धोपंतांना कळून चुकले होते, की त्यांच्या जावयाचे विठ्ठलाचे लक्ष संसारात नसून अध्यात्माकडे आहे. म्हणून ते दोघांना घेऊन आळंदीला आले. विठ्ठलला वैवाहिक जीवनातून मुक्त होऊन संन्यास घ्यायचा होता. परंतु त्यासाठी पत्नीच्या परवानगीची आवश्यकता होती. त्या काळी समाजाची रीत अशी होती, जर एखाद्याला संन्यास घ्यायचा असेल, तर त्याने गृहस्थाश्रमाचा त्याग करणे आवश्यक होते व त्याच्या या निर्णयाला त्याच्या पत्नीची अनुमती असणे बंधनकारक होते. म्हणून विठ्ठलने रुक्मिणीकडे संन्यास घेण्यासाठी अनुमती मागितली. रुक्मिणीने त्यासाठी नकार देऊनही त्यांनी सतत तिच्याकडे तगादा लावला. एके दिवशी त्रस्त होऊन रुक्मिणी म्हणाली, ''निघून जा!'' वास्तविक तिने संन्यासी होण्यासाठी अनुमती दिली नव्हती. रागाच्या भरात तिने निघून जाण्यासाठी सांगितले होते. तिच्या मनात त्यांनी संन्यास घ्यावा असा विचार कधीही नव्हता.

विठ्ठल संन्यास घेण्यासाठी इतके उतावीळ झाले होते, की रुक्मिणीने रागाने उच्चारलेल्या शब्दांना तिने दिलेली अनुमती समजून ते त्वरित काशीला रवाना झाले. काशीला जाऊन त्यांनी महागुरूंकडे संन्यास दीक्षा देण्याचा आग्रह धरला. इतका की, त्यांनी त्यासाठी मिथ्या वचनाचा आधार घेतला. आपण एकटे असून

आपले घर-परिवार कोणी नाही, असे खोटेच त्यांनी महागुरूंना सांगितले. कारण त्या काळी संसारी माणूस संन्यास घेऊ शकत नव्हता. महागुरूंनी विठ्ठल एकटेच आहेत असे समजून त्यांना आपला शिष्य केले व संन्यासदीक्षा दिली.

गुरूची चेतना सर्वोच्च चेतना असते. त्यांच्याशी केलेले कपट महाकपट असते. विठ्ठलपंतांनी विवाहित असल्याची गोष्ट लपवून महागुरूंशी कपट केले होते. बाह्य गोष्टींवरून संन्यास घेण्यासाठी ते पात्र नव्हते; परंतु आंतरिक ओढ पाहता ते योग्य साधक होते. त्यांनी कपट केले; परंतु त्यांचे भाव शुद्ध होते. ते भक्त होते. संन्यास घेऊन त्यांना सत्य प्राप्त करायचे होते. परंतु सत्य आणि कपट या दोन विरोधी गोष्टी आहेत. ज्याप्रमाणे सत्कर्मांचे फळ मिळते, त्याप्रमाणे दुष्कर्मांचे फळही मिळतेच. विठ्ठलपंतांच्या भक्तीचे फळ त्यांना मिळाले. त्यांना चार आत्मसाक्षात्कारी मुलांचे पिता होण्याचे भाग्य लाभले. अशा विलक्षण मुलांमध्ये ज्ञान व भक्तीचे बीज रोवण्याची त्यांना संधी मिळाली. परंतु गुरूशी केलेल्या कपटाचे फळही त्यांना भोगावे लागले. कसे ते पुढे पाहू.

कमीत कमी गुरूशी कपट नको

ज्याप्रमाणे डॉक्टरांसमोर रोग लपवण्याने किंवा वाढवून सांगण्याने रोग्याचे नुकसान होते, त्याप्रमाणे गुरूशी कपट करणे म्हणजे स्वतःच्याच पायावर धोंडा पाडून घेण्यासारखे असते. म्हणून स्वतःचे नुकसान होऊ नये यासाठी स्वतःशी व गुरूशी कधीही कपट करू नका. कपट करून मिळवलेले ज्ञान जीवनात उतरत नाही.

तुम्ही अगदी सुयोग्य बनून यावे अशी गुरूची अपेक्षा नसते. तुम्ही योग्य (स्वबोधावर स्थापित) असाल तर गुरूची काय आवश्यकता? मानवी मनाची दुर्बलता व लबाडी गुरूला चांगली समजते. म्हणून त्यांच्यासमोर चुका लपून राहत नाहीत. तुम्ही जे वास्तवात (चैतन्य, स्व) आहात ते समजून गुरू तुमच्याकडे बघतात.

कपटमुक्ती ध्यान

काही वेळ पुस्तक बाजूला ठेवून, डोळे बंद करून शांत व स्थिर अवस्थेत बसा. आत्तापर्यंत तुमच्याकडून कळत-नकळत गुरूंबरोबर किंवा इतर कोणत्या उच्च चेतनेबरोबर कपट झाले असेल तर त्यांना तुमच्या ध्यानक्षेत्रात आणा.

माहिती जाणून घेण्यासाठी, शिबिरात प्रवेश मिळवण्यासाठी, स्वतःचा मोठेपणा दाखवण्यासाठी आपल्या चुका लपवून ठेवण्यासाठी, कपट झाले असेल तर गुरूला साक्षी ठेवून क्षमा मागा —

'माझ्याकडून हे कपट झाले आहे. त्यासाठी मी क्षमा मागतो/मागते आणि वचन देतो/देते की, इथून पुढे माझ्याकडून असे घडणार नाही. कारण मी कपट करण्याची बाजू घेणार नाही तर प्रामाणिकपणाची बाजू घेईन.' हा भाव मनात धरून पूर्णपणे समर्पित होऊन गुरूला क्षमा मागा व त्यांना धन्यवाद द्या.

∎∎∎

अध्याय ३

संन्याशांच्या आईवडिलांची भूमिका

तेजसंसारी जीवन कसे जगावे?

माणसाला आपल्या जीवनाचा योग्य अर्थ व भूमिका स्पष्ट होते तेव्हा त्यावर ठाम राहून जगणे सोपे होते. मग जीवनात कितीही संकटे येवोत अथवा सुख-सुविधा; तो आपला मार्ग सोडत नाही. नियतीसुद्धा वेळोवेळी मार्गदर्शन करत असते. परंतु आपल्या भूमिकेवर टिकून राहण्यासाठी व नियतीकडून मार्गदर्शन ग्रहण करण्यासाठी माणसाची तयारी पूर्णपणे व्हायला हवी. विठ्ठलपंत व रुक्मिणी यांच्या जीवनाच्या कहाणीवरून ही गोष्ट समजून घेऊ.

गुरूंच्या आज्ञेनुसार विठ्ठलपंतांनी संन्यास सोडून गृहस्थाश्रम स्वीकारला, त्यामुळे त्यांना त्यांच्या परिवारासहित समाजाच्या उपेक्षेला व रोषाला सामोरे जावे लागले. त्या वेळच्या सामाजिक मान्यतेनुसार, एका संन्याशाने पुन्हा गृहस्थाधर्म स्वीकारणे महापाप समजले जात होते. तेसुद्धा असे महापाप; ज्याचे प्रायश्चित्तही घेता येत नव्हते. म्हणून ब्राह्मण समाजाने विठ्ठलपंत व रुक्मिणी यांना 'अशुद्ध' घोषित करून वाळीत टाकले.

समाजाच्या प्रतारणेला त्यांनी न घाबरता तोंड दिले. गुरूच्या आज्ञेमुळे त्यांना त्यांच्या जीवनाचा अर्थ गवसला होता. आपल्या पृथ्वीवरच्या जीवनाचे ज्ञान त्यांना झाले होते. त्यांच्या दृष्टीने ही ईश्वराची दिव्य योजना व गुर्वाज्ञा होती.

विठ्ठल-रुक्मिणीचा बराचसा वेळ घरातच व्यतीत होऊ लागला. ते आपल्या मुलांना वेद-वेदान्त, शास्त्रे यांचे सखोल ज्ञान देत होते. त्यांची तेजस्वी मुले मोठ्या सहजतेने ज्ञान ग्रहण करत होती. खरेतर गर्भावस्थेत असतानाच त्यांच्यावर भक्ती, ज्ञान, तसेच वैराग्य यांचे संस्कार झाले होते.

समाजातील लोक त्यांच्याशी संबंध ठेवत नव्हते. पावलोपावली त्यांचा अपमान केला जाई. त्यांच्या मुलांना 'संन्याशाची मुले' म्हणून हिणवले जाई. अशा विपरीत परिस्थितीत ते खडतर जीवन जगत होते. तरीसुद्धा याला हरिइच्छा मानून ते भक्तिसाधनेत तल्लीन होत. एकमेकांच्या आधाराने ते जीवन जगत होते. त्यांच्याकडे परस्परांवरील निःस्वार्थ प्रेम, सरळपणा, खरेपणा, निश्चलता, निष्कपटपणा, ज्ञान, भक्ती, संतोष व धैर्य यांसारखी अमूल्य दौलत होती.

दिव्य योजनेनुसार सफल जीवन

एखाद्या सामान्य बुद्धी असणाऱ्या माणसाला विचारले, 'सफल जीवन म्हणजे काय?' तर, त्याचे उत्तर असेल, 'चांगली नोकरी किंवा व्यापार, सर्व सुख-सुविधा मिळणे, ऐशोआराम, गाडी, बंगला, नोकरचाकर यांची रेलचेल असणे, चांगला जीवनसाथी मिळणे इत्यादी.' त्यांच्या दृष्टीने सफल जीवनाची परिभाषा अशी असते. आपले जीवन किती निश्चिंत व आरामदायी आहे, यावर जीवन यशस्वी झाले की नाही, हे ठरते. त्यांना विठ्ठल-रुक्मिणीची जीवनगाथा ऐकवली व त्यावर त्यांचे मत विचारले तर ते म्हणतील, 'ते जीवनात अयशस्वी ठरले. त्यांना एवढे दुःख व त्रास सहन करावा लागला. त्यांचा जन्म फुकट गेला.' ज्या माणसाला ज्ञान प्राप्त झाले नाही त्याला जीवनाचा अर्थ कसा कळणार? त्याच्या दृष्टीने आरामदायी, ऐश्वर्याने भरलेले जीवन हेच श्रेष्ठ जीवन असते.

वास्तविक ईश्वर किंवा नियती माणसाच्या जीवनाची दिव्य योजना ठरवते. ज्या माणसाचे जीवन त्या दिव्य योजनेनुसार, आयुष्याचे धडे शिकत व्यतीत होते ते खरे सफल जीवन असते, अन्यथा ते असफल ठरते. प्रभू श्रीरामचंद्रांच्या जीवनाची दिव्य योजना होती, समाजात पसरलेल्या राक्षसी शक्ती व रावणाचा विनाश! म्हणून राजकुमार असूनही एखाद्या तपस्व्याप्रमाणे रानावनांत, अनेक प्रकारच्या असुविधा झेलत त्यांना त्यांचे आयुष्य घालवावे लागले. राजमहालात राहून सुख-सुविधांमध्ये त्यांचे जीवन व्यतीत झाले असते तर ते महाजीवन ठरले

नसते. महालात राहून सुख-सुविधा भोगत ते आयुष्य जगले असते तर त्यांची भूमिका अर्धवट राहिली असती.

विठ्ठलपंत व रुक्मिणीसुद्धा सफल जीवन जगून निघून गेले. त्यांच्या जीवनाच्या दिव्य योजनेनुसार त्यांची भूमिका त्यांनी चोख बजावली. त्यांची कार्ये उत्तम प्रकारे पार पाडली. आत्मबोधाद्वारे ईश्वरप्राप्ती करणे हेच जीवनाचे उद्दिष्ट आहे, हे चारही मुलांनी त्यांच्या आईवडिलांकडून जाणले होते. वैराग्यभाव असलेले वडील व भक्तिभाव असलेली आई अशा घरात जन्म घेतल्यामुळे त्यांच्यात संस्काराचा पाया पक्का झाला होता. शास्त्रांमधले ज्ञान त्यांनी संपादन केले होते, तसेच त्यांच्या आईवडिलांचे जीवन त्यांनी प्रत्यक्ष पाहिले.

लहान वयात ईश्वरप्राप्ती अथवा आत्मबोध होऊ शकत नाही व हे खूप कठीण कार्य आहे, असे त्यांना कोणी सांगितले नव्हते. बऱ्याचदा लहान मुलांच्या मनाची अशी धारणा तयार केली जाते, की 'हे काम खूप कठीण आहे. तू अजून लहान आहेस.' परिणामस्वरूप, अशी मुले मोठी झाली तरी त्यांना ती कार्ये कठीण व असंभवच वाटतात. लहान मुलांच्या मनात मुळात अशा मान्यता नसतात. पण, जर त्यांच्या मनात अशा गोष्टी भिनवल्या गेल्या नाहीत, तर अशी मुले मोठेपणी प्रयत्न करून एखादे असंभव कार्यदेखील पार पाडू शकतात.

प्रपंचात संन्यस्त जीवन

तसे पाहिले तर विठ्ठलपंत व रुक्मिणी यांच्या संसारात सर्वांच्या इच्छा व प्रार्थना पूर्ण होत होत्या. विठ्ठलपंतांना एखाद्या सामान्य माणसाप्रमाणे सुख-सुविधांची कामना नव्हती. ईश्वरभक्तीत लीन होऊन त्यांना संन्यासी जीवन जगायचे होते. समाजाने त्यांच्यावर बहिष्कार टाकून जणू प्रपंचात राहून संन्यस्त जीवन जगण्यास मदतच केली होती. असे जीवन जगण्यासाठी वास्तविक समाजापासून दूर जंगलात जाऊन राहावे लागते. परंतु विठ्ठलपंत व त्यांचे कुटुंब समाजात राहून संन्यासी जीवनाचा लाभ घेत होते. रुक्मिणीला आपल्या पती व मुलांबरोबर राहायचे होते. प्रेमाने त्यांची सेवा करत तिला त्यांच्याबरोबर आयुष्य घालवायचे होते. तिचीही इच्छा पूर्ण होत होती. आपल्या मुलांनी संस्कारी, ज्ञानी व संत होऊन स्वयंबोध प्राप्त करावा, असे दोघांना वाटत होते. तर त्याचीही तयारी सुरू

होती. अशा प्रकारे अनेक गोष्टींची कमतरता व दुःख असूनही नियती सर्वांच्या प्रार्थना पूर्ण करत होती.

खरेतर हा परिवार पूर्ण जाणिवेसह तेजसंसारी* जीवन जगत होता. आध्यात्मिक रूपाने तो अतिशय उत्तम होता. त्यांच्या सांसारिक जीवनात आध्यात्मिक ज्ञान परिपूर्णतेने उतरले होते, म्हणून कष्टात असूनही ते सर्व जण सुखी व संतुष्ट होते.

तेजसंसारी जीवनरहस्य

जुन्या धारणांनुसार, संसाराचा त्याग करून संन्यास घेतला तर ईश्वरप्राप्ती होते, असे मानले जायचे. याचा अर्थ, जो संसारी आहे त्याला ईश्वरप्राप्ती होणार नाही आणि जो संन्यासी आहे त्याने प्रपंच करायचा नाही. म्हणजे 'माया' किंवा 'राम' यापैकी एकाची निवड करावी लागे. या मान्यतेमुळे विठ्ठलपंत संन्यास घेण्यास प्रवृत्त झाले.

वास्तविक, या दोन्हींच्या मध्ये एक मार्ग आहे– 'तेजसंसारी मार्ग', जो संन्यास व संसार या दोन्हींच्या पलीकडे आहे. तेजसंसारी होणे म्हणजे संन्यस्त जीवन व मायेने लिप्त असे प्रापंचिक जीवन याच्या पलीकडे जाणे. तेजसंसारी माणूस या दोन प्रकारच्या जीवनशैलीतील सकारात्मक पैलू घेऊन संतुलित जीवन जगतो. हा संसार ईश्वराची लीला (खेळ) आहे हे तो जाणतो. म्हणून प्रपंचात न अडकता आसक्तीरहित आनंदी जीवन जगतो व आपली भूमिका चोख बजावतो.

प्रापंचिक माणसाला वाटते की, म्हातारपणी आपली कोणीतरी काळजी करणारे असावे, आपल्या इस्टेटीसाठी वारस पाहिजे, म्हणून तो मुलांना जन्म देतो. परंतु तेजसंसारी माणसांना वाटते, आपल्या मुलांनी देशासाठी, समाजासाठी सत्कार्य करावे, सत्याचा मार्ग अनुसरून लोककल्याण करावे. त्यांच्या माध्यमातून ईश्वरीय गुणांची अभिव्यक्ती व्हावी. यासाठी तो मुलांना जन्म देतो. रुक्मिणी व विठ्ठल यांनी ही चांगली इच्छा मनात धरून चार संत मुलांना जन्म दिला.

---

* संसार व संन्यास याच्या पलीकडे असलेले तेजसंसारी जीवन

संसारी व संन्यासी यांना व्हावी भूलोकीच्या भूमिकेची ओळख

संत ज्ञानेश्वरांच्या कुटुंबाची कथा ऐकून एखाद्याला प्रश्न पडू शकतो, 'दुःखात आनंदी कसे राहायचे ?' खरेतर ज्या माणसाला या भूलोकातील आपली भूमिका समजली आहे, त्याला आपल्या आयुष्यातील संकटे हसत-हसत झेलता येतात. संकटांकडे त्याचे लक्ष जात नाही, तर आपल्या भूमिकेमुळे मिळणारे सुख व समाधान हे त्यांच्या आनंदाचा स्रोत असते.

आपली भूमिका निभावताना येणारे दुःखसुद्धा यशाचे कारण ठरू शकते. ते दुःख तुमच्या मननाला, प्रश्नांना नवीन दिशा देण्याचे काम करते, वेगळा विचार करण्यासाठी, वेगळे काही करण्यासाठी प्रवृत करते. असे करून ते तुमची भूमिका पार पाडण्यासाठी मदतच करते.

दुसरी गोष्ट, माणसाला जेव्हा स्वतःची खरी ओळख होते, की 'मी शरीर नाही' तेव्हासुद्धा तो दुःखांकडे, कष्टांकडे साक्षी भावनेने बघतो व ईश्वराच्या या खेळात सुख-दुःखापलीकडे जाऊन आपली भूमिका निभावतो.

म्हणून दिव्य योजनेसंबंधी मनात जाणीव ठेवून आपण ईश्वराला असे म्हटले पाहिजे –

हे ईश्वरा! मला माझ्या भूमिकेची खरी ओळख होऊ दे!

मी ती नीट पार पाडू दे!

मला माझ्या दिव्य योजनेनुसार सर्वकाही सहजपणे मिळू दे!

व ते घेण्यासाठी मी पात्र बनू दे!

■■■

अध्याय ४

संन्यासीला मिळाली गुरुदीक्षा
आग व कापूर यांचा संगम

एखादी गोष्ट प्राप्त करण्याची पात्रता तयार झाली की ती गोष्ट माणसापर्यंत पोहोचते. शिष्याची ज्ञान प्रहण करण्याची पात्रता तयार झाली की गुरूला यावेच लागते.

विठ्ठल-रुक्मिणीच्या पालनपोषणामुळे चारही मुलांची अंतिम सत्य प्राप्त करण्याची पात्रता वृद्धिंगत होत होती. आठ वर्षांचे असतानाच निवृत्तिनाथांना सत्यग्रहणाची पात्रता पूर्णपणे आली होती.

एक दिवशी सर्व जण तीर्थयात्रेला निघाले. जाता-जाता बरीच रात्र झाली होती. अशातच निवृत्तिनाथ जंगलात रस्ता चुकले. जंगलातून बाहेर पडण्यासाठी ते रस्ता शोधत धावत सुटले. धावता-धावता सुरक्षित ठिकाण समजून ते अंजनी पर्वतात असलेल्या एका गुहेमध्ये शिरले. गुहेमध्ये एक योगी आपल्या दोन शिष्यांसमवेत ध्यानस्थ बसलेले त्यांनी पाहिले. ते योगी म्हणजे नाथ संप्रदायाचे गुरू गहिनीनाथ होते. निवृत्तिनाथांना पाहताच त्यांच्या चेहऱ्यावरचे तेज व प्रतिभा त्यांनी ओळखली. गहिनीनाथांसारख्या महान योग्याचा परिचय झाल्यामुळे निवृत्तिनाथांना खूप आनंद झाला. जणू काही गुरू-शिष्य एकमेकांसाठी आतुरलेले होते. गहिनीनाथांनी निवृत्तिनाथांना आपले शिष्य करून घेतले व त्यांना ज्ञान व योगमार्गाची शिकवण दिली.

ज्या शिष्याची खरोखर पात्रता तयार झालेली असते, त्याच्यासाठी गुरूचा एखादा मंत्र, एखादे वचन अथवा एखादे प्रवचन आत्मबोध प्राप्त करण्यासाठी पुरेसे असते. निवृत्तिनाथ सत्यप्राप्तीसाठी इतके तयार होते, की गुरूची भेट व त्यांचा पहिला उपदेश त्यांच्यासाठी पुरेसा होता. सात दिवस गुरूंच्या सान्निध्यात राहून त्यांनी अंतिम सत्य आत्मसात करून स्वयंबोध प्राप्त केला.

सत्यप्राप्तीनंतर निवृत्तिनाथांच्या लक्षात आले, की आपला छोटा भाऊ ज्ञानदेवसुद्धा ज्ञानप्राप्तीसाठी पात्र झाला आहे. त्यांनी ज्ञानदेवांनाही दीक्षा दिली. ज्ञानदेव लहान वयातच योगात निपुण झाले व अद्वैताचा गहन अर्थ त्यांनी समजून घेतला. पुढे ज्ञानदेव 'संत ज्ञानेश्वर' या नावाने प्रसिद्ध झाले.

प्रत्येक ठिकाणी संत ज्ञानेश्वरांनी आपल्या गुरूरूपातील मोठ्या भावाची स्तुती केली आहे. *अमृतानुभव* नावाच्या ग्रंथामध्ये त्यांनी गुरूची खूप स्तुती केली आहे. ते म्हणतात, *ज्ञान गूढ गम्य ज्ञानदेवा लाभले। निवृत्तीने दिले माझ्या हाती।* याचा अर्थ, मला जे ज्ञानाचे गूढ रहस्य समजले आहे, ते निवृत्तीने मला सांगितले आहे. हाच उपदेश निवृत्तिनाथांनी सोपान व मुक्ताबाईलाही दिला. अशा प्रकारे लहान वयात चौघांनाही सद्गुरू भेटले व सर्वोच्च पात्रता असल्याने चौघेही सत्यात स्थापित झाले.

मुलांनी असे ज्ञान ग्रहण करावे अशी इच्छा असेल तर आधी त्यांच्या आईवडिलांनी हे ज्ञान त्यांच्या जीवनात जगले पाहिजे. नुसता आदेश देऊन मुले शिकत नाहीत; तर ते जे मोठ्यांना करताना पाहतात तेच शिकतात. आपले आईवडील कठीण परिस्थितीतही ज्ञान व भक्तीच्या मार्गावरून चालत आहेत, हे निवृत्तिनाथ, ज्ञानदेव, सोपान, मुक्ताबाई यांना पाहिले होते. परमेश्वराची इच्छा असे समजून ते प्रत्येक गोष्टीचा स्वीकार करत होते. जीवन असेच जगायचे असते, याची शिकवण त्यांना त्यांच्या आईवडिलांकडून मिळाली. याचा उपयोग त्यांना त्यांच्या पुढील आयुष्यात झाला.

गुरू अग्नी व शिष्य कापूर

निवृत्तिनाथ संत ज्ञानेश्वरांपेक्षा फक्त दोनच वर्षांनी मोठे होते. तरीसुद्धा त्यांच्या लेखी गुरूचे महत्त्व व स्थान मोठेच होते. गुरूची प्रशंसा करत ते लोकांना म्हणाले, 'तुम्ही त्यांना फक्त निवृत्त समजू नका. ते वृत्ती व निवृत्ती या दोन्हींच्या पलीकडे

आहेत. ते परावर्ती आहेत, प्रत्येक अवस्थेच्या पलीकडे पोहोचले आहेत. त्यांना बंधनातून मुक्त असेही म्हणू नका. कारण ते बंधन व मुक्ती दोन्हींच्या पलीकडे आहेत.'

संत ज्ञानेश्वर शिष्याचे वैशिष्ट्य सांगताना म्हणतात, 'खरा शिष्य कापराप्रमाणे असतो. तो गुरुरूपी अग्नीच्या संपर्कात आला की अग्नी बनून जातो. गुरूमध्ये विलीन होऊन जातो. म्हणजे एक अशी अवस्था तयार होते; जिथे गुरू व शिष्य वेगळे राहत नाहीत, तर दोघे एकरूप होतात. नंतर न अग्नी राहतो, ना कापूर! कोणी गुरू नसतो, ना कोणी शिष्य!

जोपर्यंत अग्नी कापराला स्पर्श करत नाही तोपर्यंत कापराचे अस्तित्व वेगळे असते. कापूर अग्नीच्या संपर्कात येताच दोन्ही एकच होतात, दोघांचे वेगळे अस्तित्व उरत नाही. तिथे दोन्ही एकरूप होतात. जोपर्यंत शिष्य गुरूला पूर्णपणे शरण जात नाही, पूर्ण समर्पण होत नाही तोपर्यंत द्वैतभाव (दोन वेगळी अस्तित्वं) शिल्लक राहतो. गुरू शिष्यापासून वेगळे राहून त्याला ज्ञान देतात व त्याची पात्रता वाढवतात. जोपर्यंत त्याची पात्रता कापराप्रमाणे होत नाही तोपर्यंत ते ज्ञान देतात. शिष्य कापराप्रमाणे विरून जाण्यासाठी, मुक्त होण्यासाठी तयार होतो तेव्हा गुरू त्याचा ताबा घेतात. कारण तोपर्यंत 'दोन वेगळे' असे त्यांचे नाते असते व ज्ञान दिले जाते.

संत ज्ञानेश्वरांनी ज्ञानप्राप्तीच्या मार्गामध्ये निवृत्तिनाथांना अनेक प्रश्न विचारले. निवृत्तिनाथांनी त्यांची उत्तरे दिली व उपनिषदांच्या दर्जाचे ग्रंथ तयार झाले.

संत ज्ञानेश्वरांनी निवृत्तिनाथांचे ज्ञान क्रियेत आणले; म्हणजे जणू ते क्रियाशील निवृत्तिनाथ होते. कारण त्यांनी जे केले ते गुरूच्या आज्ञेने व ज्ञानामुळे केले. त्याचप्रमाणे निवृत्तिनाथ म्हणजे, जणू संत ज्ञानेश्वरांची मौनावस्था होती. निवृत्तिनाथांचे विचार आणि आज्ञा संत ज्ञानेश्वरांनी क्रियेमध्ये उतरवल्या.

अध्याय ५

देहान्त प्रायश्चित्त यावर संन्यासीचा प्रश्न

निःस्वार्थ जीवनाचे भावबीज

विठ्ठलपंत व रुक्मिणी यांच्या जीवनात सत्य व भक्ती यांखेरीज दुसऱ्या कोणत्याच गोष्टींना महत्त्व नव्हते. म्हणून समाजाने बहिष्कार टाकूनही त्यांच्या जीवनात काही विशेष फरक पडला नाही. परंतु मुलांना या बहिष्काराची झळ पोहोचत होती, याची त्यांना चिंता लागून राहिली हाती. मुलांवर उपनयन संस्कार करता येत नव्हते याची त्यांना काळजी वाटत होती.

त्या काळच्या सामाजिक प्रथेनुसार ब्राह्मण-मुलांची मुंज करणे हे आवश्यक कर्मकांड होते.

एके दिवशी विठ्ठलपंतांनी ब्राह्मण समाजाला विनंती केली, की ''त्यांच्या अपराधाला काही प्रायश्चित्त घेता येईल का?'' यावर अहंकारी ब्राह्मण म्हणाले, ''या कलंकाचे प्रायश्चित्त एकच आहे; ते म्हणजे, देहान्त प्रायश्चित्त!''

विठ्ठलपंतांनी विचार केला – आपण देहान्त प्रायश्चित्त घेतले नाही तर आपल्या चारही मुलांचे भविष्य अंधकारमय होईल... ब्राह्मण समाज त्यांचा स्वीकार करणार नाहीत व त्यांचे उपनयन संस्कारही होणार नाहीत.

मुलांना बहिष्कृत जीवन जगावे लागू नये यासाठी त्यांनी देहान्त प्रायश्चित्त घेण्याचा निर्णय घेतला. त्यांच्या या निर्णयाला रुक्मिणीचीही अनुमती होती.

एके दिवशी रात्री दोघांनी आपल्या मुलांना परमेश्वराच्या हाती सोपवून नदीमध्ये जलसमाधी घेऊन आपले प्राण सोडले.

ज्या वयात मुलांना आईवडिलांची सर्वांत जास्त गरज असते, त्याच वयात ही चारही मुले पोरकी झाली. त्यांचे वय खूप लहान होते. प्रायश्चित्त घेऊनही निर्दयी समाजाला मुलांची दया आली नाही. मुलांना समाजात मान तर सोडाच; पण त्रासच भोगावा लागला. आईवडिलांचे छत्र हरपल्यामुळे ती अगदी निराधार झाली होती. तुम्ही कल्पना करू शकता, त्या वेळी अशा परिस्थितीत त्या मुलांना किती हालात व त्रासात दिवस काढावे लागले असतील!

परंतु ती ज्ञानी व संत मुले गरजेच्या गोष्टींचा अभाव असूनही आनंदाने जगत होती. कारण त्यांच्याकडे दोन अमूल्य गोष्टी होत्या— सत्य व उमेद. त्या बहीण-भावंडांच्या जीवनात सत्य उतरले होते. ते लहानपणापासूनच सत्यप्रेमी होते. म्हणून त्यांच्यात भरपूर उत्साह व धैर्य होते. त्यांचा आनंद सुख-सुविधांवर व समाजाच्या मानसन्मानावर अवलंबून नव्हता. त्यांचा आपसांतला सत्य संघ, आंतरिक समज व सत्याविषयी प्रेम हा त्यांचा आनंदाचा स्रोत होता.

आईवडिलांच्या देहान्त प्रायश्चित्ताच्या घटनेने मुलांच्या जीवनाला नवीन वळण दिले. आता ज्ञानदेव व त्यांच्या भावंडांच्या जीवनाच्या दिव्य योजनेचा पुढचा टप्पा सुरू झाला होता. त्यांना स्वतःच्या जीवनावरून लोकांना प्रश्न विचारायचे होते. इतके खडतर जीवन असूनही ते सत्याचा मार्ग चालू शकतात; मग बाकी लोक का चालू शकत नाही?

लोकांना सत्याच्या मार्गावर चालण्यासाठी प्रेरित केले की ते अनेक कारणे सांगतात. जसे, या गोष्टी करण्याचे अजून वय झाले नाही... मी लहान आहे; इतक्या अवघड गोष्टी आत्ता कशा समजणार?... आधी हे काम होऊ दे, इतक्या साऱ्या गोष्टी केल्यानंतर सत्याच्या गोष्टी करता येतील वगैरे... अशा लोकांना संत ज्ञानेश्वरांचे उदाहरण सांगितले पाहिजे.

आजकाल तरुण लोकांमध्ये अध्यात्माबद्दल जागृती निर्माण झाली आहे. त्यांना सत्य जाणून घेण्याची ओढ आहे; पण त्यांच्या वृत्तीचे प्राबल्य जास्त आहे. वृत्ती तोडण्यासाठी लागणारे आत्मबळ कमी पडत आहे, हे सत्याच्या मार्गाने पुढे जाऊ बघतात; पण त्यांच्यातील वृत्ती त्यांना पुन्हा मागे खेचतात. आजमितीला संगणक, मोबाईल यांसारखी साधने उपलब्ध आहेत. माया निर्माण

करणाऱ्या या गोष्टींमुळे माणूस भरकटला आहे. जीवनात दुर्बलता येते तेव्हा माणसाला वाटते, या जगात सत्याच्या मार्गावरून चालणे कठीण आहे. असे पवित्र, शुद्ध जीवन आम्ही जगू शकणार नाही. इथे त्यांच्या वृत्ती त्याला अटकाव करत असतात.

अशा वेळी संत ज्ञानेश्वरांच्या जीवनावरून बोध देता येईल की, तुमच्या अडचणी त्यांच्या त्रासापेक्षा मोठ्या आहेत का? त्या मुलांनी इतका त्रास सहन केला, तुम्ही थोडासुद्धा त्याग करू शकत नाही का?

छोट्या ज्ञानदेवाला मिळाली प्रश्नांची उत्तरे

आई-वडिलांच्या मृत्यूने छोटा ज्ञानदेव व्याकूळ झाला होता. त्याच्या मनात असंख्य प्रश्न पिंगा घालू लागले होते. त्याच्या आईवडिलांची काय चूक होती?... दोघेही सज्जन, संत होते... धर्मपारायण होते... सतत ईश्वरभक्तीत लीन होते... असे असूनही त्यांना समाजाकडून अशी क्रूर शिक्षा का दिली गेली?

ज्ञानदेवांच्या मनात प्रश्न निर्माण झाले व त्यांची उत्तरे समजण्याची पात्रता निर्माण झाली. त्याच वेळी प्रश्नांची उत्तरे देणारे गुरू निवृत्तिनाथांच्या रूपात समोर आले. त्यांनी ज्ञानदेवांना समजावले, "दोष समाजाचा नाही, तर त्यांच्यातील अज्ञानाचा आहे. त्यांच्या चुकीच्या धारणा व मान्यता नष्ट होण्यासाठी लागणारे ज्ञान त्यांच्यापर्यंत पोहोचत नाही. सत्याचे दर्शन करून देणारे ज्ञान त्यांच्याकडे नाही. कारण ज्ञानाची पुस्तके संस्कृत भाषेमध्ये आहेत व सामान्य लोकांना ती भाषा समजत नाही. म्हणून ते ज्ञान त्यांना समजू शकत नाही. ब्राह्मण स्वतःच्या फायद्यासाठी सत्याचे ज्ञान सर्वसामान्य, भोळ्याभाबड्या जनतेपर्यंत पोहोचू देत नाहीत. स्वतःची तुंबडी भरण्यासाठी या ज्ञानाचा ते उपयोग करत आहेत. आपल्या सोयीप्रमाणे ते ज्ञान त्यांनी विखरून टाकले आहे. त्यासाठी त्यांनी नियमसुद्धा बनवले आहेत. जसे, ब्राह्मणाखेरीज इतर कोणी व स्त्रिया वेदपाठ करू शकत नाहीत. उपनयन संस्कार झाल्याशिवाय कोणीही ज्ञान प्राप्त करू शकत नाही, तसेच ते ज्ञान देऊन शकत नाहीत. त्यांना तो अधिकार नाही, इत्यादी.''

समाजाला त्यांच्या भाषेत ज्ञान दिले जाईल, तेव्हा ते त्यांच्या जीवनात उतरेल. त्यामुळे त्यांच्या चुकीच्या धारणा जातील. योग्य-अयोग्य यांतील फरक

त्यांना कळू लागेल. त्यांच्या चेतनेचा स्तर वाढू लागेल. काय चांगले आहे? जबाबदाऱ्यांकडे पाठ फिरवून संन्यासी होणे, का संसारी होऊन समाजाला संत व सज्जन मुले देणे, याचे ते स्वतःच योग्य उत्तर शोधू लागतील.

संन्यास घेणे का संसारी बनणे, या दोन पर्यायांव्यक्तीरिक्त तिसरा पर्याय म्हणजे तेजसंसारी मार्ग आहे. याचा उल्लेख याआधी आला आहे.

■■■

अध्याय ६

संन्यासी जीवनाचे उद्दिष्ट

निःस्वार्थ जीवनाची सुरुवात

निवृत्तिनाथांकडून सामाजिक स्थिती जाणून घेतल्यानंतर छोट्या ज्ञानदेवांच्या मनात अजून एक प्रश्न निर्माण झाला, समाजाचे अज्ञान कसे दूर करायचे? या प्रश्नांमुळे त्यांच्या जीवनाला एक उच्चतम उद्दिष्ट मिळाले. अज्ञानाच्या गाढ झोपेत असणाऱ्या या समाजाला जागे करण्याचे उद्दिष्ट त्यांनी समोर ठेवले. हे चौघे आधीपासूनच जागृत होते. त्यांना समाजाची चिंता करण्याची काही गरज नव्हती. तरीही, त्यांनी या गोष्टीकडे डोळेझाक केली नाही. कारण त्यांच्या मनात तुझे-माझे, मी-तू असा द्वैतभाव शिल्लक उरला नव्हता. त्यांच्या दृष्टीने दुसरा कोणी नव्हताच. आता निःस्वार्थ भावनेने समाजाचे कल्याण करणे, हेच त्यांच्या अव्यक्तिगत जीवनाचे प्रकटीकरण होते, हेच त्यांचे कर्मक्षेत्र होते.

हे उद्दिष्ट साध्य करण्यासाठीचे पहिले पाऊल होते, समाजाच्या एक भाग बनणे. त्यासाठी काही ना काही प्रयत्न करावे लागणार होते. कारण समाजात मिसळल्याशिवाय जागृती निर्माण करणे शक्य नव्हते. ज्याप्रमाणे खराब झालेला तलाव स्वच्छ करण्यासाठी तलावाच्या पाण्यात उतरावे लागते, त्याप्रमाणे समाजात राहिल्याशिवाय लोकांच्या मनात जागृती कशी आणणार! म्हणून त्या संत मुलांनी लोकांमध्ये मिसळण्यासाठी प्रयत्न सुरू केले. त्यात ते नुसते

यशस्वीच झाले नाहीत; तर ज्ञानदेव 'संत ज्ञानेश्वर' म्हणून प्रसिद्ध झाले. हे कसे घडले, हे या गोष्टी रूपाने जाणून घेऊ.

रेड्याकडून मंत्रोच्चारण

निवृत्तिनाथ अनुभवाद्वारे जाणत होते, की ते चौघेही शुद्ध आहेत. त्यासाठी कोणत्याही प्रमाणपत्राची गरज नाही. परंतु समाजात राहून लोककल्याणाचे कार्य करायचे असेल, तर शुद्धीपत्राची आवश्यकता आहे, असे इतरांना वाटत होते.

नियतीची ही इच्छा पूर्ण करण्याच्या हेतूने ते आळंदीला ब्राह्मणांकडे गेले व त्यांना शुद्धीपत्र देण्याची विनंती केली. ब्राह्मण म्हणाले, ''शास्त्रापुढे आमचं काही चालत नाही. आम्ही तसं शुद्धीपत्र देऊ शकत नाही. कारण आमचा तो अधिकार नाही. परंतु पैठणच्या धर्मपीठाकडे हा अधिकार आहे. म्हणून तुम्ही पैठणला जाऊन शुद्धीपत्राची मागणी करा.'' ब्राह्मणांचा सल्ला स्वीकारून ज्ञानदेव व निवृत्तिनाथ यांनी त्यांच्याकडून निवेदनपत्र घेतले व ते पैठणला रवाना झाले.

चौघेही पैठणला पोहोचले. आळंदीच्या ब्राह्मणांपुढे जे धर्मसंकट आले होते, तेच पुन्हा पैठणच्या धर्मपीठात गेल्यावर आले. तिथे या विषयावर खूप चर्चा झाली. शेवटी निर्णय घेतला गेला, की 'ही चारही मुले तेजस्वी व ज्ञानी आहेत; तसेच यांच्या आईवडिलांनी देहान्त प्रायश्चित्ताची शिक्षा घेतली आहे, म्हणून यांच्याकडून काही प्रतिज्ञा करून घ्याव्यात व त्यांना ब्राह्मण समाजात सामील करून घ्यावे.'

धर्मपीठाने मुलांकडून काही प्रतिज्ञा करून घेतल्या. उदाहरणार्थ, ते आजीवन ब्रह्मचर्याचे पालन करतील, सत्य व अहिंसेच्या मार्गानि जीवन व्यतीत करतील इत्यादी. या मुलांनी मोठ्या आनंदाने प्रतिज्ञा घेतली. त्यामध्ये एक प्रतिज्ञा अशी होती, की 'ते समाजातील जातिवादाचा सन्मान करतील व ब्राह्मणांव्यतिरिक्त इतर कोणालाही ते वेद-शास्त्राचे ज्ञान देणार नाहीत.' परंतु संत ज्ञानेश्वरांना ही प्रतिज्ञा मंजूर नव्हती. त्यावरून त्यांचा ब्राह्मणांशी वाद झाला.

संत ज्ञानेश्वरांचे म्हणणे होते की, प्रत्येक जीवामध्ये त्या परम चैतन्य ईश्वराचा वास आहे, सर्व समान आहेत. माणसामाणसांत फरक करणे तर सोडाच; पण इतर जीवजंतू, जनावरे यांतसुद्धा ते चैतन्य विद्यमान आहे. हे ऐकून तिथे उपस्थित असलेले ब्राह्मण संतापले व त्यांना विरोध करू लागले. त्याच

वेळी रस्त्यावरून एक रेडा जात होता. ब्राह्मणांनी संत ज्ञानेश्वरांना आव्हान दिले, की 'तुझ्या म्हणण्यानुसार, तुझा व रेड्याचा आत्मा एकच आहे, तर याच्याकडून तुझ्यासारखे वेद-मंत्र म्हणवून दाखव.'

संत ज्ञानेश्वरांनी आव्हान स्वीकारले व ते रेड्यासमोर वेद-मंत्रांचे उच्चारण करू लागले. जेव्हा रेडासुद्धा ते मंत्र म्हणू लागला तेव्हा ब्राह्मणांच्या आश्चर्याला पारावार उरला नाही! हा चमत्कार पाहून तिथे उपस्थित असलेले सर्व जण संत ज्ञानेश्वरांसमोर नतमस्तक झाले. काही ठिकाणी अशी कथा सांगितली जाते की, त्या रेड्याला चाबकाने मारले तेव्हा त्याचे वळ ज्ञानेश्वरांच्या अंगावर उठले.

या घटनेमुळे ब्राह्मणांचा अहंकार पूर्णपणे नष्ट झाला. तिथे उपस्थित ब्राह्मणांना आपल्या वागण्याचा पश्चात्ताप झाला व ते संत ज्ञानेश्वरांना समर्पित झाले. अशा प्रकारे काही क्षणातच संपूर्ण वातावरण प्रेम व भक्तीने भारून गेले. यानंतर सर्व ब्राह्मणांनी आदरपूर्वक चौघांना बसावयास आसन दिले व सन्मानाने शुद्धीपत्रही दिले. या घटनेची कीर्ती चहू दिशेला पसरली. चौघांना समाजात नुसते समाविष्टच करून घेतले नाही; तर लोक त्यांना सन्मानही देऊ लागले. या घटनेनंतर ज्ञानदेव 'संत ज्ञानेश्वर' या नावाने प्रसिद्ध झाले.

संत ज्ञानेश्वर व त्यांचे बहीण-भाऊ यांची कीर्ती वाऱ्याच्या वेगाने सगळीकडे पसरली. चारही दिशांनी लोक त्यांना बघायला गर्दी करू लागले. इतक्या कमी वयात त्यांचे ज्ञान व विद्वता पाहून सर्व जण प्रभावित झाले. आपल्या सरळ व सोप्या लोकभाषेत ते जनसामान्यांना सत्य ऐकवू लागले. त्यामुळे प्रत्येक जातीधर्माचे लोक त्यांच्याकडे येऊ लागले. प्रत्येक जण त्यांना निवेदन करी, की त्यांनी आपल्याला मार्गदर्शन करावे, प्रापंचिक बंधनातून सुटण्यासाठी मार्ग दाखवावा, मोक्षप्राप्तीचा मार्ग दाखवावा. लोक आदराने त्यांचे संदेश ऐकू लागले.

संत ज्ञानेश्वर फक्त ज्ञान व भक्तीचा प्रचार व प्रसार करत नव्हते; तर समाजात पसरलेले अज्ञान, भेदभाव, चुकीच्या धारणा व अनावश्यक कर्मकांडे यांचा विरोधही करत होते. अशा प्रकारे त्यांनी समाजात जागृती आणण्याचे जे उद्दिष्ट ठरवले होते, त्याची सुरुवात झाली.

■■■

अध्याय ७

संन्याशाचा संघ अवतार

सर्वांभूती एकच चैतन्य

लोकांची समज व चेतना वृद्धिंगत होण्यासाठी एखाद्या संघाने अवतार घेण्याची घटना क्वचितच घडते. वास्तविक, सर्व जण ईश्वराचीच रूपे आहेत. परंतु काही जण अवतार घेऊन आध्यात्मिक योद्धा बनून येतात. निवृत्तिनाथ, ज्ञानदेव, सोपान, मुक्ताबाई हे त्यांपैकी आहेत. या सर्वांनी एकत्रितपणे लोकांचा आध्यात्मिक विकास केला.

हा एक विशेष संघ आहे, ज्यांच्या नावातच महत्त्वपूर्ण संकेत दडलेले आहेत. ते कोणते हे समजून घेऊ.

निवृत्तिनाथ : निवृत्ती म्हणजे वृत्ती, प्रवृत्ती (चुकीच्या सवयी) यांपासून मुक्त अवस्था. वृत्ती; मग त्या कोणत्याही असू देत– शारीरिक, मानसिक, पूर्वजांकडून आलेल्या इत्यादी. या वृत्तींच्या अधीन न होता योग्य कार्ये करता आली, जी वास्तवात करायला हवी. ती व्यक्ती वृत्तींपासून मुक्त आहे, असे समजता येते.

एका उदाहरणावरून हे समजून घ्या. एका माणसाने रोज सकाळी लवकर उठून अर्धा तास ध्यान करण्याचे ठरवले. परंतु सकाळ झाली की आळशीपणामुळे तो अंथरुणातून बाहेर पडू शकत नसे. झोपल्या-झोपल्याच स्वतःच्या मनाला बजावत राही, 'उद्यापासून ध्यानाची सुरुवात करू' आणि परत झोपून जाई.

त्याची ही वृत्ती त्याच्या आवडीपेक्षा जास्त बळकट आहे, जी त्याचे सतत पाय खेचत राहते. सत्याचा खजिना हवा असेल, तर अशा वृत्ती ओळखून त्यातून निवृत्त व्हायला हवे.

ज्ञानदेव : आजकाल माहिती असण्याला, त्याचा संग्रह असण्याला, ज्ञान म्हटले जाते. मोठमोठी पुस्तके, धर्मशास्त्र वाचणारा स्वतःला ज्ञानी समजू लागतो. वास्तविक, ज्ञान ही अभ्यासाची किंवा पाठांतराची गोष्ट नाही. जे ज्ञान तुम्हाला तुमच्या अहंकाराचे (मीपणा) दर्शन घडवते ते खरे ज्ञान आहे. वास्तवात तुम्ही कोण आहात, पृथ्वीवीर जन्म का घेतला, तुमच्या जीवनाचे उद्दिष्ट काय व ते कसे प्राप्त करू शकतो, या प्रश्नांची उत्तरे ज्यामुळे कळतात ते खरं ज्ञान आहे. शिवाय, हे ज्ञान तुमच्या जीवनात उतरते तेव्हा त्याला ज्ञान म्हणता येते. क्रियेविना ज्ञान फक्त मनोरंजन आहे. सत्य संघातील ज्ञानदेव हे खऱ्या ज्ञानाचे प्रतीक आहेत.

सोपानदेव : सोपान म्हणजे पायऱ्यांनी बनलेली शिडी. या सत्य संघातील सोपानदेव याचे प्रतीक आहेत. ते आपल्याला सत्याच्या खजिन्यापर्यंत घेऊन जातात. ही शिडी आहे भक्तीची! भक्ती अशी शक्ती आहे, जी एका भक्ताला कठीण परिस्थितीला तोंड देण्याची उमेद देते. इतरांसाठी असंभव असणारे एखादे कामसुद्धा भक्तीमुळे पार पडते. सर्वांत महत्त्वाचे म्हणजे भक्ती तुमच्यातील वृत्तींचा समूळ नाश करते व सर्वोच्च निवड करवून घेते. जे लोक भक्तीशिवाय केवळ संकल्पशक्ती व इच्छाशक्तीद्वारे वृत्तींवर संयम ठेवू पाहतात त्यांचे यश अस्थायी असते, तात्पुरते असते. त्यांच्या वृत्ती पुन्हा उफाळून येतात. भक्तीमुळे स्थायी निवृत्ती शक्य आहे. शुद्ध, निष्काम भक्तीची शिडी चढता-चढता माणूस एक दिवस नक्की सत्याच्या खजिन्यापर्यंत पोहोचू शकतो.

मुक्ताबाई : जेव्हा वृत्तींची निवृत्ती साधून, ज्ञानाच्या आधारावर बनलेली भक्तीची शिडी चढून सत्याचा खजिना गवसतो तेव्हा त्यातून संपूर्ण मुक्तावस्था प्राप्त होते. यालाच मुक्ती, मोक्ष किंवा स्वानुभव म्हटले जाते. निवृत्ती, ज्ञान किंवा भक्ती यांत एखाद्या गोष्टीची जरी कमतरता असेल तरी मुक्ती संभव नाही. या चार गोष्टींचा एक बळकट संघ आहे, जो एकमेकांशिवाय अपूर्ण आहे.

चार योगी झाले लीलेचा हिस्सा

समाजाच्या कल्याणासाठी समाजात पसरलेली असमानता, भेदभाव संपुष्टात आणण्यासाठी; तसेच जनसामान्यांपर्यंत परमज्ञान पोहोचवण्यासाठी चौघांनी

अशा घटना घडवल्या, की ज्यांच्यामुळे लोकांचे लक्ष वेधले गेले. चमत्कारामुळे का होईना ; पण लोकांनी त्यांचे म्हणणे ऐकावे व खरे सत्य जाणावे, हा त्यामागचा हेतू होता.

अज्ञानामुळे लोक अधिकच कर्मठ होतात. त्यांना जागृत करण्यासाठी असे चमत्कार करावे लागतात. त्यामुळे ते खडबडून जागे होतात. वेळोवेळी ईश्वराकडून या भूतलावर वेगवेगळ्या सिद्ध महात्म्यांद्वारे असे अनेक चमत्कार दाखवले गेले आहेत. त्यामुळे तरी लोक विचार करण्यास प्रवृत्त होतील व सत्याचा शोध घेऊ लागतील. ईसा मसीह, गुरू नानक, साईबाबा, गोरखनाथ, संत ज्ञानेश्वर ही यांपैकी काही उदाहरणे आहेत.

वास्तविक, आपल्या आजूबाजूला, शरीरांतर्गत सतत चमत्कार होत असतात. परंतु त्याकडे बघण्याची आपल्याला सवयच नाही. उदाहरण सांगायचे झाले तर, या संपूर्ण ब्रह्मांडामध्ये कोट्यवधी ग्रह, उल्का, सूर्य, तारे आपापल्या ठिकाणी राहून एका लयीत सतत फिरत आहेत, गुरुत्वाकर्षणाच्या नियमांत राहून पृथ्वी सतत फिरत आहे, एका लहानशा बीजात पूर्ण जंगल निर्माण करण्याची क्षमता आहे, हे चमत्कार नाहीत का?

आपले शरीर, त्याची व्याख्या व संचालन हेसुद्धा एखाद्या चमत्कारापेक्षा कमी नाही. परंतु या गोष्टींचे आपल्याला कधी आश्चर्य वाटत नाही. अशातच एखादा चमत्कार नजरेसमोर आला की बेसावधपणा भंग होतो व सजगता वाढते. मग तिकडे लक्ष जाऊ लागते. संत ज्ञानेश्वरांनीसुद्धा लोकांना सजग करण्यासाठी शरीराकडून चमत्कार घडताना पाहिले. त्या चमत्कारांचे कर्तेपण त्यांनी कधी स्वतःकडे घेतले नाही.

संत ज्ञानेश्वरांची बोधिसत्व अवस्था

चमत्काराची घटना संत ज्ञानेश्वरांची बोधिसत्व अवस्था दर्शवते. ही अशी अवस्था आहे, ज्यामध्ये सत्य प्राप्त होण्यापूर्वी माणसाला करुणा व्यक्त करण्याचे प्रशिक्षण मिळते. बोधिसत्वप्राप्त माणसाच्या मनात फक्त असेच विचार येतात… मला इतरांच्या कल्याणाकरिता ज्ञान प्राप्त व्हावे… आत्मसाक्षात्कारदेखील त्या उद्देशासाठी मिळावा… माझे कार्य आता फक्त लोककल्याणासाठीच असेल…. संत ज्ञानेश्वरांनी या भावनेने लोककल्याणासाठी चमत्कार केले. स्वतःच्या फायद्यासाठी त्यांनी या सिद्धींचा वापर कधीही केला नाही.

आपले कल्याण व्हावे, आपण दुःखमुक्त व्हावे, या हेतूने एखादा सत्य प्राप्त करण्याची इच्छा मनी बाळगतो, तर दुसरा सत्याद्वारे इतरांचे दुःख दूर करण्याची इच्छा धरतो. सिद्धार्थ गौतम लोककल्याणाच्या भावनेने प्रेरित झाले आणि त्यांनी आपल्या सुखाचा त्याग केला. बोधिसत्व अवस्थेत निसर्गतः असे भाव अंतरंगातून प्रकट होतात व माणूस प्रेम व करुणा यांची जणू प्रतिमूर्ती बनतो.

जीवनात दुःखांचा डोंगर कोसळला की माणूस त्यावर उपाय शोधण्यासाठी हातपाय हलवतो. त्याउलट, बोधिसत्व अवस्था असलेल्या माणसाच्या मनात इतरांचे दुःख दूर करण्याची इच्छा जागृत होते. त्यावर उपाय शोधण्यासाठी तो प्रयत्नशील असतो. इतरांचे त्रास, आजारपण पाहून अशी माणसे जंगलात जातील... डोंगरांवर जातील, औषधी वनस्पती शोधून आजारांवर उपाय शोधतील... त्यांचा स्वतःवर प्रयोग करून पाहतील... स्वतःच्या जिवाची पर्वा न करता ते इतरांच्या चिंता दूर करण्यासाठी निमित्त ठरतील.

बोधिसत्व अवस्थेत असताना एखादा प्रश्न मनात आला तर त्याचे उत्तर पृथ्वीच्या कानाकोपऱ्यांतूनसुद्धा त्याच्यापर्यंत पोहोचते. त्यासाठी इतके शोध घेतले जातात की संपूर्ण जगाला त्याचा फायदा होतो.

निम्न चेतनेकडून उच्च चेतनेपर्यंत कसे पोहोचाल?

महापुरुषांच्या जीवनात घडलेल्या चमत्कारिक प्रसंगांमध्ये काही ना काही गूढ अर्थ दडलेला असतो. समज नसल्याने लोक त्या गोष्टी सांगत राहतात, पण त्यामागचा अर्थ त्यांना समजत नाही. रेड्याकडून वेद वदवून घेतल्याच्या गोष्टीमागे असाच गूढ अर्थ आहे.

वास्तविक, रेडा हे निम्न चेतनेचे प्रतीक आहे. रेड्याला मूर्ख, बुद्धिहीन समजले जाते. अशा रेड्याकडून संत ज्ञानेश्वरांनी मंत्र म्हणवून घेतले. यावरून एखाद्या निम्न चेतना असणाऱ्या जीवाला त्याच्या भाषेत, त्याच्या आकलनशक्तीनुसार ज्ञान दिले, तर हळूहळू त्याच्या चेतनेचा स्तर वाढू शकतो, हे ज्ञानेश्वरांना दाखवून द्यायचे होते. परमसत्य समजण्यापर्यंत त्याची पात्रता वाढू शकते व तो ते ज्ञान इतरांना देऊ शकतो.

माणसाच्या चेतनेचा स्तर कोणताही असला तरी त्याची ज्ञान ग्रहण करण्याची शक्यता असते. इतिहासात अशी अनेक उदाहरणे सापडतात. डाकू

असलेला माणूस महर्षी वाल्मिकी झाला, निर्दयी अंगुलीमाल भिक्षूक बनला. सांगण्याचे तात्पर्य, माणसाची वर्तमानातील चेतना कितीही निम्न स्तरावरची असली तरी योग्य गुरूद्वारे व सुयोग्य पद्धतीने ज्ञान मिळाले तर तो सत्यशोधक बनू शकतो.

प्रत्येक जीवाप्रति एकच ईश्वर

रेड्याच्या गोष्टीत असेही सांगितले गेले आहे, की त्याला मारलेल्या चाबकाचे वळ ज्ञानेश्वरांच्या अंगावर उठले. यामागेसुद्धा खूप गहन अर्थ दडला आहे.

समजा, एका कोऱ्या कागदावर पन्नास शब्द लिहिले आहेत. शब्द वेगवेगळे आहेत; पण ते ज्या कागदावर लिहिले आहेत तो एकच आहे. अगदी त्याचप्रमाणे आपण सर्व जण वेगवेगळे आहोत असे दिसते; परंतु त्यामागे असणारा स्रोत (ईश्वर, चेतना) एकच आहे. त्याच्याशी आपण सर्व जण संलग्न आहोत, जोडलेली आहोत. माणसाची सुख-दुःखं, त्याचे विचार, त्याचे कर्म त्याचे व्यक्तिगत नाहीत. जे काही घडत आहे ते सर्वव्यापी चेतनेबरोबर घडत आहे. प्रत्येक शरीराच्या माध्यमातून ती चेतनाच अनुभव घेत आहे.

आपली चेतना एकच असल्याने ज्याप्रमाणे प्रत्येकाचे भाव, विचार, वाणी व क्रिया यांचा परिणाम सूक्ष्म रूपाने का होईना; पण संपूर्ण सृष्टीवर होत असतो, त्याप्रमाणे रेड्याला मारलेल्या चाबकाचे वळ ज्ञानेश्वरांच्या पाठीवर दिसले. हे याच गोष्टीची ओळख पटवून देते की, आपण सर्व जण कोणत्या कोणकोणत्या रूपात एकमेकांशी जोडलेलो आहोत. एखाद्याच्या बाबत घडलेल्या घटनेचा परिणाम प्रत्यक्ष अथवा अप्रत्यक्षपणे दुसऱ्यावर होत असतो.

याच कारणामुळे काही लोकांच्या नकारात्मकतेचा प्रभाव सृष्टीवर पडतो, तर काही लोकांच्या सकारात्मकतेमुळे सृष्टी सावरली जाते. आपल्या प्रत्येक विचाराचे, कर्माचे योगदान आपण सृष्टीला देत असतो.

अध्याय ८

आध्यात्मिक जीवनाचे तीन आधार

प्रत्येक मूर्तीत एकच रूप

आध्यात्मिक जीवनाचे तीन मुख्य आधार आहेत. संत ज्ञानेश्वर, निवृत्तिनाथ, सोपान व मुक्ताबाई यांनी उत्तम प्रकारे हे समाजासमोर मांडले.

- आपल्या शक्तीचा उपयोग स्वार्थासाठी करू नका.

- प्रत्येक माणूस, जीवजंतू, वनस्पती व निर्जीव वस्तू यांच्यामध्ये विद्यमान असलेल्या ईश्वराकडे पाहा.

- तुमचा तिरस्कार करणाऱ्या, तुमच्याशी वाईट वर्तन करणाऱ्यालासुद्धा क्षमा करा. त्याला भक्तियुक्त प्रतिसाद द्या.

संत मुक्ताबाईंच्या जीवनात घडलेल्या एका घटनेवरून या गोष्टी शिकायला मिळतात.

ज्ञानेश्वरांची लहान बहीण मुक्ताबाईमध्ये ज्ञान व भक्तीची अवस्था उच्च होती. ती भगवान विठ्ठलाची परमभक्त होती. प्रत्येक स्थूल चेतनेमध्ये तिला विठ्ठलच दिसत असे. एखाद्या सुंदर फुलाकडे पाहताच तिला वाटे, विठ्ठल किती सुंदर दिसतोय!... एखाद्या नाल्यामधील किड्याकडे लक्ष जाई तेव्हा तिला वाटे, चिखलामुळे माझा विठ्ठल किती मळला आहे. अशा प्रकारे प्रत्येक ठिकाणी तिला विठ्ठलच दिसत असे.

एकदा दिवाळीचे दिवस होते. निवृत्तिनाथांनी मुक्ताबाईकडे मांडे खाण्याची इच्छा बोलून दाखवली. मांडे बनवण्यासाठी एक विशिष्ट प्रकारचा खापराचा तवा लागतो, तो मुक्ताबाईकडे नव्हता. तवा आणण्यासाठी ती कुंभाराकडे गेली. परंतु त्याने तवा देण्यास नकार दिला. कारण विसोबा चाटी नावाच्या ब्राह्मणाने सर्वांना धमकावले होते, की 'कोणीही या संन्याशाच्या मुलांना मदत करायची नाही.' विसोबा चाटी आळंदी गावातील एक अहंकारी ब्राह्मण होता. 'समाजाला कलंक आहे', असे समजून तो या चारही मुलांचा तिरस्कार करत असे.

मुक्ताबाईला तवा हवा आहे, हे समजताच तो तिच्यामागे गेला व कुंभाराला तिला तवा न देण्याबाबत धमकावले. तवा न मिळाल्याने मुक्ताबाईला वाईट वाटले व ती घरी येऊन रडू लागली.

मुक्ताबाईला रडताना पाहून ज्ञानेश्वर म्हणाले, ''मुक्ता, तू मांडे करण्याची तयारी कर. तव्याची व्यवस्था मी करतो.'' मुक्ताबाई आनंदली व तयारी करू लागली. इकडे ज्ञानेश्वरांनी आपल्या योगसिद्धीद्वारे स्वतःची पाठ तव्याप्रमाणे तापवली व मुक्ताबाईला म्हणाले, ''माझ्या पाठीवर तू मांडे भाज.'' मुक्ताबाईने ज्ञानेश्वरांच्या पाठीवर मांडे भाजले. अशा प्रकारे तव्याविना मांडे तयार झाले.

निवृत्तिनाथांनी ज्ञानेश्वरांना योगसिद्धीचा प्रयोग करताना बघितले व आध्यात्मिक जीवनाच्या पहिल्या आधाराची जाणीव करून दिली. ते म्हणाले, ''योगविद्या ही एक महान विद्या आहे. ईश्वरप्राप्ती हा तिचा मुख्य उदेश आहे. तिचा उपयोग तहानभूक यांसारख्या शारीरिक इच्छा व स्वार्थासाठी करू नये.''

ज्ञानेश्वरांनी निवृत्तिनाथांचे बोलणे ऐकून मनाशी पक्के ठरवले व पुन्हा कधीही अशा गोष्टींसाठी योगसिद्धीचा वापर केला नाही. निवृत्तिनाथांनी ज्ञानेश्वरांबरोबर सर्वांना ही महत्त्वपूर्ण शिकवण दिली, की शक्तीचा उपयोग भक्ती वाढवण्यासाठी व्हावा, त्याने जनकल्याण साधावे. स्वार्थपूर्ती व व्यक्तिगत महत्त्वाकांक्षा यांसाठी शक्तीचा उपयोग करू नये. लोकांना जराशी शक्ती प्राप्त झाली की ते त्याचा दुरुपयोग करू लागतात.

एखादी शक्ती मिळाली की लोक अहंकारी, स्वार्थी व असहनशील होतात. वास्तविक, त्याचा उपयोग सत्यप्राप्तीसाठी, तसेच लोककल्याणाच्या हेतूने झाला पाहिजे. ज्ञानेश्वर व त्यांचा सत्य संघ यांचे वागणे सदैव असेच होते व त्यांनी इतरांनाही असे वागण्याची प्रेरणा दिली.

गोष्टीत पुढे मुक्ताबाईने आपल्या भावांना मोठ्या प्रेमाने मांडे खाऊ घातले. तिने खाण्यासाठी मांडे ताटात घेतले. तेवढ्यात एक काळे कुत्रे आले व तिच्या ताटातील मांडे घेऊन पळून गेले, तरीसुद्धा मुक्ताबाई रागावली नाही. उपाशी राहूनही ती प्रसन्न होती.

हे पाहून निवृत्तिनाथ म्हणाले, ''अग मुक्ता, तो कुत्रा तुझे मांडे घेऊन जात असताना तू त्याला का मारले नाहीस? आणि उपाशी राहूनही तू आनंदी कशी?'' यावर मुक्ताने दिलेले उत्तर आध्यात्मिक जीवनाचा दुसरा आधार आहे. आध्यात्मिक मार्गावरून चालणाऱ्या प्रत्येकाने हे समजून घेतले पाहिजे. मुक्ताबाई म्हणाली, ''कोणाला मारायचे, दादा! विठ्ठल स्वतः येऊन माझे मांडे घेऊन गेले आहेत. मी बनवलेले मांडे त्यांना इतके आवडले, की त्यांनी कुत्र्याचे रूप धारण केले व माझ्या हातचे मांडे घेऊन गेले. माझ्यासाठी आनंदाची गोष्ट याहून दुसरी कोणती असणार!'' मुक्ताबाईचे उत्तर ऐकून निवृत्तिनाथांना हसू आले. शेवटी, गुरू तिच्या भावनेची परीक्षाच घेत होते.

मुक्ताबाईचे हे बोलणे ऐकून ज्ञानेश्वर म्हणाले, ''समजा, तुझे मांडे पळवणारा विठ्ठल आहे, तर मग तुला त्रास देणारा विसोबा कोण आहे?'' मुक्ता म्हणाली, ''विसोबाही विठ्ठलच आहे. विठ्ठलाच्या प्रत्येक शरीरात वेगवेगळे मानवी स्वभाव आहेत. परंतु त्या सर्व शरीरांत एकच चेतना विराजमान आहे. मला तर विसोबामध्येसुद्धा विठ्ठलाचेच दर्शन होते.''

विसोबा बाहेरच उभा होता. झोपडीच्या फटीतून तो आतले सर्व दृश्य पाहत होता. आधीच तो ज्ञानेश्वरांना योगसिद्धीद्वारे पाठ तव्याप्रमाणे तापवल्याचे दृश्य पाहून आश्चर्यचकित झाला होता! वरून मुक्ताबाईचे असे बोलणे ऐकून त्याचा अहंकार पूर्णपणे विरून गेला. पहिल्यांदा त्याला जाणवले की, ही मुले सर्वसामान्य नाहीत. ती ज्ञान, योग व भक्ती यांची प्रतिमूर्ती आहेत. माझ्याप्रमाणे यांचे ज्ञान पुस्तकी नाही, तर ते अनुभवातून जीवनात उतरलेले आहे.

पश्चात्तापदग्ध होऊन विसोबा झोपडीत शिरला व संत मुलांचे पाय धरून आपण केलेल्या कृत्याबद्दल क्षमा मागू लागला. त्याचा अहंकार पूर्णपणे मुलांच्या पायावर समर्पित झाला. आपल्याला शिष्य करून घेण्याविषयी विसोबा संत ज्ञानेश्वरांना विनवू लागला. सर्वांनी त्याचा पश्चात्ताप पाहून त्याला क्षमा केली. हा आध्यात्मिक जीवनाचा तिसरा आधार या संन्याशांनी तो समाजापुढे ठेवला.

पुढे, निवृत्तिनाथांनी विसोबा खेचरला उपदेश केला व मुक्ताबाई त्याची गुरू झाली. खऱ्या धर्माच्या मार्गावरून चालत असताना विसोबा ज्ञान व भक्तीमध्ये रंगून गेले. त्यांची चेतना इतकी वाढली, की ते पुढे संत विसोबा खेचर म्हणून प्रसिद्ध झाले.

या गोष्टीमध्ये लक्ष वेधून घेते ती मुक्ताबाईची समज. ही समज जाणीवपूर्वक आपल्या जीवनात उतरवणे हे अध्यात्माच्या सर्व मार्गांचे मूळ उद्दिष्ट आहे. आध्यात्मिक मार्ग आचरणाच्या प्रत्येकाने हे लक्षात घेतले पाहिजे. मुक्ताबाईला सुंदर फुलांमध्ये, क्षुद्र किड्यांमध्ये, काळ्या कुत्र्यामध्ये, आपल्या आवडत्या भावंडांमध्ये व त्यांचा तिरस्कार करणाऱ्या विसोबा खेचरमध्ये आपल्या इष्ट देवतेचे, विठ्ठलाचे दर्शन होत होते. तिच्या दृष्टीने सगळे प्राणिमात्र सारखेच होते. प्रत्येक स्थूल रूप व जीव ही त्या ईश्वराचीचच अभिव्यक्ती आहे, ईश्वराचेच प्रकटीकरण आहे, याची तिला जाणीव होती. ही अध्यात्माची मूळ समज आहे.

या समजेनुसार संपूर्ण ब्रह्मांडात एकच जिवंत शक्ती (ईश्वर, सेल्फ, परमचैतन्य) आहे. केवळ त्या एका शक्तीमुळे ब्रह्मांड कार्यरत आहे. प्रत्येक सजीव व निर्जीव, स्थूल व सूक्ष्म, प्रकट व अप्रकट गोष्टींमागे तीच एक जिवंत शक्ती आहे. ती प्रत्येक गोष्टीच्या आतही आहे व मागेही! तीच शक्ती वेगवेगळ्या रूपात एकत्रित होऊन जीवांना मूर्तरूप देऊन संचालित करत आहे. त्या शक्तीला तरंग, ऊर्जा व शक्ती असेही म्हणून शकतो. ही ऊर्जा आपल्या मूळ रूपात सदैव स्थापित आहे. असे असूनही ती अन्य रूपात आभास निर्माण करत आहे.

मुक्ताबाईप्रमाणे ज्या माणसामध्ये ही समज दृढ होते, त्याचे जीवन सहजपणे निःस्वार्थी व अव्यक्तिगत अभिव्यक्ती करण्यास सिद्ध होते. कारण त्याला निश्चितपणे माहीत असते की, त्याच्याद्वारे ईश्वर कर्म करत आहे व ते ईश्वरासाठीच करत आहे. ईश्वराशिवाय दुसरा कोणी नाहीच. कर्म व कर्ता (ईश्वर) यांच्यामध्ये जी व्यक्ती आभासित होते ती खरेतर नसतेच. तो फक्त आभास असतो. संत ज्ञानेश्वर व त्यांच्या भावंडांनी ही मूळ समज आपल्या वर्तणुकीत उतरवली आणि ते निःस्वार्थ जीवन जगले.

अध्याय ९

संन्यासी जीवनाचा उद्देश
भक्तीचे महाआंदोलन

ज्ञानेश्वर व त्यांच्या भावंडांच्या नजरेसमोर एकच उद्दिष्ट होते, ते म्हणजे समाजाचे डोळे उघडणे, लोकांचे अज्ञान दूर करणे. त्यासाठी लोकांना योग्य ज्ञान योग्य प्रकारे देणे आवश्यक होते; तरच त्यांचे उद्दिष्ट साध्य होणार होते. जोपर्यंत ज्ञान प्राप्त करणारा ते ज्ञान समजू शकत नाही, ते आपल्या जीवनात उतरवू शकत नाही तोपर्यंत ते ज्ञान कोरेच राहते. ही सत्य परिस्थिती आहे, हे ज्ञानेश्वर जाणून होते. त्यामुळे त्यांनी त्या दिशेने त्यांचे प्रयत्न सुरू केले. कठीण भाषांमध्ये उपलब्ध असलेले ज्ञान सामान्य लोकांपर्यंत पोहोचवण्यासाठी त्यांचा प्रयास सुरू झाला. ज्ञानाची गंगा लोकांपर्यंत आणण्यासाठी त्यांच्या जीवनाची निःस्वार्थ अभिव्यक्ती सुरू झाली. त्यांचे हे प्रकटीकरण कसे होते, याची विस्तृत माहिती जाणून घेऊ.

ज्ञानाची गंगा वाहू लागली
ज्ञानेश्वरांना संस्कृत भाषेचे ज्ञान होते, त्यामुळे निवृत्तिनाथांकडून ज्ञान घेताना त्यांना अवघड वाटले नाही. त्यांनी सत्य प्राप्त केले. पण ते तेवढ्यावरच थांबले नाहीत. त्यांनी विचार केला, वेद-शास्त्रांचे ब्रह्मज्ञान संस्कृत जाणणाऱ्या एका विशिष्ट वर्गापुरते सीमित न राहता सर्व लोकांपर्यंत पोहोचले पाहिजे.

हा उद्देश पूर्ण करण्यासाठी ते कीर्तन, प्रवचन देऊ लागले. त्यांची प्रवचने ऐकण्यासाठी दूरदूरच्या गावावरून लोक एकत्र येऊ लागले. ज्ञानेश्वर आपल्या

काव्यात्मक शैलींमध्ये संस्कृतमध्ये उपलब्ध असलेले ज्ञान सोप्या व सरळ लोकभाषेत सांगत असत. त्यांच्या प्रवचनातील शब्द सरळ सोपे असत. परंतु त्यामागे गुरुकृपा व स्वानुभव असल्याने ते शब्द संस्कृत भाषेतील श्लोकांपेक्षा प्रभावी ठरत.

ज्ञानेश्वरांची अमृतवाणी ऐकून लोकांमध्ये प्रेम व भक्ती वाढू लागली. म्हणून प्रत्येक जातिधर्माचे सत्यसाधक मग ते क्षुद्र असोत वा ब्राह्मण; त्यांची सरळ वाणी ऐकण्यासाठी येऊ लागले. त्यांच्या सत्संगामध्ये कोणताही भेदभाव नव्हता.

'ज्ञानेश्वरी' ग्रंथाची रचना

त्या काळी समाजामध्ये खूप असंतुलन होते. वर्णभेद व जातिभेदाची मुळे खोलवर रुजली होती. वेद अन् वेदान्तामधील संस्कृत भाषेतील ज्ञान निम्न जातीच्या लोकांपर्यंत पोहोचणे अतिशय कठीण होते. उच्च ज्ञान प्राप्त करण्याचा अधिकार फक्त ब्राह्मणांनाच आहे, असे ब्राह्मण समाज समजत होता. अशा प्रकारे समाज दोन भागांत विभागला गेला होता; आणि खरी परिस्थिती तर अशी होती, की समाजाचे दोन्ही भाग खऱ्या ज्ञानापासून वंचित होते.

समाजाची गरज ओळखून गुरू निवृत्तिनाथांनी ज्ञानेश्वरांना एक महत्त्वपूर्ण आज्ञा दिली. ते म्हणाले, ''ज्ञानेश्वरा! आता श्रीमद्भगवद्गीतेवर भाष्य करायची वेळ आली आहे. हा पवित्र ग्रंथ जनसामान्यांना समजेल अशा सहज मराठी भाषेमध्ये लिहा; जेणेकरून या ग्रंथामध्ये दडलेल्या ज्ञानाचे अमृतपान सर्वसामान्य लोक करू शकतील.''

जनसामान्यांच्या मनात गीतेला आदराचे स्थान आहे, हे निवृत्ती जाणून होते. भगवद्गीतेमध्ये चारही वेदांचे सार आहे. आत्मबोध प्राप्त करण्यासाठी कर्म, ज्ञान, भक्ती व योग या चार मार्गांचे विस्तृत विवरण या ग्रंथामध्ये केले आहे. हा ग्रंथ सहजपणे समजून घेऊन तो जीवनात उतरवणे ही समाजाची प्राथमिक गरज आहे, हे निवृत्तिनाथांनी ओळखले होते. हा ग्रंथ लोकभाषेत लिहिला तर समाजातील प्रत्येक वर्गाचा माणूस याचा लाभ घेऊ शकेल व त्यामुळे समाजाचा उद्धार होईल, हे त्यांनी जाणले होते.

गुरूच्या आज्ञेनुसार ज्ञानेश्वरांनी त्या दिशेने त्वरित कार्य सुरू केले. त्या वेळी त्यांचे वय अवघे १३ वर्षे होते. ग्रंथ तयार होण्यासाठी दोन वर्षांचा कालावधी लागला. 'ज्ञानेश्वरी' या नावाने हा ग्रंथ प्रसिद्ध झाला. याखेरीज त्यांनी *अमृतानुभव, हरिपाठ* (भागवतवर आधारित) हे ग्रंथ सहज, सोप्या भाषेत लिहून जनसामान्यांसाठी ज्ञानाचे दरवाजे उघडून दिले.

या महान कार्याचा लाभ आजही लोकांना होत आहे. कित्येक पिढ्या व कोट्यवधी लोक यांच्या ज्ञानप्राप्तीसाठी संत ज्ञानेश्वर निमित्त ठरले. सत्य व मानवधर्माची सेवा यापेक्षा मोठी कोणती असू शकते?

भक्तीच्या महाआंदोलनाची सुरुवात

निवृत्तिनाथ व ज्ञानेश्वर नाथ संप्रदायाचे योगी होते. परंतु त्यांनी नाथ संप्रदायाच्या कठीण योगविद्येचा प्रचार व प्रसार केला नाही. कारण त्या योगविद्येचा फायदा स्त्रिया, गृहस्थधर्मी लोक व सामान्य बहुसंख्य घेऊ शकणार नाहीत, हे त्यांना माहीत होते. त्यांनी 'ज्ञानेश्वरी' लिहून कर्मयोगाचा मार्ग दाखवला, तर 'अमृतानुभव' लिहून ज्ञानयोगाचा प्रचार केला. तरीसुद्धा अधिकांश लोकांना कर्मयोग व ज्ञानयोग समजणे कठीण होत असणार, हे त्यांनी जाणले. जनसामान्यांसाठी सर्वांत सोपा, सुकर व समजेल असा मार्ग म्हणजे भक्ती आहे. कोणतीही व्यक्ती—मग ती गृहस्थ, स्त्री, व्यापारी, तरुण, वृद्ध, निरक्षर, साक्षर, ज्ञानी, अज्ञानी, शक्तिशाली, निर्बल असो—भक्ती करू शकते. त्यासाठी बुद्धीची किंवा शिक्षणाची आवश्यकता नसते. अडाण्यातला अडाणी मनुष्यदेखील भक्तिभावाने ईश्वराचे नामस्मरण करून स्वयंबोधात स्थापित होऊ शकतो. त्यांनासुद्धा ईश्वरप्राप्ती होऊ शकते. म्हणून ज्ञानेश्वरांनी बहुसंख्य लोकांना मुक्ती प्राप्त होण्यासाठी भक्तियोगाला प्राधान्य देऊन लोकप्रियता मिळवून दिली.

निर्गुण उपासना लोकांच्या पचनी पडणार नाही, हे लक्षात घेऊन त्यांनी सगुणोपासना लोकप्रिय करण्याचा विडा उचलला. जनसामान्यांसाठी ईश्वरापर्यंत पोहोचण्याचा मार्ग सुकर केला. जे काम महाराष्ट्रात संत ज्ञानेश्वरांनी 'ज्ञानेश्वरी' लिहून केले; तेच काम संत तुलसीदासांनी 'रामचरितमानस' लिहून केले. त्यामुळे उत्तर भारतातही भक्तीची मुहूर्तमेढ रोवली गेली.

संत ज्ञानेश्वरांनी नामस्मरणाचा महिमा सांगितला, भक्तिपूर्ण अभंग लिहिले, वारकरी यात्रेची सुरुवात केली. आजही वारकरी संप्रदायात ही प्रथा सुरू आहे. हजारो-लाखो लोक आषाढ व कार्तिक महिन्यात हरिनामाचा गजर करत आळंदी ते पंढरपूर पायी यात्रा करतात. अशा प्रकारे त्यांनी भक्तीच्या महाआंदोलनाची सुरुवात करून संपूर्ण समाजाच्या चिंतनाची दिशाच बदलून टाकली. त्यांना अज्ञानाच्या अंधकारातून बाहेर आणून प्रेम, सद्भावना व भक्ती यांचा प्रकाश दाखवला.

संत ज्ञानेश्वर एक भक्त, ज्ञानी सिद्धयोगी, दूरदर्शी, कवी व सत्यप्रचारकही होते. त्यांनी आपल्या २१ वर्षांच्या जीवनकालखंडात इतक्या साऱ्या गुणांची अभिव्यक्ती केली.

■■■

अध्याय १०

संन्याशांची भक्ती
चांगदेवांचे शक्तिसमर्पण

चांगदेव त्या काळचे सिद्ध योगी होते. त्यांचे वय १०० वर्षांहून अधिक होते.[*] योगसाधनेच्या बळावर त्यांनी शारीरिक मृत्यूवर विजय प्राप्त केला होता. त्यांना अनेक सिद्धी प्राप्त झाल्या होत्या. त्याचा त्यांना खूप अहंकार होता.

चांगदेवांना बहुतेक सर्व विद्यांचे ज्ञान होते; परंतु त्यांना स्वानुभवावर (स्वयंबोधात) स्थापित करणारा गुरू अद्याप भेटला नव्हता.

हळूहळू ज्ञानेश्वरांची कीर्ती त्यांच्या कानांवर आली. एका किशोरवयीन मुलाची प्रशंसा ऐकून त्यांच्यातील अभिमान जागा झाला. ते ज्ञानेश्वरांना भेटण्यासाठी व स्वतःची श्रेष्ठता सिद्ध करण्याच्या हेतूने उतावीळ झाले होते. त्यांनी ज्ञानेश्वरांना पत्र लिहायचे ठरवले. त्यांनी बराच प्रयत्न केला, पण ते अयशस्वी झाले. एवढा ऊहापोह करून शेवटी त्यांनी एक कोरे पत्र आपल्या शिष्यांकरवी ज्ञानेश्वरांना दिले.

ज्ञानेश्वर ते कोरे पत्र पाहून हसले. त्यांनी ते पत्र आपल्या भावंडांना दाखवले. पत्र पाहून मुक्ताबाई हसून शिष्याला म्हणाली, ''शंभराहून अधिक वर्ष तपस्या करूनही तुमचे योगी कोरेच राहिले!'' ज्ञानेश्वरांनी त्या कोऱ्या कागदावर

---

[*] काही लोकांच्या म्हणण्यानुसार त्यांचे वय १४०० वर्ष होते.

६५ ओव्यांच्या रूपात अध्यात्मातील काही गूढ गोष्टी लिहिल्या आणि तो कागद परत चांगदेवांकडे पाठवला. ज्ञानेश्वरांकडून लिहिल्या गेलेल्या या उत्तराला 'चांगदेव पासष्टी' म्हणतात. ते आजही उपलब्ध आहे.

निवृत्तिनाथ चांगदेवांच्या शिष्याला म्हणाले, ''आमच्या मनात महायोगीराज चांगदेवांबद्दल अगाध श्रद्धा व प्रेम आहे. *त्यांना योग्य वाटत असेल तर त्यांनी आमचं आदरातिथ्य स्वीकारावं व आम्हाला दर्शन देऊन कृतार्थ करावं.''*

ज्ञानेश्वरांचे उत्तर वाचून चांगदेवांच्या लक्षात आले की, हा मुलगा मामुली भक्त किंवा साधू नाही. मुक्ताबाईचे उपरोधिक बोलणे व निवृत्तिनाथांचे विनम्र निवेदन ऐकून चांगदेवांच्या मनाला त्यांना भेटण्याची ओढ लागली. त्यांनी निवृत्तिनाथांचा प्रस्ताव स्वीकारला.

आपल्याजवळील सिद्धी व शक्तींचे प्रदर्शन करण्याच्या हेतूने चांगदेव ज्ञानेश्वरांना भेटण्यासाठी मोठ्या धामधुमीत निघाले. त्यांच्यासमवेत शेकडो शिष्य होते. चांगदेव वाघावर स्वार झाले होते. वाघाच्या गळ्यात लगाम म्हणून भयानक साप होता.

इकडे ज्ञानेश्वर आपल्या बहीण-भावंडांबरोबर मोडकळीस आलेल्या झोपडीच्या एका भिंतीवर बसले होते. चांगदेवांच्या आगमनाची बातमी समजताच त्यांच्या मनात विचार आला... आपल्याकडे कोणतीही गाडी, घोडा नाही. चांगदेवांसारख्या महान योगीराजांचे स्वागत करायला जाण्यासाठी इतर कोणतेच साधन उपलब्ध नाही. आता या भिंतीवरूनच त्यांच्या स्वागताला जाऊ. त्यांनी भिंतीला उडण्याचा आदेश दिला आणि भिंत उडत जाऊ लागली!

चांगदेवांनी भिंत उडत येत असल्याचे दृश्य पाहिले तेव्हा त्यांच्या मनातील ज्ञानेश्वरांपेक्षा श्रेष्ठ असण्याचा व योगविद्येत प्रवीण असण्याचा भाव विरघळून गेला. त्यांच्या मनात विचार आला... मी तर वाघ, साप यांसारख्या जिवंत जीवांवर अधिकार प्राप्त करू शकतो; पण यांनी तर निर्जीव वस्तूंवरसुद्धा अधिकार प्राप्त केला आहे. असे असूनही याचा त्यांना जरासुद्धा अभिमान नाही.

ज्ञानेश्वरांसमोर ते नतमस्तक झाले व शिष्य करून घेण्याबद्दल विनवणी करू लागले. मुक्ताबाईंनी त्यांच्या विनंतीला मान देऊन शिष्य करून घेतले आणि त्यांना शिकवले... योग व सिद्धी प्राप्त करून अहंकार वाढवायचा नाही; तसेच शरीर अमर करण्यासाठी त्याचा वापर करायचा नसून अहंकारशून्य होऊन

परमतत्त्व प्राप्त करण्यासाठी त्याचा उपयोग करायचा आहे. स्वतःची काही प्रतिमा बनवणं हा याचा उद्देश नसून, काही न होणं, शून्यावस्था प्राप्त करणं हा त्याचा उद्देश आहे. स्वतःचा मीपणा किंवा स्वतःला इतरांपेक्षा वेगळं समजण्याच्या अहंकाराचा नाश करून परमतत्त्वात एकरूप होणं म्हणजे 'योग' आहे.

चेतनेतील फरक दाखवणारे प्रतीक

ज्ञानेश्वर व चांगदेव दोघेही महान सिद्धयोगी होते. परंतु त्यांच्या आंतरिक चेतनेत फरक होता. ज्ञानेश्वर स्वयंबोधात स्थापित झाले होते; तर चांगदेव अजून झाले नव्हते. गोष्टीमध्ये त्यांच्या चेतनेच्या स्तरातील फरक समजावून सांगण्यासाठी प्रतीकात्मक रूपात त्यांच्या वाहनांचा उपयोग केला गेला. म्हणजे चांगदेव वाघावर बसून आले होते; तर ज्ञानेश्वरांनी भिंत चालवली.

सर्व निर्जीव व सजीवांमध्ये माणसाच्या चेतनेचा स्तर उच्च असतो. माणसामध्ये इतर प्राणिमात्रांच्या मानाने विचार करण्याची व आकलनाची क्षमता जास्त असते. आत्मसाक्षात्कारी माणसाच्या चेतनेची अवस्था उच्चतम असते.

ज्या माणसाची चेतना सर्वोच्च असते, तो निम्न चेतना असणाऱ्याशी संवाद साधू शकतो, त्याला योग्य मार्ग दाखवू शकतो. विश्वात असे अनेक संत-महात्मे होऊन गेले आहेत, ज्यांच्या संपर्कात आल्यामुळे, ज्यांच्या शिकवणुकीमुळे, स्पर्शमुळे किंवा करुणामय दृष्टीमुळे निम्न चेतना असणाऱ्या माणसांचे हृदयपरिवर्तन झाले आहे. ती माणसे सकारात्मक झाली, सत्यसाधक बनली.

ज्ञानेश्वरांनी भिंतीलाही वश केले. म्हणजे त्यांची चेतना इतकी उच्चतम होती, की चेतनेचा सर्वांत निम्न स्तर असणाऱ्या माणसावरसुद्धा त्यांचा प्रभाव पडत होता. त्याला योग्य मार्ग आचरण्यासाठी ते प्रेरित करू शकत होते. आपल्या अल्पायुषी जीवनात त्यांनी हेच कार्य केले. सर्वसाधारण, भोळेभाबडे, ज्ञानाचा एकही शब्द न समजणाऱ्या लोकांमध्ये त्यांनी सत्याचा प्रकाश पसरवला. ही त्यांची सर्वांत मोठी अभिव्यक्ती होती. त्यांनी जनावरांसारखी निम्न चेतना असणाऱ्यांकडून वेद म्हणवून घेतले आणि भिंतीप्रमाणे निम्नतर चेतना असणाऱ्यांनाही सत्याचा मार्गावरून चालण्यास प्रेरित केले. त्यांच्या संगतीत आल्यानंतर तमोगुणी, हिंसक, मूढ बुद्धी असणाऱ्या लोकांच्या चेतनेचा स्तर वाढला. चांगदेवांनाही त्यांची भेट झाल्यावर त्यांच्यातील ताकद समजली.

सांगण्याचे तात्पर्य, भक्ताची अवस्था एखाद्या भिंतीप्रमाणे मजबूत असायला हवी. त्याच्या ज्ञान-भक्तीचा पाया घट्ट असायला हवा. त्याच्यात स्थायित्व असायला हवे, तसेच तो कोणत्याही परिस्थितीत स्रोताशी जोडलेला असला पाहिजे. ज्ञानेश्वर व त्यांची भावंडे यांची ही अवस्था होती. ती दर्शवण्यासाठी त्यांनी भिंत चालवल्याचे दाखवण्यात आले आहे. चांगदेवांना शक्ती व सिद्धींचा अहंकार होता, म्हणून ते वाघावर बसून आले असे दाखवले गेले आहे.

शक्ती सांभाळण्यास शिका

एखादी शक्ती असणे, ही काही वाईट गोष्ट नाही. परंतु माणसाला ती शक्ती सांभाळण्याची व तिचा उपयोग करण्याची जाणीव असायला हवी. अज्ञानी माणसाला शक्ती मिळाली तर तो स्वतःबरोबर इतरांचेही नुकसान करू शकतो. ज्ञानेश्वरांची भेट होण्यापूर्वी चांगदेवांना अध्यात्माचे मूळ उद्दिष्टच माहीत नव्हते.

शक्तीचा योग्य उपयोग करण्याची जाण असेल तर शक्तीचा फायदा होतो. चांगदेवांप्रमाणे निवृत्तिनाथ व ज्ञानेश्वरांकडेसुद्धा अनेक शक्ती होत्या. परंतु त्यांनी त्या शक्तींचा कधीही दुरुपयोग केला नाही. त्यांच्या शक्ती भक्तीच्या कामी आल्या. वेळप्रसंगी शक्तींचा उपयोग त्यांनी लोककल्याणासाठी केला, स्वार्थासाठी केला नाही.

ईश्वराला हवा अहंकाराचा बळी

चांगदेवांचा अहंकार समर्पित झाल्यानंतर ते ज्ञानेश्वरांबरोबर राहू लागले. चारही भावंडांच्या संगतीत भक्तीच्या रंगाने रंगू लागले व स्वानुभव प्राप्त करण्याच्या दिशेने अग्रेसर होऊ लागले. आपला अहंकार वाढवण्यासाठी चांगदेवांनी जी शिष्टमंडळी गोळा केली होती, त्यांच्यापासून आता त्यांना मुक्त व्हायचे होते.

ज्ञानेश्वरांनी चांगदेवांच्या मनातली ही गोष्ट जाणली व एक योजना तयार केली. चांगदेवांना ज्ञानेश्वरांनी लिहिलेल्या पासष्ट ओव्यांचा अर्थ समजला नव्हता. ते वारंवार त्याचा अर्थ विचारत, पण ज्ञानेश्वर सांगत नसत. वास्तविक, ते त्यांच्या आध्यात्मिक तयारीची परीक्षा घेत होते.

एके दिवशी ज्ञानेश्वर चांगदेवांना म्हणाले, "तुम्ही तुमच्या एखाद्या शिष्याचा बळी द्याल तेव्हा मी तुम्हाला त्या पासष्ट ओव्यांचा अर्थ सांगेन." हे ऐकून चांगदेव ताबडतोब आपल्या शिष्यांजवळ गेले व म्हणाले, "मला

तुमच्यापैकी एकाचा बळी देण्याची निकड आहे. तर, आपल्या गुरूसाठी बळी जाण्यास कोण तयार आहे?''

आपल्या गुरूकडून ही घोषणा ऐकताच शिष्यांच्या मनात खळबळ माजली. हळूहळू त्यांच्या सर्व शिष्यांनी काढता पाय घेतला. कारण त्यांना त्यांच्या गुरूच्या विद्येचा फक्त फायदा करून घ्यायचा होता. म्हणून बळी देण्याचा विषय निघताच एकेक करून सर्व शिष्य निघून गेले.

हे पाहून चांगदेव ज्ञानेश्वरांकडे आले व म्हणाले, ''महाराज, एकही शिष्य बळी जाण्यास तयार नाही. म्हणून मी स्वतःच बळी जाण्यास तयार आहे. तुम्ही त्या पासष्ट ओव्यांचा अर्थ सांगून मला कृतार्थ करा.''

यावर ज्ञानेश्वर हसले व म्हणाले, ''मी तुम्हाला इतर कोणाचा बळी थोडाच मागितला होता! तुम्हाला आत्मज्ञान प्राप्त करायचं असेल तर तुम्हाला तुमच्या वेगळ्या अस्तित्वाचा बळी द्यायला हवा. तुमच्या मनात जो चांगदेव स्वतःला सर्वपिक्षा वेगळे मानून बसला आहे, त्या अहंकाराचा बळी द्यायचा आहे. तेव्हाच स्वानुभवाने त्या पासष्ट ओव्यांचा अर्थ तुम्हाला समजेल.'' हे ऐकून चांगदेवांना खूप आनंद झाला. ज्ञानेश्वरांनी त्यांच्या खोट्या शिष्यमंडळींपासून त्यांची सुटका करण्याच्या उद्देशाने ही योजना आखली होती, हे त्यांच्या लक्षात आले.

बळी जाण्यासाठी गुरू तयार करतात

खरा गुरूच आपल्या शिष्याकडून बळी मागू शकतो. शिष्याच्या, मी शरीर आहे, मी इतरांपासून वेगळा आहे, माझे अस्तित्व वेगळे आहे, या धारणांवर गुरू प्रहार करतो. खरा गुरू शिष्याला भक्तीच्या शक्तीची ओळख करवून देतो, अध्यात्माचा योग्य अर्थ समजावून सांगतो व सहजपणे व्यक्तिगत 'मी'चा बळी देण्यास त्याला तयार करतो.

जो शिष्य 'मी'पणा त्यागण्यास तयार न होता 'मी'पणा जोपासण्यासाठी अध्यात्मात येतो, तो खऱ्या गुरूपासून लगेच पळ काढतो. तो असा गुरू शोधतो जिथे त्याला स्वार्थ साधता येईल, जिथे त्याच्या अहंकाराची सेवा होईल. चांगदेवांना खऱ्या गुरूची संगत लाभली तेव्हा त्यांना स्वतःची चूक समजली व त्यांच्यातला अहंकार ('मी'पणा) बळी जाण्यास तयार झाला. अहंकाराचा बळी देऊन, 'मी'पणा जाळून भक्ती केल्याने त्यांना आत्मज्ञान प्राप्त झाले. त्यांच्यातील सर्व सिद्धी त्यांना आत्मज्ञान प्राप्त करून देण्यास विफल ठरल्या होत्या. ■■■■

अध्याय ११

संन्याशाची महासमाधी

मृत्यूचा मनन उत्सव

एखाद्या निःस्वार्थ जीवनाची इतकी मोठी अभिव्यक्ती कोणती असू शकते; जी विश्वात कोट्यवधी माणसांच्या जागृतीसाठी निमित्त ठरते! त्या जीवनाचा अंतसुद्धा लोकांना खूप काही शिकवून जातो.

ज्ञानेश्वरांनी लोकांसाठी आपल्या देहत्यागाच्या प्रक्रियेलासुद्धा मृत्यूचा महामनन उत्सव बनवला. त्यांच्या संजीवन समाधीने मृत्यूच्या भयात जगणाऱ्या सामान्य लोकांना अशा अवस्थेची ओळख करून दिली, जिथे जीवन व मृत्यूतील फरक संपून जातो. जिथे शरीराचा मृत्यू म्हणजे भीती व जीवनाचा अंत नसून एका नवीन जीवनाची सुरुवात असते. जिथे मृत्यूसुद्धा जागृतीचे कारण बनतो. संत ज्ञानेश्वरांचा या मृत्यूचा महामनन उत्सव सखोलतेने समजून घेऊ

संत ज्ञानेश्वरांची महासमाधी

एके दिवशी निवृत्तिनाथ झोपडीत बसले होते. ज्ञानेश्वर त्यांच्या पायाशी बसले होते. ते अधूनमधून त्यांच्याशी बोलत होते. सोपानदेव मुक्ताबाईला घरकामात मदत करत होते. ज्ञानेश्वर बोलता-बोलता सहजपणे निवृत्तिनाथांना म्हणाले, ''संजीवनी समाधी घ्यावी, असा माझ्या मनात विचार आला आहे. त्यावर तुमचं काय मत आहे?'' निवृत्तिनाथ काहीही न बोलता शांत बसून राहिले. ज्ञानेश्वरांनी पुन्हा तोच प्रश्न विचारला. तरीसुद्धा त्यांच्याकडून काहीही उत्तर आले नाही.

यावर ज्ञानेश्वरांनी समाधीचा विषय पुन्हा काढला नाही. निवृत्तिनाथांनी काही उत्तर दिले नव्हते, तरी ज्ञानेश्वर आनंदात होते. कारण त्यांनी होकार दिला नसला तरी नकारसुद्धा दिलेला नव्हता. गुरू-शिष्य दोघांमध्ये मौनात राहून संवाद झाला होता.

ज्ञानेश्वरांच्या मनात समाधी घेण्याचा विचार अचानक आला नव्हता. माणसाच्या मनात येणाऱ्या विचारांना दुसरा इतर विचार, घटना किंवा एखादे दृश्य चालना देते किंवा ते विचार थेट स्त्रोताकडून येतात. ज्ञानेश्वरांना जाणवले की, आत्तापर्यंत या शरीराद्वारे सत्याच्या प्रसाराचे कार्य झाले. आता या शरीराचा त्याग करून हे कार्य अजून पुढे न्यायला हवे. त्यांच्या महासमाधीमुळे लोकांमध्ये अधिक जागृती येऊ शकेल.

समाधी घेण्याचा निर्णय ते स्वतः घेऊ शकले असते. परंतु त्यांना गुरूची आज्ञा घेणे महत्त्वाचे वाटले. निवृत्तिनाथांनी सुरुवातीला ज्ञानेश्वरांना समाधी घेण्यास होकार दिला नाही. भावाबद्दल वाटणारा मोह किंवा ज्ञानेश्वरांचे लहान वय हे त्यांच्या नकाराचे कारण नव्हते. खरेतर ते दोघेही सहजसमाधी अवस्थेत होते. शरीर राहो अथवा न राहो त्यांच्या दृष्टीने त्यात काही फरक नव्हता. म्हणून काही दिवसांनी ज्ञानेश्वरांनी पुन्हा समाधी घेण्याचा विचार त्यांच्याजवळ बोलून दाखवला, तेव्हा निवृत्तिनाथ आज्ञा देत म्हणाले, 'ठीक आहे, जशी तुझी इच्छा!'' निवृत्तिनाथांच्या मते, याअगोदर समाधी घेण्याची योग्य वेळ नव्हती. कारण ज्ञानेश्वरांच्या शरीराद्वारे अजून काही कार्य करणे बाकी होते. योग्य वेळ येताच त्यांनी ज्ञानेश्वरांना समाधी घेण्यास अनुमती दिली.

हळूहळू ज्ञानेश्वर संजीवन समाधी घेण्याची बातमी चहूकडे पसरली. त्यांच्या भक्तांना व शिष्यांना हा विचार त्रस्त करू लागला. ज्ञानेश्वरांनी समाधी घेण्यापूर्वी त्यांचे दर्शन व्हावे या हेतूने दूरदूरच्या गावांवरून लोक त्यांच्या दर्शनासाठी येऊ लागले. आळंदीला पवित्र इंद्रायणी नदीच्या काठी सिद्धेश्वराचे प्रसिद्ध प्राचीन मंदिर आहे. लोकांचा असा विश्वास आहे की, त्या शिवमंदिरातील नंदीच्या खाली एक गुहा आहे. ती जागा संत ज्ञानेश्वरांनी समाधी घेण्यासाठी निवडली. आजही ते ठिकाण अजानवृक्षाजवळ आहे.

समाधी घेण्यापूर्वी ज्ञानेश्वरांनी आपल्या बहीण-भावंडांना मिठी मारली. संतांना नमस्कार केला. नंतर ते आपले गुरू निवृत्तिनाथांजवळ आले. त्यांना

खाली वाकून नमस्कार केला. दोघे भाऊ, गुरू-शिष्य शेवटचे एकमेकांच्या मिठीत विसावले. समाधिस्थळावर शुभ्र आसन घातले होते. तुळशीची पाने व सुगंधित फुलांनी ती जागा सजवली होती. गंगा व इतर पवित्र नद्यांचे पाणी ज्ञानेश्वरांच्या अंगावर शिंपडले गेले. त्यांच्या हाताला धरून निवृत्तिनाथ त्यांना समाधिस्थानापर्यंत घेऊन गेले. ज्ञानेश्वर आसनस्थ झाले. त्यांच्यासमोर ज्ञानेश्वरी ठेवली होती. तिथे उपस्थित असलेल्या समस्त सज्जनांना त्रिवार वंदन करून ज्ञानेश्वर समाधिस्थ झाले. निवृत्तिनाथांनी बाहेर येऊन गुहेच्या तोंडाशी मोठी शिळा ठेवली. संपूर्ण परिसर संत ज्ञानेश्वरांच्या जयजयकाराने दुमदुमून गेला. नंतर नऊ दिवस श्री सिद्धेश्वराच्या मंदिरात कीर्तन होत होते, अभंग गायले जात होते. दशमीला भोजन समारंभाचे आयोजन केले गेले.

वयाच्या २१व्या वर्षी संत ज्ञानेश्वरांनी आळंदीला समाधी घेतली. एक वर्षानंतर सोपानदेवांनी सासवडला समाधी घेतली. त्यानंतर मुक्ताबाईने मेहूणला (मुक्ताईनगर) तापी नदीच्या काठावर समाधी घेतली. सर्वांत शेवटी संत निवृत्तिनाथांनी त्र्यंबकेश्वरला समाधी घेतली. अशा प्रकारे चारही भावंडांनी आपल्या अल्पायुष्यात दिव्य भक्ती व निःस्वार्थ सेवेची अभिव्यक्ती केली. समाधिस्थ होऊन देहत्याग केला. या दिव्य बालकांचे जीवनचरित्र वर्षानुवर्षे लोकांना दिव्य भक्ती व निःस्वार्थ सेवेच्या मार्गावरून चालण्याची प्रेरणा देत राहील. त्यांची समाधी लोकांकडून मृत्यूवर सकारात्मक मनन करवून घेईल.

समाधीचा अर्थ

संत ज्ञानेश्वरांच्या संजीवन समाधीवर बोलण्याआधी 'समाधी म्हणजे काय?' हे जाणून घ्या. समाधी चेतनेची अशी उच्चतम अवस्था आहे, जिथे अनुभव, अनुभवकर्ता व ज्याचा अनुभव घेतला जात आहे यांच्यातील फरक संपून जातो. जाणणारा, ज्याला जाणले जात आहे तो व जाणण्याचा बोध तिन्ही एकरूप होतात. जणू काही समुद्रावर येणारी लाट पुन्हा समुद्रात विलीन होते; आणि पुन्हा ती लाट परत येते तेव्हा ती आपण समुद्र आहोत हा बोध घेऊन परत येते. लाट म्हणून तिचे अस्तित्व संपते. त्याचप्रमाणे माणूस स्वतःचे वेगळे अस्तित्व असल्याचा भाव सोडून अंतरंगात स्थित अशा परमचेतनेशी (सेल्फ, स्रोत) एकरूप होऊन, त्याच अवस्थेत राहून व त्याच दृष्टीने जीवन व्यतीत करतो,

त्याच दृष्टिकोनाने अभिव्यक्ती करतो, तेव्हा त्या अवस्थेला समाधी अवस्था म्हणतात. याच अवस्थेला मोक्ष, आत्मबोध, आत्मसाक्षात्कार, पूर्ण मुक्ती असेही म्हटले गेले आहे.

संत ज्ञानेश्वरांची संजीवन समाधी

संत ज्ञानेश्वरांनी संजीवन समाधी घेतली, याचा अर्थ ते ध्यानस्थ बसले व पुन्हा उठलेच नाही. शरीराचा मृत्यू होईपर्यंत ते 'स्व'मध्ये ईश्वरामध्ये ध्यानमग्न राहिले. संत ज्ञानेश्वरांनी स्वतःच्या जीवनावरून लोकांना खूप शिकवले व आता ते मृत्यूवरूनही शिकवू पाहत होते. जिवंतपणी ते नेहमी समाधीतच राहत होते; परंतु लोकांनी समाधी अवस्थेवर, मृत्यूवर मनन करावे यासाठी त्यांनी संजीवन समाधी घेतली. जोपर्यंत एखादी ठोस, नजरेस दिसणारी घटना घडत नाही तोपर्यंत सामान्य लोकांच्या लक्षात येत नाही.

त्या काळी संत ज्ञानेश्वरांनी संजीवन समाधी घेतली नसती तर लोकांनी मृत्यूवर मनन केले नसते. कारण लोक मृत्यूचे नाव जरी घेतले तरी घाबरतात; मग मृत्यूवर विचार करणे तर त्रासदायकच वाटणार! स्वतःचा मृत्यू तर सोडाच; पण एखाद्या नातेवाइकाच्या मृत्यूच्या कल्पनेनेही लोकांचा जीव कासावीस होतो. अशा वेळी एखादा जिवंतपणी, हसत-हसत, स्थिरचित्त राहून मृत्यूला कवटाळतो, तेव्हा लोक मृत्यूविषयी वेगळा विचार करण्यास तयार होतात.

संत ज्ञानेश्वरांनी आपल्या संजीवन समाधीला मनन उत्सव बनवले. त्यांनी लोकांपुढे अनेक प्रश्न निर्माण केले. जसे, इतक्या कमी वयात अशी अवस्था प्राप्त करता येते का? वृत्तींतून मुक्त होऊ शकतो का? जन्म-मरणातील फरक संपून जाण्याइतपत शरीराची आसक्ती नाहीशी होऊ शकते? असे कोणते ज्ञान आहे, ज्याच्यामुळे माणसाची चेतना सर्वोच्च होऊ शकते? या सर्व प्रश्नांची उत्तरे म्हणजे संत ज्ञानेश्वर व त्यांची भावंडे यांचे जीवनचरित्र आहे.

■■■

अध्याय १२

जन्म कोणाचा, कोणाचा मृत्यू?

अविनाशी कोण?

या अध्यायात संत ज्ञानेश्वरांच्या काही ओव्या सांगितल्या आहेत. यामध्ये त्यांनी गीतेमधील काही श्लोक उदाहरणासहित सविस्तरपणे समजावून सांगितले आहेत. या श्लोकांमध्ये श्रीकृष्णाने अर्जुनाला पृथ्वीवर जन्म घेणाऱ्या जीवाच्या जन्म-मृत्यूच्या भ्रामक घटनेची वास्तविकता सांगितली आहे. अर्जुन आपल्या आप्त लोकांच्या संभावित मृत्यूची चिंता व शोक यामधून बाहेर यावा या उद्देशाने श्रीकृष्णाने हे श्लोक सांगितले.

अर्जुना सांगेन आइक। एथ आम्ही तुम्ही देख।

आणि हे भूपति अशेख। आदिकरुनी॥

नित्यता ऐसेचि असोनी। ना तरी निश्चित क्षया जाउनी।

हे भ्रांति वेगळी करुनी। दोन्ही नाहीं॥

हे उपजे आणि नाशे। तें मायावशें दिसे।

एन्हवीं तत्त्वता वस्तु जें असे। तें अविनाशचि॥

जैसें पवनें तोय हालविलें। आणि तरंगाकार जाहलें।

तरी कवण कें जन्मलें। म्हणों ये तेथ?॥

तेंचि वायूचें स्फुरण ठेलें। आणि उदक सहज सपाट जाहलें।

तरी आतां काय निमालें। विचारीं पां॥

भावार्थ : हे अर्जुना ऐक! अशी कल्पना केली, की तू, मी व इथे उपस्थित असलेले राजा व इतर लोक कायम जिवंत राहतील किंवा नष्ट होतील, तर या दोन्ही कल्पना भ्रामक आहेत. वास्तविक, जिवंत असणं व मरण पावणं या दोन्ही गोष्टी मिथ्या आहेत. मायेच्या प्रभावामुळे या घटना खऱ्या वाटतात. कारण प्रत्येकात जे मूलभूत तत्त्व (सेल्फ) विद्यमान आहे ते अविनाशी आहे, त्याचा विनाश होत नाही व ते अजन्मा आहे.

जसे, वारा वाहू लागला की पाणी हलू लागते व पाण्यावर तरंग उमटतात. थोड्या वेळाने तरंग नाहीसे होऊन पाण्यात विलीन होतात व पाणी परत शांत दिसू लागते. मग आता तू विचार कर की, तिथे कोण उत्पन्न होतं व कोण नष्ट होतं? म्हणजे पाणीच तरंगांच्या रूपात परिवर्तित होतं आणि तरंग नाहीसे होतात तेव्हा पाणी पाण्यात मिसळून जातं. तिथे नवीन काही उत्पन्न होत नाही व काही नष्ट होत नाही. जे दिसतं तो फक्त आभास असतो. असं प्राण्यांचंही असते. एखाद्या प्राण्याने जन्म घेणं व मरणं हासुद्धा आभास आहे. कारण तो आपल्या मूळ रूपात अविनाशी, अजन्मा ब्रह्म आहे जो त्याच्या जन्मापूर्वीही असतो व मृत्यूनंतरही असतो.

एथ कौमारत्व दिसे। मग तारुण्यीं तें भ्रंशे।

परी देहचि हा न नाशे। एकेकासवें॥

तैसीं चैतन्याच्या ठायीं। इयें शरीरांतरें होती जाती पाहीं।

ऐसें जाणे तया नाहीं। व्यामोहदुःख॥

भावार्थ : शरीर आपल्या मूळ स्वरूपात सदैव एकसारखेच असते. परंतु शरीराच्या वेगवेगळ्या अवस्थांमुळे त्यात फरक दिसून येतो. उदाहरणार्थ, जन्मानंतर शरीराची प्रथम बाल्यावस्था असते... नंतर बाल्यावस्था जाऊन युवावस्था येते... मग युवावस्था संपल्यावर शरीर नष्ट होते का? नाही. शरीर तेच राहते. फक्त त्याच्या अवस्थेत परिवर्तन होते. याच प्रकारे चैतन्याचा (सेल्फ) अनुभव सदैव एकच असतो. तरीही, शरीरामुळे बाह्यावस्थेत परिवर्तन होत राहते. कधी चैतन्य भौतिक शरीराच्या अवस्थेत (आसक्तीत) राहते; तर कधी आसक्तीतून मुक्त, म्हणजे जन्म, जीवन, मृत्यू व पुन्हा जन्म अशा विभिन्न अवस्थांमधून चैतन्य जात राहते. ज्याला ही गोष्ट पूर्णपणे समजते त्याला

स्वतःच्या तसेच इतरांच्या शरीराचा मोह नसतो व त्याला त्याचे दुःखही होत नाही.

जैसें जीर्ण वस्त्र सांडिजे। मग नूतन वेढिजे।

तैसें देहान्तरातें स्वीकारिजे। चैतन्यनाथें॥

भावार्थ : ज्याप्रमाणे लोक जुन्या वस्त्रांचा त्याग करून नवीन वस्त्र चढवतात, त्याप्रमाणे चैतन्य (सेल्फ) जुन्या झालेल्या शरीराचा त्याग करून नवीन शरीर धारण करते.

■■■

अध्याय १३

हिन्याला कवडीमोल समजू नका

ईश्वर प्राप्त करण्याची शुभेच्छा!

पुढे दिलेल्या ओव्यांमध्ये संत ज्ञानेश्वरांचा अशा लोकांवर कटाक्ष आहे, जे पूर्वापार चालत आलेली कर्मकांडं, होमहवन, यज्ञ, रीतीरिवाज अगदी मनापासून व योग्य पद्धतीने करत राहतात. ईश्वराला प्रसन्न करण्यासाठी ते हा मार्ग अवलंबतात. ते कर्मकांडं तर करतात; पण त्यात गुरफटून जाऊन ज्याच्यासाठी हे करत आहेत त्या परमचैतन्याला विसरून जातात. त्यांचे लक्ष विधींकडे नसते, तर त्यामुळे प्राप्त होणारी अस्थायी फळे उदाहरणार्थ, सुख, प्रापंचिक यश, समृद्धी, भोगविलास, स्वर्ग, सिद्धी अशा गोष्टींकडे असते.

सायासें पुण्य अर्जिजे। मग संसारु कां अपेक्षिजे?।

परी नेणती ते काय कीजे। अप्राप्य देखें॥

जैसी रांधवणी रससोय निकी। करूनियां मोलें विकी।

तैसा भोगासाठीं अविवेकी। धाडिती धर्मु॥

म्हणोनि आइकें पार्था। याचिपरी पाहतां।

भावार्थ : इतके कष्ट घेऊन विधी संपन्न करता, यज्ञ, होमहवन, दान, पूजापाठ करून पुण्यसंचय करता, तर त्याच्या बदल्यात प्रापंचिक इच्छा पूर्ण होण्याची इच्छा का ठेवता?... एवढे कष्ट करून त्याच्या बदल्यात जो सर्वात मौल्यवान प्राप्त करण्यास कठीण अशा ईश्वराला (सेल्फ, स्वानुभव) का प्राप्त

करून घेत नाही?... ईश्वराच्या बदल्यात प्रापंचिक लाभ मिळवण्यात पुण्य व्यर्थ का घालवता?

परंतु जे उद्दिष्ट आजपर्यंत साध्य झाले नाही त्यावर लक्ष ठेवावे, हे अज्ञानी लोकांच्या लक्षात येत नाही. याचा अर्थ लहानसहान अस्थायी गोष्टींऐवजी उच्चतम उद्दिष्टांवर (आत्मसाक्षात्कार) लक्ष केंद्रित केले पाहिजे.

हे म्हणजे असे झाले की, एखाद्याने मोठ्या परिश्रमाने मनासारखा स्वादिष्ट स्वयंपाक तयार केला, ज्यामुळे त्याला खाल्ल्यावर समाधान व आनंद मिळणार होता, तो थोड्याशा पैशाच्या आशेने विकून टाकला. याचा अर्थ, परिश्रमाच्या मानाने कमी वसुली झाली. पैशाच्या मोहाने समाधान, संतुष्टी घालवली. लोक खोट्या सुखापायी व भोगविलासासाठी आपला धर्म विकतात. हे अर्जुना! जे लोक ज्ञानाच्या गोष्टीत अडकतात, आपल्या जीवनात त्या उतरवत नाहीत व निष्काम (फळाची इच्छा न करता) होऊन पूजा, ध्यान करत नाहीत, त्यांची बुद्धी भ्रष्ट होऊन जाते.

तात्पर्य : आपली आध्यात्मिक कर्में (प्रार्थना, ध्यान, भजन, पूजा, मनन, श्रवण, दान इत्यादी) करण्याचा उद्देश प्रापंचिक लाभ, सिद्धी प्राप्ती, अहंकाराची संतुष्टी यांसारख्या व्यक्तिगत स्वार्थासाठी नसून फक्त आणि फक्त ईश्वरप्रेमासाठी व ईश्वरप्राप्तीसाठी ती करावीत.

∎∎∎

अध्याय १४

भक्तियोग

सरळ समर्पित मार्ग

संत ज्ञानेश्वरांनी ज्ञानेश्वरीमध्ये लिहिले आहे, 'मायेच्या नदीत मोठमोठे ज्ञानी बुडतात, योगसिद्धीनेही ही नदी पार करणे कठीण आहे. परंतु ज्याच्या ओठांवर सतत ईश्वराचे नाव असते, त्याच्यासाठी मायेच्या नदीत बुडण्यासाठी पाणीच शिल्लक राहत नाही.' म्हणजे भक्ती सर्वांत चांगला व सरळ मार्ग आहे. सर्व जण सहजपणे या मार्गावरून जाऊ शकतात.

ज्ञानेश्वरीतील काही ओव्यांच्या माध्यमातून भक्तीचे महत्त्व जाणून घेऊ.

कां वर्षाकाळीं सरिता। जैसी चढों लागें पांडुसुता।

तैसी नीच नवी भजतां। श्रद्धा दिसे॥

परी ठाकिलियाहि सागरु। जैसा मागीलही यावा अनिवारु।

तिये गंगेचिये ऐसा पडिभरु। प्रेमभावा॥

तैसें सर्वेंद्रियांसहित। मजमाजीं सूनि चित्त।

जे रात्रिदिवस न म्हणत। उपासिती॥

इयापरी जे भक्त। आपणपें मज देत।

तेचि मी योगयुक्त। परम मानीं॥

भावार्थ : पावसाळ्यात नदीचे पाणी वाढते, तसे रात्रंदिवस माणूस भजन-कीर्तन, ईश्वरध्यान यांत रंगून जातो तेव्हा त्याची श्रद्धा दिवसेंदिवस वृद्धिंगत

होऊ लागते. नदी समुद्राजवळ पोहोचते तेव्हा ती शांत वाटते; परंतु मागून येणारा पाण्याचा प्रवाह जोरात व सतत येत राहतो. हीच गोष्ट ईश्वराच्या प्रेमासंबंधातही आहे. म्हणजे स्वानुभवाच्या निकट पोहोचल्यावरसुद्धा भक्तीचा प्रवाह कमी होत नाही; उलट, दिवसागणिक तो वाढतच राहतो.

जे लोक आपल्या इंद्रियांसमवेत (इंद्रियांद्वारे केल्या जाणाऱ्या कर्मांसमवेत) आपले मन माझ्यात समर्पित करून प्रत्येक क्षणी भक्तीत रमतात, ईश्वराकडे कर्ताभाव सोपवून कर्तव्य पूर्ण करतात, अशा भक्तांना मी परमयोगी समजतो.

मग निःसीमु भाओ उल्हासें। मज अर्पावियाचेनि मीसें॥

फल एक आवडे तैसें। भले तेयाचें॥

मग भक्तु माझेयाकडें अलुमालु दाखवी। आणि मीं दोन्हीं हात ओडवीं॥

मग देंटु न संडितां सेवीं। आदरेंसीं॥

पैं गा भक्तीचेनि नावें। फूल मज येक देयावें॥

तें लेखें तरि मियां तुरुंबावें। परि मुखीं चिं घालीं॥

हें असो काइसीं फुलें। पान चि एक आवडतें जालें॥

तें साजुक ही न्हवे सूकलें। भले तैसें॥

परि सर्व भावें भरलें देखें। आणि भूकैला ऐसा अमृतें तोखे।

तें पत्र चि परि तेणें सुखें। आरोगुं लागें॥

भावार्थ : एखादा भक्त प्रेमभावनेने ओथंबून कोणतेही फळ मला देण्यासाठी येतो, तेव्हा मोठ्या आनंदाने मी माझे दोन्ही हात पुढे करतो. मी इतक्या तत्परतेने ते फळ स्वीकारतो, की त्या फळाचे देठ तोडण्याचीही वाट पाहत नाही. फळ जसे आहे तसे प्रेमाने मी ग्रहण करतो.

हे अर्जुना! माझा भक्त भक्तिपूर्वक एखादे फूल देत असेल तर मी त्याच्या प्रेमाने इतका भारून जातो, की त्याचा वास घ्यायचा सोडून ते तोंडात टाकतो. फूल तर सोडाच; पण एखादे पान जरी त्याने मला दिले तर मी ते ताजं आहे, खराब आहे की सुकलेले आहे, हेसुद्धा पाहत नाही. मी फक्त भक्ताचा प्रेमाने परिपूर्ण असलेला भाव पाहतो. एखाद्या भुकेल्या माणसाला अमृत मिळावे तसे त्याने दिलेले पान आनंदाने खाऊन मी संतुष्ट होतो.

ईश्वर वस्तूंचा किंवा नैवेद्याचा भुकेला नसतो, तो भावनांचा भुकेला असतो. भावपूर्णतेने, श्रद्धेने त्याला जे काही अर्पण केले जाते, ते तो ग्रहण करतो. ईश्वराला

कर्मकांड, विधी, मंत्रोच्चार महत्त्वाचे वाटत नाहीत ; तर त्यामागे दडलेली भावना महत्त्वाची वाटते.

पैं आपुलें जें साचें। तें कल्पांतिं हिं न वचे।
हें जाणूनि गतांचें। न शोची जो॥
जेया परौतें नाहिं। तें जाला आपुलां ठांइं॥
या लागि काहिं। आकांक्षी ना॥
वोखटें ना गोमटें। या काइसेया ही ना भेटे॥
राति देऊ न घटे। सूर्यु जैसा॥
ऐसा बोधू चि केवलू। होउनियां निश्चलू॥
यावरि भजनशीलु। माझां ठांइं॥
तरि तेया ऐसें दुसरें। आम्हा पढियंतें सोयरें॥
नाहिं गा साचोकारें। तूझी आण॥

भावार्थ : आत्मसाक्षात्कारापेक्षा या प्रपंचात कोणतीही मोठी उपलब्धी नाही, यावर ज्या भक्ताचा विश्वास असतो त्याला प्रापंचिक भोगविलासात आनंद मिळत नाही. तो अनुभवाने जाणतो की, तो म्हणजे पूर्ण विश्व आहे, त्याच्याशिवाय वेगळे कोणी नाही. त्याचा इतरांबरोबरचा भेदभाव, पृथकतेचा (वेगळा मी) भाव नाहिसा होतो.

माझे मूळ तत्त्व (मूळ अस्तित्व, सेल्फ) अनंत काळापर्यंत नष्ट होणार नाही यावर ज्याचा विश्वास असतो, तो दैनंदिन लहानसहान गोष्टींमुळे सुखी होत नाही. त्याला कोणत्याही प्रापंचिक गोष्टीची इच्छा राहत नाही. तो चांगले-वाईट असा भेदभाव करत नाही.

मुक्ताबाईला जसे कुत्रा, फूल, शत्रू, मित्र या सर्वांमध्ये विठ्ठलाचे दर्शन होत होते तसे त्याला सगळीकडे ईश्वरच दिसतो.

सूर्याला कधी दिवस-रात्र नसते. कारण जिथे सूर्य असतो तिथे नेहमी प्रकाश असतो. अशाच प्रकारे आत्मसाक्षात्कारी ज्ञानाची मूर्ती बनतो. प्रेमाने भारलेला असा तो माझा अनन्य भक्त असेल तर अशा ज्ञानी भक्ताशिवाय प्रिय असे या जगात काही नाही.

अध्याय १५

ज्ञानयोग

ज्ञानयुक्त कर्म भक्ती आहे

ज्ञानाशिवाय भक्ती व कर्म नुसते अपूर्णच नसून दिशाहिनसुद्धा आहे. ज्ञानामुळे भक्ती व कर्म योग्य दिशेने होऊन अंतिम टप्पा गाठते.

ज्ञानाशिवाय भक्ती फक्त अंधभक्ती किंवा व्यापारभक्ती (जिथे व्यक्तिगत इच्छा पूर्ण करण्यासाठी ईश्वराची आळवणी केली जाते) ठरते. ज्ञानपूर्ण भक्ती माणसाला त्याची स्वतःची ओळख करवून देते, त्याला आत्मसाक्षात्कार घडवून देते. श्रीकृष्ण गीतेत म्हणतात, 'मला ज्ञानी भक्त अधिक प्रिय आहेत. जो माणूस समज ठेवून भक्ती करतो, ज्याच्या क्रियेतही भक्ती असते– म्हणजे ईश्वराला कर्तेपण देऊन ईश्वरासाठीच जो कार्य करतो, तो खऱ्या अर्थाने ज्ञानी भक्त असतो.'

संत ज्ञानेश्वरांनी ज्ञानेश्वरीतील ओव्यांमध्ये हा विषय विस्तृतपणे समजावून सांगितला आहे. या अध्यायात अशा काही ओव्या त्यांच्या अर्थासहित सांगितल्या आहेत. संत ज्ञानेश्वरांच्या नजरेतून ज्ञानाचे महत्त्व आता समजून घेऊ.

ग्रासा एका अन्नासाठीं। अंधु धांवताहे किरीटी।
आडळला चिंतामणी पायें लोटी। आंधळेपणे॥
तैसें ज्ञान जैं सांडुनि जाये। तै ऐसी हे दशा आहे।

म्हणोनि कीजे तें केलें नोहे। ज्ञानेंवीण॥
आंधळेया गरूडाचे पांख आहाती। ते कवणा उपेगा जाती।
तैसे सत्कर्माचे उपखे ठाती। ज्ञानेंवीण॥

भावार्थ : हे अर्जुना! एखादा आंधळा ज्याप्रमाणे घासभर अन्न मिळण्यासाठी दारोदार भटकतो व अंधत्वामुळे पायाशी आलेला चिंतामणी (एक मौल्यवान मणी) ठोकरतो, त्याप्रमाणे ज्ञानाचा अभाव असलेल्या लोकांबाबत घडते. माणसाने जे महत्त्वपूर्ण कार्य करणे अपेक्षित आहे ते अज्ञानामुळे त्याच्याकडून केले जात नाही. उदाहरणच द्यायचे झाले तर, आंधळ्या गरुडाकडेही सामर्थ्यशाली पंख असतात; पण त्याचा काय उपयोग? अगदी त्याचप्रमाणे ज्ञानाविना चांगल्या कर्मांचे परिश्रम निरर्थक असतात.

तात्पर्य : योग्य समज, जाणीव नसेल तर करण्यायोग्य असलेली कामे माणूस ओळखू शकत नाही. अकर्ता भावनेने तो योग्य प्रकारे ती करू शकत नाही, त्यामुळे स्वानुभवाची उच्चतम अवस्था त्याला प्राप्त होऊ शकत नाही.

ह्मणौनि आपुलालेया हिताचेनि लोभें। मज आवडे तो ही भगतु झोंबे।
परि मीं चि करीं वाल्लभें। ऐसा ज्ञानियां एकु॥
पाहे पां दुभतेयाचिया आशा। जग चि धेनू करित आहे फांसा।
परि दोरेंविण कैसा। वत्साचा बली॥
कां जें तनुमनुप्राणें। तें आणिक कांहीं चि नेणे।
देखे तेयातें ह्मणे। हे माये चि कीं॥
तें एणें मानें अनन्यगति। ह्मणौनि धेनू हीं तैसी चि प्रीति।
एयालागि लक्ष्मिपति। बोलिले साच॥

भावार्थ : श्रीकृष्ण अर्जुनाला सांगत आहेत, केवळ स्वार्थासाठी, स्वतःचे हित साधून घेण्यासाठी माझा भक्त बनून तो माझ्यामागे धावतो. परंतु एक ज्ञानी भक्त फक्त असा आहे, जो मला प्राप्त करून घेण्यासाठी माझी भक्ती करतो.

जणू, दूध मिळवण्याच्या लोभापायी लोक गायीला दोरीने बांधून ठेवतात, तिची सेवा करतात; तिचे वासरू मात्र दोरीविना गायीच्या बंधनात बांधलेले असते, तिला चिकटून बसते. कारण तन-मन-प्राणाने वासरू आपल्या आईशी एकरूप झालेले असते. गायीकडे बघून त्याला वाटते, हीच माझी सर्वस्व आहे!

गायीला वाटते, माझ्याशिवाय माझे वासरू असहाय व अनाथ आहे. तिलाही तिच्या वासराचे तितकेच प्रेम असते. ज्ञानी भक्तही असाच असतो.

तात्पर्य : संत मीराबाईप्रमाणे ज्ञानी भक्त ईश्वरप्राप्तीसाठी ईश्वरावर प्रेम करतो. ईश्वराशिवाय त्याला इतर कोणत्याही लाभाची इच्छा नसते. त्याचा ईश्वराशी संबंध प्रेमाचा असतो. कोणत्याही भीतीपोटी, इच्छेसाठी तो ईश्वराच्या बंधनात नसतो. त्याचे ईश्वराशी बंधन प्रेमाचे असते.

ऐकें जया प्राणियाचां ठायीं। इया ज्ञानाची आवडी नाहीं।

तयाचें जियालें म्हणों काई। वरी मरण चांग॥

शून्य जैसें गृह। कां चैतन्येंवीण देह।

तैसें जीवित तें संमोह। ज्ञानहीना॥

अथवा ज्ञान कीर आपु नोहे। परी ते चाड एकी जरी वाहे।

तरी तेथ जिव्हाळा कांही आहे। प्राप्तीचा पैं॥

वांचूनि ज्ञानाची गोठी कायसी। परी ते आस्थाही न धरी मानसीं।

तरी तो संशयरूप हुताशीं। पडिला जाण॥

भावार्थ : श्रीकृष्ण अर्जुनाला समजावून सांगतात, 'ज्या माणसाच्या मनात सर्वोच्च ज्ञान (जे ज्ञान प्राप्त केल्याने स्वानुभव, स्वयंबोध होतो) प्राप्त करण्याची इच्छा नसते, त्याने जिवंत राहण्यापेक्षा मरणे चांगले! म्हणजे असा माणूस जिवंत असूनही मृत झाल्याप्रमाणे असतो. कारण तो आपल्या जीवनाचा, जिवंत असण्याचा फायदा करून घेत नाही. ज्याप्रमाणे एखादे घर उद्ध्वस्त झालेले असते किंवा शरीर प्राणहिन असते, त्याप्रमाणे ज्ञानाशिवाय जीवन असते. असे जीवन फक्त भ्रमाने, चुकीच्या धारणा व मान्यता यांनी भरलेले असते. ज्ञानाशिवाय माणसाची काही किंमत नाही. एखाद्या माणसाची अवस्था अशी असेल, की त्याला ज्ञान प्राप्त झाले नाही; पण त्याला ज्ञानाबद्दल आदरभाव किंवा ते प्राप्त करण्याची ओढ असेल तर कधी ना कधी ज्ञान प्राप्त करण्याची त्याची शक्यता असते. पण, जर एखाद्याला ज्ञानही नसेल व ते प्राप्त करण्याची ओढ नसेल, ज्ञानाप्रति आदरभाव नसेल, तर समजावे, की तो संशयाच्या, अविश्वासाच्या व भ्रमाच्या आगीत भस्म झाला. (ज्ञानाप्रति असलेला अविश्वास, चुकीच्या धारणा ज्ञान प्राप्त करण्याचे सर्व मार्ग बंद करतात.)

अध्याय १६

भक्तिरसात भिजलेले अभंग

गुरू व नामस्मरण

'ज्ञानेश्वरी', 'अमृतानुभव' या ग्रंथांव्यतिरिक्त ज्ञानेश्वरांनी अनेक अभंग व भजने लिहिली आहेत. या अध्यायात ज्ञान, गुरुभक्ती व हरिभक्तीवर आधारित काही अभंग व त्यांचे अर्थ दिले आहे.

चला, तर या भक्तिरसाचा रसास्वाद घेऊ.

नामस्मरणाचा महिमा

एक तत्त्व नाम दृढ धरी मना हरी सी करुणा येईल तुझी॥
ते नाम सोपे रे रामकृष्ण गोविंद वाचेशी सद्गद जपा आधी॥
नामापरते तत्त्व नाही रे अन्यथा वाया आणिक पंथा जाशी झणीं॥
ज्ञानदेव नाम जपमाळ अंतरी धरोनि श्रीहरी जपे सदा ॥

भावार्थ : संत ज्ञानेश्वर समजावून सांगतात, 'एकतत्त्व नाम दृढतेने आपल्या मनात धारण कर. मनी भाव धरून नामस्मरण केल्याने निश्चितच हरीला तुझ्याविषयी करुणा वाटेल. त्याचे नाव अतिशय सोपे आहे—राम, कृष्ण, गोविंद... भावविभोर होऊन या नावाचे स्मरण करा. कारण तत्त्व हे नामाशिवाय वेगळे नाही. इतर मार्गांवरून निरर्थकपणे का फिरत आहात? ज्ञानदेवांनीसुद्धा आपल्या अंतरंगात मौनाची (चैतन्य) जपमाला धारण केली आहे, त्यामुळे हरीचा जप निरंतरतेने, अविरत सुरू आहे.

सर्वसामान्य लोकांच्या आध्यात्मिक प्रगतीकडे लक्ष देऊन ज्ञानेश्वरांनी हा अभंग लिहिला आहे. कारण सामान्य माणूस योग, ज्ञान, निराकार, तत्त्व यांसारख्या मोठमोठ्या गोष्टी ऐकून गोंधळून जाईल, हे ते जाणून होते. परंतु त्यांनी ते मूळ चैतन्य तत्त्व (सेल्फ) एखाद्या आकाराच्या रूपात स्वीकारले व त्याला एका नावाशी (हरी, ईश्वर) जोडून भावपूर्णतेने नामस्मरण केले, हरीची भक्ती केली तर तेसुद्धा ते परमतत्त्व प्राप्त करू शकतात.

एखादा योगी, ज्ञानी व ध्यानी जो स्वयंबोध प्राप्त करतो तो सर्वसामान्यांनाही शक्य होऊ शकतो. कारण भावपूर्ण भक्तीमुळे अहंकार समर्पित होतो; आणि असे झाले तर हृदयात अनुभव प्रकाशित होतो. ज्ञानेश्वर समजावून सांगतात, की इतरांचे पाहून वेगवेगळ्या मार्गांकडे आकर्षित होण्याची आवश्यकता नाही. कारण सर्व मार्ग एकाच ठिकाणी (मोक्ष) एकत्र येतात. सहज, सोप्या अशा नामस्मरणाच्या मार्गानिसुद्धा मोक्षप्राप्ती होऊ शकते.

असंभव गोष्टी गुरूमुळे संभव होतात!

दैव करी तरी काय न होई। दगडाचिये नई तरिजेल॥

सूर्यकिरणावरी मुंगियाच्या हारी। अग्निचे पाठरी पीक होय॥

फुटतील पाय चालतील भिंती। मेरु मशक येती समतुका॥

ज्ञानदेव म्हणे अघटित घडे। गुरुकृपे जोडे परब्रह्म॥

भावार्थ : देवांना काय अशक्य आहे... दगड पाण्यावर तरंगू शकतो. सूर्याच्या किरणांवर मुंग्या चालू शकतात. आग लागलेल्या डोंगरावर पीक उगवू शकते, विशाल पर्वत व छोटा डास एकसारखे असू शकतात. ज्ञानदेव म्हणतात, 'देवाच्या कृपेमुळे या सृष्टीमध्ये असंभव वाटणाऱ्या गोष्टी संभव होऊ शकतात. परंतु गुरूच्या कृपेने परब्रह्माची प्राप्ती शक्य होते.'

या अभंगातून ज्ञानेश्वरांच्या दृष्टिकोनातून गुरूचे महत्त्व व गुरूची ओळख स्पष्ट होते. त्याचबरोबर माणसाचे परम उद्दिष्ट परमब्रह्मप्राप्ती (स्वानुभव) याबाबतची जागृतता लक्षात येते. त्यामुळे त्यांनी सृष्टीत घडणाऱ्या असंभव गोष्टींपेक्षा गुरुकृपेमुळे साध्य होणाऱ्या स्वानुभवाच्या घटनेला जास्त महत्त्व दिले आहे. ते म्हणतात, 'जे देवतांना शक्य नाही असे असंभव कार्य गुरू करवून घेतात.'

नामस्मरण : सर्वांत सरळ व सोपा मार्ग

भावेवीण भक्ति भक्तिवीण मुक्ति बळेवीण शक्ति बोलू नये ॥

कैसेनि दैवत प्रसन्न त्वरित उगा राहे निवांत शिणसी वायां ॥

सायासे करीसी प्रपंच दिनदिशी हरीसी न भजसी कोण्या गुणे ॥

ज्ञानदेव म्हणे हरिजप करणे तुटेल धरणे प्रपंचाचे ॥

भावार्थ : भावाविना भक्ती, भक्तीविना मुक्ती व बळाविना शक्ती असूच शकत नाही. हा हरी असा देव आहे, जो सहजतेने लगेच प्रसन्न होतो. म्हणून त्याला आळवण्यासाठी निरर्थक कर्म करू नका. फक्त शांत होऊन, मौन राहून त्यांची भक्ती करा. इतका सरळ व सोपा मार्ग उपलब्ध असताना त्याला प्राप्त करून घेण्यासाठी दिवस-रात्र व्यर्थ श्रम का करता ?... का इतके कष्ट घेता ?... भावपूर्णतेने त्याचे भजन का करत नाही ? ज्ञानदेव म्हणतात, 'नामस्मरणाने तुम्ही सर्व जण सहजतेने प्रपंचातून मुक्त व्हाल.'

याद्वारे खरेतर ज्ञानेश्वर अशा लोकांना उपदेश करत आहेत, जे अध्यात्माच्या नावाखाली कठीण साधना करतात, कठोर तपश्चर्या करतात, ईश्वरप्राप्तीसाठी शरीराला कष्ट देतात किंवा मोठमोठी शास्त्रे, कठीण विधी, कर्मकांड यांत गुरफटून जातात; पण त्यांच्या मनात भक्तिभाव नसतो. असे लोक कठोर व दांभिक ज्ञानी तर होतात; पण त्यांच्यात प्रेमपूर्ण समर्पित भक्तीचा अभाव असतो. अशा साधकांना ज्ञानेश्वर सांगतात, 'भावपूर्ण भक्तीद्वारे ईश्वर सहजपणे साध्य होतो. असे असताना तुम्ही हा मार्ग सोडून बाकी सगळा खटाटोप करत आहात आणि स्वतःला महान साधक समजत आहात.' भावाविना भक्ती व भक्तीविना मुक्ती (स्वानुभवप्राप्ती) असंभव आहे. म्हणून हा सगळा खटाटोप सोडून द्या आणि सरळ, सोप्या मार्गनि हरिभक्ती करा. त्यामुळे तुमचे कल्याण होईल.

इथे लक्षात घेण्यासारखी एक महत्त्वाची गोष्ट आहे, की संत ज्ञानेश्वर स्वतः एक परमसिद्ध हठयोगी होते, तरीसुद्धा ते नामस्मरणाचा महिमा सांगत आहेत. कारण इतर मार्गांवर योग्य गुरुअभावी लोकांचे खूप नुकसान होऊ शकते, हे त्यांना चांगले माहीत होते. आध्यात्मिक उद्दिष्टापासून (स्वानुभवप्राप्ती) दूर जाऊन असे लोक सिद्धी प्राप्त करण्यात अडकून पडतील आणि ते पाखंडी, अहंकारी होतील, हे ते जाणून होते. चांगदेव याचे मूर्तिमंत उदाहरण आहे. परंतु सरळ, सोप्या भक्तिमार्गनि गेल्यास असे घडण्याची शक्यता नसते. ∎∎∎

अध्याय १७

स्वानुभवाचे साक्षी अभंग

स्वतःची मूळ ओळख

ज्ञानेश्वरांच्या काही अभंगातून त्यांच्या स्वयंबोधाच्या अवस्थेची झलक दिसते. ते ऐकून व वाचून त्यांच्या स्रोतावर स्थापित झालेल्या परमानंदाच्या अवस्थेची सहजपणे जाणीव होते. आपल्या अभंगांच्या माध्यमातून या अवस्थेचे ज्ञान ते इतर साधकांना करून देत आहेत, तसेच ती अवस्था प्राप्त करण्यासाठी प्रेरित करत आहेत. चला तर, आता या अभंगांचा आनंद घेऊ.

साधुबोध झाला नुरोनियां ठेला। ठायींच मुराला अनुभवे॥

कापुराची वाती उजळली ज्योती। ठायीच समाप्ती झाली जैसी॥

मोक्षरेखे आला भाग्य विनटला। साधूचा अंकिला हरिभक्त॥

ज्ञानदेवा गोडी संगती सज्जनी । हरिदिसे जनींवनी आत्मतत्त्वी॥

भावार्थ : साधूचा (स्रोतावर स्थापित होण्याचा) बोध प्राप्त होताच काही शिल्लक उरलेच नाही. तरीसुद्धा तो त्याच स्थानावर उपस्थित आहे व अनुभवात चिंब भिजून गेला आहे. जसा कापूर जळतो व प्रकाश निर्माण होतो व ती ज्योत त्याच जागी विलीन होते. 'मी' मोक्षरेषेपर्यंत येऊन सौभाग्यशाली होतो. साधूंनी ही जाणले आहे, की हा 'मी' खरा हरिभक्त आहे. ज्ञानदेवांना सज्जनांची संगत खूप आवडते. त्यांना ('मी'ला) प्रत्येक जीवात, माणसात, झाडे, वनस्पती जंगल सर्वांमध्ये तेच आत्मतत्त्व चैतन्य दिसते.

कोणाचे हे घर हा देह कोणाचा। आत्माराम त्याचा तोचि जाणे॥

मी-तू हा विचार-विवेक शोधणे। गोविंदा माधवा याच देही॥

देही ध्याता ध्यान त्रिपुटी वेगला। सहस्त्र दली उगवला सूर्य जैसा॥

ज्ञानदेव म्हणे नयनाची ज्योती। या नांवे रूपे ती तुम्ही जाणा॥

भावार्थ : या दोन्ही अभंगात ज्ञानेश्वर त्यांच्या शरीरात प्रकाशमान झालेल्या स्वानुभवाचे वर्णन करत आहेत. ते म्हणतात, 'स्वानुभवानंतर व्यक्तीचे कोणतेही नामोनिशाण शिल्लक राहत नाही. व्यक्ती अहंकारामुळे व मायेच्या प्रभावामुळे स्वतःला स्रोतापासून (सेल्फपासून) वेगळा समजतो. अशी व्यक्ती स्वानुभवानंतर नाहीशी होते. स्वतःची मूळ ओळख (मी शरीर नसून स्रोत आहे, सेल्फ आहे) पटल्यानंतर 'मी' म्हणणाऱ्या व्यक्तीचे आवरण दूर झाले आहे, आणि जे मूळ तत्त्व स्रोत आहे ते आपल्या जागी शिल्लक उरले आहे. ते या शरीराद्वारे अनुभव घेत असून त्याची अभिव्यक्ती करत आहे.''

संत ज्ञानेश्वर सांगतात, 'अशी अवस्था प्राप्त झाल्यानंतर निर्जीव, सजीव, जीवजंतू, वनस्पती, सृष्टी सर्वांमध्ये त्या एका ईश्वराचेच (सेल्फ) दर्शन होते. कोणत्याही गोष्टीचे वेगळे किंवा व्यक्तिगत अस्तित्व उरत नाही. तुम्ही अनुभवाने जाणू शकता की, तुम्ही व संपूर्ण सृष्टी हे त्याचेच रूप आहे. जो आहे तो तोच आहे, दुसरा कोणी नाहीच. तोच आपल्या शरीराच्या आत व बाहेरसुद्धा तोच आहे. जसा रसगुल्ल्याच्या आतही साखरेचा पाक असतो व बाहेरही असतो. विवेकपूर्ण मनन, ध्यान व भक्तीद्वारे आपल्या अंतरंगातच सेल्फला शोधण्याचा प्रयत्न केला पाहिजे.

स्वामी विवेकानंद

अनुक्रमणिका

अध्याय १

विवेकयात्रेची सुरुवात

शरीर–मन–बुद्धीशी 'काहीतरी' जोडले जावे

हे शरीर, मन व बुद्धीचा स्वामी! जेव्हा शरीराशी 'काहीतरी' जोडले जाते तेव्हा शरीर महावीर होते.

जेव्हा मनाशी 'काहीतरी' जोडले जाते तेव्हा ते अ.प.ना. (अकंप, प्रेमळ, निर्मळ) मन होते.

जेव्हा बुद्धीशी 'काहीतरी' जोडले जाते तेव्हा विवेक जागृत होतो आणि या त्रिपुटीमुळे जो मिळतो... तो विवेकानंद!

असा हा विवेकानंद प्राप्त होण्यासाठी प्रत्येक गोष्टीबरोबर जोडावे लागणार हे 'काहीतरी' काय आहे? पुस्तकाच्या या तिसऱ्या भागात या गोष्टी समजणार आहेत. पूर्णपणे तन्मय होऊन ते शोधा व स्वतःशी जोडा, म्हणजे तुम्हालाही विवेकानंद मिळेल. स्वामी विवेकानंदांशी हे 'काहीतरी' कधी जोडले गेले? यावर एक नजर टाकू.

मध्यरात्रीची वेळ होती. आकाशात दाटून आलेले काळे ढग पाहून नरेंद्रच्या मनातही अंधकार दाटून आला होता. आशेच्या किरणांची कुठेही चाहूल नव्हती. ढगांचा गडगडाट होत होता... मधूनच वीज चमकत होती. विचारांच्या

तंद्रीत नरेंद्र अनवाणीच आपल्या घराच्या दिशेने निघाला होता. त्याची पावले जागोजागी अडखळत होती. जणू ती त्याला विश्रांती घ्यायला सांगत होती. परंतु नरेंद्रला स्वतःच्या शरीराची शुद्ध नव्हती. त्याचे मनही थाऱ्यावर नव्हते.

अचानक जोराचा पाऊस सुरू झाला व नरेंद्र पावसात चिंब भिजून गेला. निर्मनुष्य रस्त्याच्या मधोमध तो हतबल होऊन खाली बसला. हात जोडून तो ईश्वराला म्हणू लागला, ''तू मला कोणत्या पापाची शिक्षा देत आहेस? या जगात कितीतरी वाईट लोक आहेत. त्यांना सोडून तू मला का शिक्षा देत आहेस? तुझ्याविषयी माझ्या मनात आस्था आहे म्हणून का तू असं वागतोस? हाच तुझा न्याय आहे का, ईश्वरा!'' असे म्हणताना नरेंद्रच्या डोळ्यांतून धारा वाहू लागल्या. दुःखातिरेकाने तो रडू लागला. अचानक त्याला त्याच्या मनाच्या गाभाऱ्यातून एक आवाज ऐकू आला. त्याच्या विवेकाने त्याला विचारले, ''ज्याला सुखाची लालसा असते तो ते कुठून मिळतं याचा विचार करत बसत नाही. ज्या पद्धतीने सुख मिळेल त्या मार्गाने तो सुख गोळा करतो. तू आधी पक्कं ठरव, की तुला काय पाहिजे– पद, प्रतिष्ठा, पैसा की सुविधा?''

नरेंद्रच्या तार्किक बुद्धीतून उत्तर आले, ''हो! मला पैसा पाहिजे; परंतु धर्माच्या मार्गाने!''

विवेकबुद्धीने जागृत करत त्याला सांगितले, ''धर्माच्या मार्गाने ईश्वर प्राप्त होतो, पैशांची रास नाही. तुला ईश्वर हवा आहे की पैसे, सुविधा, हे आधी निश्चितपणे ठरव.''

यावर नरेंद्र उद्वेगाने उत्तरला, ''ईश्वर... ईश्वर आणि फक्त ईश्वरच!...''

विवेकबुद्धी म्हणाली, ''मग सुख-सुविधा मागू नकोस. प्रापंचिक सुखात गुरफटून ईश्वरप्राप्ती होत नाही. मनावर विजय प्राप्त करून, तपस्येने व साधनेने ईश्वर प्राप्त होतो.''

आता नरेंद्रच्या मनातला संघर्ष थांबला होता. त्याने आपल्या विवेकाचे म्हणणे स्वीकारले. त्याच्या मनात दाटलेले नकारात्मक विचारांचे ढग निघून गेले... जीवनातील अंधकार नाहीसा होऊ लागला... आकाश निरभ्र झाले... तिथे एक दिव्य अस्तित्व प्रकट झाले होते; जणू काही ते एक प्रकाशमय स्वरूप होते... त्याच्या मनातील गोंधळ संपला... साऱ्या शंका विलीन होऊ लागल्या... त्याच्या विवेकाशी असे 'काहीतरी' जोडले गेले होते, परिणामस्वरूप त्याची पावले

गुरूकडे वळली व तो विवेकानंद झाला. त्या दिवसाच्या पहिल्या सूर्यकिरणांनी फक्त बाहेरचा अंधार नाहीसा झाला नाही, तर नरेंद्रच्या मनातील अंधारही नाहीसा केला. त्याची विवेकबुद्धी प्रकाशाच्या नवीन किरणांनी झगमगू लागली.

आता काय करायला हवे, हे त्याच्या लक्षात आले. ही विवेकची (विवेकानंद) गोष्ट आहे. ज्याचा विवेक (प्रज्ञा) जागृत झाला, त्याला साधक म्हणतात. विवेकबुद्धी जागृत झाली की साधक सत्याच्या मार्गावर चालू लागतो. म्हणून विवेकची गोष्ट म्हणजे साधकाचीच गोष्ट आहे.

विवेक म्हणजेच नरेंद्र दत्त याचा जन्म १२ जानेवारी १८६३ रोजी झाला होता आणि भक्त नरेंद्रचा जन्म त्यानंतर २५ वर्षांनी झाला होता. जेव्हा एका माणसाचे दोन जन्मदिवस सांगितले जातात, तेव्हा एक जन्मदिवस असतो त्याच्या शरीराचा, तर दुसरा असतो त्याच्या अशा शरीराचा ज्यामधील सर्व धारणा नाहीशा होऊन अनुभव प्रकट झालेला असतो. जिवंतपणी माणसाचा दुसरा जन्म होतो त्याला 'सच्चितानंद' (सत् चित् आनंद) म्हणतात. आनंदाच्या या यात्रेमध्ये काय घडले? कोणाचा जन्म झाला? आजूबाजूला काय घडले? हे या भागात समजून घ्यायचे आहे. हे वाचत असताना तुम्हाला तुमचा विवेक जागृत होईल असे काहीतरी नक्की शिकायला मिळेल.

नरेंद्रचा जन्म कलकत्त्याला (आत्ताचे कोलकता) झाला होता. त्याच्या आईचे नाव भुवनेश्वरी, तर वडिलांचे नाव विश्वनाथ दत्त होते. त्याचे वडील वकील असल्याने त्यांची आर्थिक बाजू संपन्न होती. नरेंद्रला अजून दोन भाऊ होते. त्याचे आजोबा श्रीदुर्गाचरण यांनी ईश्वरप्राप्तीच्या अभिलाषेपोटी गृहत्याग केला होता. नरेंद्र गर्भावस्थेत असताना त्याची आई शंकराची आराधना करत असे. नरेंद्रवर गर्भसंस्कार व्हावेत हा त्यामागचा उद्देश होता. परंतु प्रत्यक्षात मुलावर कोणते संस्कार होत आहेत याची तिला काही कल्पना नव्हती. नंतर जेव्हा तिला समजले की, तिचा मुलगा संन्यासी होणार आहे तेव्हा ती अस्वस्थ झाली. कारण त्या काळी संन्यास घेण्याकडे नकारात्मक दृष्टिकोनातून बघितले जात असे. कालांतराने हळूहळू तिने या गोष्टीचा स्वीकार केला व तिला आपल्या मुलाचा अभिमानही वाटू लागला. इतकेच नव्हे, तर नरेंद्रने सत्याचा मार्ग सोडू नये यासाठी तिने उपदेशही केले. ∎∎∎

अध्याय २

संन्याशाची साहसी बाल्यावस्था

सत्याप्रति निष्ठा

नरेंद्र लहानपणापासूनच मोठा लाघवी, उत्साही व चंचल होता. त्याच्या अंगी अदम्य शक्ती होती. त्याला आवरण्यासाठी दोन नोकर लागायचे. त्याला शांत करण्यासाठी कधी-कधी कोणताच उपाय लागू पडत नसे. हे पाहून त्याची आई 'शिव, शिव' असे म्हणून त्याच्या डोक्यावर तांब्याभर गार पाणी ओतत असे. तेव्हा कुठे तो शांत होई. साधारणतः लहान मुलांना पशुपक्ष्यांविषयी स्वाभाविक प्रेम असते. नरेंद्रसुद्धा याला अपवाद नव्हता. त्याला पशुपक्ष्यांबद्दल तीव्र ओढ होती. हे त्यांच्या जीवनाच्या अंतिम पर्वात प्रकर्षाने आढळून येते.

नरेंद्रच्या अंगी असलेल्या गुणांची अभिव्यक्ती होण्यात त्याच्या आईची खूप मदत झाली.

एके दिवशी शाळेमध्ये नरेंद्रच्या बाबतीत एक अन्यायकारक घटना घडली. त्याने याबद्दल आईकडे तक्रार केली. आईने त्याला दिलासा देत सांगितले, ''बाळा, तुझी काही चूक नव्हती ना, मग काही काळजी करू नको. फलप्राप्तीकडे लक्ष न देता तू नेहमी सत्याचे पालन कर. सत्यनिष्ठेमुळे तुला कधी-कधी अन्याय सहन करावा लागेल, त्याचे कटू परिणाम भोगावे लागतील. तरीही, तू कोणत्याही परिस्थितीत सत्य सोडू नको.''

आईचा उपदेश नरेंद्रने नुसता लक्षात ठेवला नाही तर त्या वेळेपासून आपल्या जीवनात उतरवला. त्याच्या जीवनातील एक प्रसंग याला पुष्टी देतो.

एके दिवशी नरेंद्र शाळेमध्ये आपल्या मित्रांना गोष्ट सांगत होता. त्याच वेळी शिक्षक वर्गात आले. पण कोणाच्याही हे लक्षात आले नाही. शिक्षक खूप संतापले. त्यांनी एकेकाला प्रश्न विचारण्यास सुरुवात केली. एकट्या नरेंद्रने त्यांच्या प्रश्नाचे चोख उत्तर दिले. तेव्हा शिक्षकांनी नरेंद्र सोडून सर्व विद्यार्थ्यांना बाकावर उभे राहण्याची शिक्षा दिली. आपल्यामुळे सर्वांना विनाकारण शिक्षा झाली आहे हे नरेंद्रने जाणले. तो शिक्षकांना म्हणाला, ''मी मित्रांना गोष्ट सांगत होतो, मग मलाही शिक्षा झाली पाहिजे.'' बरोबर उत्तर देऊनही मित्रांच्या बरोबरीने त्याने बाकावर उभे राहण्याची शिक्षा भोगली.

कोणत्याही परिस्थितीत सत्याची संगत सोडता कामा नये, ही शिकवण वरील घटना सांगते. कोणाचेही मन जिंकण्याची शक्ती सत्यामध्ये असते.

नरेंद्रच्या असाधारण बुद्धीमुळे लवकरच सर्व शिक्षकांचे व वर्गमित्रांचे लक्ष त्याच्याकडे आकर्षित झाले. सुरुवातीला त्याला इंग्लिश भाषा परकीय असल्यामुळे आवडत नसे. परंतु नंतर तो त्यातही पारंगत झाला. कमी वेळात त्याचा अभ्यास पूर्ण होत असे. उर्वरित वेळ तो वेगवेगळ्या प्रकारचे खेळ खेळण्यात व्यतीत करत असे. त्याने एक नाटक कंपनी सुरू केली; तसेच व्यायाम शाळा सुरू करून मुलांबरोबर तलवारबाजी, कुस्ती, तसेच अन्य शौर्याचे खेळ शिकले. त्याची वृत्ती इतकी चंचल होती, की एखादा खेळ खेळता येऊ लागला की लगेच त्याचे लक्ष दुसऱ्या खेळाकडे जाई. खेळताना तो वर्गमित्रांचे भांडण सोडवण्यात पुढाकार घेत असे. या स्वभावामुळे आजूबाजूच्या लोकांमध्येही तो लोकप्रिय झाला होता. सर्वांना त्याच्या साहसी, सत्यप्रिय व सरळ स्वभावाचे खूप कौतुक वाटत होते.

नरेंद्रच्या शेजारच्या घराच्या अंगणात एक पिंपळाचे झाड होते. त्या झाडावर चढायला नरेंद्रला खूप आवडत होते. शेजाऱ्याला नेहमी काळजी वाटत असे, की चुकून झाडावरून पडला तर हातपाय मोडेल. परंतु त्यांना त्याचा स्वभाव माहीत

होता. झाडावर चढण्यास मनाई केली तरी तो ऐकणार नाही, हे त्यांना माहीत होते. यावर उपाय म्हणून ते नरेंद्रला म्हणाले, ''या झाडावर ब्रह्मराक्षस राहतो. मुलांनी झाडावर चढणं त्याला आवडत नाही. म्हणून तू झाडावर चढू नकोस.'' शेजाऱ्याला वाटले, ब्रह्मराक्षसाला घाबरून तो झाडावर चढणार नाही व सुरक्षित राहील. परंतु नरेंद्र कुठला ऐकायला!

एकदा काही कामानिमित्त शेजारी बाहेर गेला होता. नरेंद्र ताबडतोब झाडावर चढला. झाडाच्या एका फांदीवर बसून तो ब्रह्मराक्षसाची वाट पाहू लागला. वाट पाहता-पाहता संध्याकाळ झाली, पण ब्रह्मराक्षस काही आला नाही. शेजारी संध्याकाळी घरी परतला. त्यांना पाहून नरेंद्रने झाडावरून विचारले, ''काका, ब्रह्मराक्षस माझा गळा दाबण्यासाठी कधी येणार? मी सकाळपासून वाट पाहून थकलो.''

बिचारा शेजारी! त्याने नरेंद्रला झाडावरून खाली उतरवले व म्हणाले, ''जा, बाबा आता तुझ्या घरी! तुझ्या अंगात एवढे साहस असताना तुला कोण त्रास देणार? तुला कोणताही ब्रह्मराक्षस खाणार नाही. तू मात्र घरी जाऊन व्यवस्थित जेवण कर. आता संध्याकाळ झाली आहे. तू सकाळपासून उपाशी आहेस. तुला भूक लागली असणार!''

प्रखर बुद्धिमत्तेबरोबर नरेंद्र निर्भयही होता.

सहा वर्षांचा असताना तो त्याच्या मित्रांबरोबर घरी परतत होता. रस्त्याच्या कडेने चालता-चालता त्यांच्यातील एक जण नकळत रस्त्याच्या मधोमध चालू लागला. एक घोडागाडी मोठ्या वेगाने त्या रस्त्यावरून येत होती. ते पाहून तो मित्र हबकला. काही न सुचल्यामुळे तो जागेवरच उभा राहिला. आजूबाजूच्या लोकांना वाटले, आता हा मुलगा घोड्याच्या पायाखाली तुडवला जाणार! इतक्यात चपळाईने नरेंद्र त्याच्या दिशेने गेला. त्याला रस्त्याच्या दुसऱ्या बाजूला नेले, त्यामुळे त्याचे प्राण वाचले.

छोट्या नरेंद्रचे हे धाडस पाहून लोकांनी त्याचे खूप कौतुक केले व त्याच्या आईला सर्व वृत्तान्त सांगितला. आपल्या लाडक्या मुलाचा हा पराक्रम ऐकून नरेंद्रच्या आईच्या डोळ्यांतून अश्रू वाहू लागले. त्याला जवळ घेऊन ती म्हणाली, ''ईश्वर करो व तुझ्या हातून अशीच इतरांना मदत होवो!''

नरेंद्र लहानपणापासून अतिशय गुणी होता. म्हणून त्याच्या आईला त्याचा अभिमान वाटत असे. परंतु कधी-कधी त्याचा खोडकर स्वभाव उफाळून येई व कंटाळून त्याची आई म्हणे, ''मी तर शिवाची आराधना करून त्याला यायला सांगितलं होतं. परंतु बहुतेक त्याने भूतनाथला पाठवलेलं दिसतंय.'' वास्तविक नरेंद्र अतिशय रजोगुणी होता. असे असूनही, त्याच्या घरात रामायण-महाभारत यांच्या गोष्टी किंवा त्यावर ज्ञानचर्चा होत असे तेव्हा छोटा नरेंद्र शांतपणे बसत असे. पूजा करताना घरातील देवांच्या मूर्तींसमोर तो ध्यानमग्न होत असे.

इतक्या लहान वयात नरेंद्र ध्यानस्थ कसा होऊ शकतो, याचे लोकांना नवल वाटे. रामायण, महाभारत ऐकताना तो शांत का बसतो याचे कोडे त्यांना उलगडत नसे. कारण शांत बसणे हे त्याच्या स्वभावाच्या विपरीत होते. त्याच्यात होणारा असा अचानक बदल पाहून लोकांना आश्चर्य वाटत असे. पण ही कोणत्या गोष्टीची तयारी सुरू आहे, हे त्यांना कळले नाही. नरेंद्रमध्ये रजोगुणाचा प्रभाव जास्त होता तरीसुद्धा ज्ञानाच्या गोष्टींची चर्चा सुरू असताना तो सत्त्वगुणी होत असे.

स्वामी विवेकानंदाच्या लहानपणीच्या कथा अशा लोकांसाठी प्रेरणास्रोत आहेत, जे आपल्या मुलांमधील रजोगुणांनी व्यथित आहेत. तुमचा किंवा तुमच्या घरातील एखादा छोटा मुलगा अतिशय चंचल व खोडकर असेल, शांत बसत नसेल तर त्याच्या भविष्याची चिंता करू नका. आपल्या स्वाभाविक रूपात त्याला मोठे होऊ द्या, त्याचा विकास घडू द्या. जेव्हा कधी आपल्या मुलाच्या चिंतेने व्याकूळ व्हाल तेव्हा स्वामी विवेकानंदांचे जीवनचरित्र आठवा. स्वतःमध्ये असलेल्या सत्त्वगुणांमुळे ते रजोगुणाच्या नकारात्मक परिणामांतून कसे मुक्त झाले होते, याचे स्मरण ठेवा.

■■■

अध्याय ३

बुद्धिमान संन्यासी

तरुणांचा प्रेरणास्रोत

एखादा माणूस कसा आहे, हे जाणण्यासाठी त्याच्या समग्र जीवनाचे अवलोकन केले पाहिजे. लहानपणी स्वामी विवेकानंद साहसी होते; तसेच ते अतिशय व्रात्य व खोडकर होते, यामध्ये काही दुमत नाही. परंतु त्यांच्या या प्रतिमेचा दुसरा पैलू होता बुद्धिमत्ता. ते अभ्यासात खूप हुशार होते.

त्यांची बुद्धिमत्ता इतकी प्रखर होती, की एकदा शिकवलेले त्यांना लगेच पाठ होत होते. त्यांची एकपाठी असण्याची क्षमता त्यांच्या मित्रांच्या लक्षात येत नसे. त्यामुळे त्यांची नक्कल करत मुले अभ्यासाठी कमी वेळ देत आणि नंतर त्यांच्यावर पश्चात्ताप करण्याची वेळ येई. कारण नरेंद्र कमी वेळात सर्वकाही पाठ करत असे. त्यांच्या मित्रांमध्ये ही क्षमता नव्हती. त्यांची ही अगम्य क्षमता पाहून लोकांना खूप आश्चर्य वाटे. ते श्री रामकृष्ण परमहंसांचे शिष्य झाल्यानंतर अमेरिकेला गेले, तेव्हा या संदर्भात एक मजेशीर घटना घडली.

स्वामी विवेकानंदाना अमेरिकेत एकाला भेटायचे होते. म्हणून ते नियोजित वेळी तिथे पोहोचले. त्या माणसाला येण्यास थोडा वेळ लागला. वेळ घालवण्यासाठी स्वामींनी तिथे असलेले एक पुस्तक वाचायला घेतले. थोड्या वेळाने तो माणूस आला व त्यांच्यात काही चर्चा झाली. संभाषणाच्या दरम्यान स्वामींनी पुस्तकात

वाचलेल्या काही गोष्टींचा उल्लेख केला. त्यावर आश्चर्य वाटून तो माणूस म्हणाला, ''आत येताना मी बघितलं की, तुम्ही पुस्तकाची नुसती पानं उलटवत होता. मग त्यात लिहिलेली उदाहरणं तुम्हाला कशी सांगता येतात!... हे कसं शक्य आहे?'' स्वामींनी एका वाक्यात उत्तर दिले, ''मनावर संयम असेल तर कोणताही माणूस असं करू शकतो.''

विद्यार्थिदशेत असताना नरेंद्रला वेगवेगळी पुस्तके वाचण्यात खूप रुची होती. त्यांनी अनेक विषयांवरील पुस्तके वाचून काढली. एके दिवशी आपल्या वडिलांबरोबर ते काही दिवसांसाठी रायपूरला गेले होते. त्यांच्या वडिलांना त्यांची वाचनाची आवड माहीत होती. म्हणून फावल्या वेळात वाचण्यासाठी ते त्यांना वेगवेगळी पुस्तके आणून देत. रायपूरमध्ये असताना नरेंद्रच्या वडिलांना भेटण्यासाठी अनेक विद्वान येत असत. जेव्हा ते इतिहास, तत्त्वज्ञान, साहित्य यांवर चर्चा करत असत तेव्हा ते नरेंद्रलाही आपल्या जवळ बसवून घेत. नरेंद्रने तोपर्यंत बंगाली भाषेतील जवळजवळ सर्व प्रमुख लेखकांची पुस्तके वाचली होती व ते त्यावर चर्चाही करत होते. त्यामुळे तिथे आलेले विद्वान प्रभावित होत होते. त्यांचे वडील, मित्र व नरेंद्र एकत्र बसून चर्चा करत असत. नरेंद्रचे बोलणे ऐकून वडिलांच्या मित्रांना खात्री वाटू लागली, की हा मुलगा बंगाली भाषेला उच्च स्थान मिळवून देईल. पुढे ही गोष्ट खरी ठरली. मोठे झाल्यावर नरेंद्रने 'वर्तमानभारत', 'परिव्राजक', 'भाबबार कथा' व 'प्राच्य-पाश्चात्त्य' यांसारखी बंगाली पुस्तके लिहिली व ती प्रसिद्ध झाली.

नरेंद्रच्या जीवनात त्यांचे आईवडील त्यांच्या गुरुस्थानी होते. आईवडिलांनी केलेल्या संस्कारांमुळे ते रामकृष्ण परमहंसांचे शिष्य बनण्यास पात्र ठरले. त्यांची आई त्यांना इतरांना मदत करण्यासाठी नेहमी प्रोत्साहन देत होती. ही भावना खोलवर रुजल्यामुळे नरेंद्रने 'विवेकानंद' होऊन विश्वबंधुत्व व विश्वमानवता यांसारखा सिद्धान्त जगाला शिकवला. त्यांची आई जात्याच निडर स्वभावाची होती. अन्याय व असत्य यांच्या विरोधात ती कणखरपणे उभी राहत होती.

एकीकडे आईने त्यांना स्नेहपूर्ण संस्कार दिले, तर दुसरीकडे वडिलांनी शिस्तीद्वारे संयम शिकवला. विश्वनाथ त्यांच्याकडे आलेल्या प्रत्येकाला आधार देण्यासाठी तत्पर होते. त्यांचा स्वभाव दयाळू होता मोठ्या मनाने ते इतरांना मदत

करत असत. कित्येक जण महिनोन्महिने त्यांच्या घरी मुक्काम करत व त्यांचा सर्व खर्च विश्वनाथ करत असत. यामुळे ते पैशांची बचत करू शकत नव्हते. हे पाहून एके दिवशी नरेंद्रने उद्वेगाने वडिलांना विचारले, ''तुम्ही आमच्यासाठी काही ठेवणार आहात की नाही?'' विश्वनाथ म्हणाले, ''जरा उठून दरवाजावर टांगलेल्या आरशात जाऊन बघ, की मी तुझ्यासाठी काय ठेवून जाणार आहे!'' नरेंद्रने आरशात स्वतःचे प्रतिबिंब पाहिले व तो म्हणाला, ''अरे हो! मी स्वतः माझ्यासाठी आहे. मी स्वतःची जबाबदारी स्वतःच पेलू शकेन इतकी पात्रता वडिलांनी माझ्यामध्ये निर्माण केली आहे.'' वडिलांच्या सांगण्याचा आशय लक्षात आल्यावर नरेंद्रने पुन्हा हा प्रश्न त्यांना कधी विचारला नाही.

विश्वनाथ दत्त स्वतःला एका निर्धन संन्याशाचा पुत्र मानत होते. निर्धन माणसाचा मुलगा धन कमवतो, तर धनवान माणसाचा मुलगा बसून खातो, यावर त्यांचा पक्का विश्वास होता. आपल्यामागे आपण खूप संपत्ती ठेवली तर मुले तमोगुणी होतील, असे त्यांना वाटत होते. आपली मुले आळशी होऊ नयेत अशी त्यांची इच्छा होती. विश्वनाथ स्वतः निरर्थकपणे पैसा उधळणारे, व्यसनी नव्हते. त्यांचे मन मोठे होते. ते मोकळ्या मनाने इतरांशी चर्चा करत. समाजात ते दाता म्हणून प्रसिद्ध होते. नरेंद्रसमोर आपल्या वडिलांचा आदर्श होता.

एकदा काही कारणाने नरेंद्रने आईशी बोलताना बालसुलभ वृत्तीने काही अपशब्द उच्चारले. एखादा सामान्य पिता असता तर त्याने अशा वेळी मुलाला शिक्षा केली असती. परंतु विश्वनाथांनी असे काही केले नाही. त्या दिवशी नरेंद्रचे काही मित्र त्याच्या घरी खेळण्यासाठी आले होते. विश्वनाथांनी खोलीच्या दरवाजावर कोळशाने लिहिले, ''आज नरेंद्रने आईशी बोलताना असे-असे अपशब्द उच्चारले.'' त्यामुळे नरेंद्रला आत्मग्लानी जाणवली, त्याला पश्चात्ताप झाला. या घटनेमुळे त्याच्यात विचार करून बोलण्याचा गुण विकसित झाला.

याच कारणांमुळे नरेंद्रला आपल्या आईवडिलांबद्दल श्रद्धा वाटत होती. त्याला आपल्या आईवडिलांचा गर्व वाटत होता. त्यामुळे त्यांच्यात आत्मगौरवाची भावना जागृत झाली. एखाद्याने त्याचा लहान मुलगा किंवा अजाण समजून हेटाळणी केली तर त्याला खूप राग येत असे. परंतु हा मूर्ख अहंकार नव्हता. कारण त्याच्या या रागात कोणाबद्दल तिरस्काराची किंवा

द्वेषाची भावना नसायची; तर त्याला त्याच्या योग्यतेबद्दल आत्मविश्वास होता. तो डिवचला गेला तर त्याला राग येत असे.

शाळेत एक हुशार विद्यार्थी असल्यामुळे नरेंद्रमध्ये मुलांचा नेता बनण्याचे सामर्थ्य होते. लहानपणापासूनच त्याच्यात महान वक्त्याचे गुण आले होते. शाळेत त्याने एकदा सर्वांसमोर भाषणही केले होते. त्याचे एक शिक्षक शाळा सोडून जाणार होते. त्याबद्दल शाळेने त्यांचा निरोप समारंभ आयोजित केला होता. त्यांच्या सन्मानार्थ कोणीतरी मंचावर जाऊन भाषण करायचे होते. पण एकही विद्यार्थी तयार नव्हता. कारण प्रमुख वक्ता व अतिथी म्हणून सुरेंद्रनाथ बॅनर्जींसारख्या महान व्यक्तीला बोलावले होते. त्यांच्या उपस्थितीत कोणालाही भाषण करण्याची हिंमत होत नव्हती. त्या वेळी नरेंद्र पुढे आला व त्या शिक्षकांबद्दल जवळजवळ अर्धा तास इंग्लिशमधून भाषण केले.

हे त्याचे पहिले भाषण होते. ज्या निर्भयतेने व आत्मविश्वासाने त्याने भाषण केले, ते पाहून त्याचे वर्गमित्र, शिक्षक व खुद्द सुरेंद्रनाथ बॅनर्जी प्रभावित झाले. नरेंद्रचे हे भाषण भविष्यात होणाऱ्या विश्वधर्म महासभेची छोटी तयारी होती.

वक्तृत्वस्पर्धा व अभ्यास यांबरोबर तो खेळांच्या स्पर्धेतही सर्वांमध्ये अग्रेसर असे. लहानपणी त्याला कुस्ती खेळायला खूप आवडत असे. सोळाव्या वर्षी तो नियमितपणे आखाड्यात जाऊन याचा सराव करत होता. त्याने मुष्टीयुद्ध व क्रिकेट यांतही अनेक बक्षिसे जिंकली. पुढे नंतर त्याने संगीताचाही अभ्यास केला व त्याच्या भजनांमुळे प्रसिद्ध झाला.

या सर्व घडामोडींमध्ये विवेकानंदांनी जो आत्मविश्वास, मानसिक व शारीरिक सामर्थ्य विकसित केले त्याच्या आधारावर भविष्यात त्यांनी विश्वाला संदेश दिला — निर्बल असणे पाप आहे व सर्वांनी यातून मुक्त व्हायला पाहिजे.

रामकृष्णांच्या सान्निध्यात राहून त्यांच्या संपूर्ण विकास झाला व ते तरुणांचे प्रेरणास्रोत बनले. त्यांनी सर्वांना साहसी व निर्भय होण्याचा संदेश दिला. एक उत्तम शिष्य व महान व्यक्ती होण्यासाठी या गुणांचा त्यांना उपयोग झाला.

■■■■

अध्याय ४

संन्याशाचे लाखमोलाचे प्रश्न

ईश्वराचा शोध

नरेंद्रचा स्वभाव जिज्ञासू असल्यामुळे त्याच्या मनात नेहमी वेगवेगळे प्रश्न येत. योग्य वेळी, योग्य ठिकाणी, योग्य पद्धतीने योग्य प्रश्न विचारला गेला तर नुसते समाधानच मिळत नाही; तर मुक्तावस्थाही प्राप्त होऊ शकते. आजपर्यंत जगात जितक्या लोकांनी योग्य प्रश्न विचारले ते मुक्त झाले. पूर्ण मुक्ती देण्यास सक्षम असणाऱ्या प्रश्नास 'लाखमोलाचा प्रश्न' म्हटले जाते. लाखमोलाचा म्हणजे, इतर सर्वसामान्य प्रश्नांहून निराळा, मौल्यवान प्रश्न!

माणसाला चुकीचा प्रश्न, योग्य प्रश्न व लाखमोलाचा प्रश्न यांतील फरक करता यावा, यासाठी प्रश्नांचे असे विभाजन केले आहे. 'आता मी कोण आहे?' (Who I am now?) असा प्रश्न विचारताच माणूस आपले चुकीचे विचार, चुकीच्या धारणा (मी शरीर आहे) यांतून मुक्ती प्राप्त करू शकतो.

जे प्रश्न माणसाला योग्य मार्ग दाखवतात, त्याच्याकडून उच्चतम निवड करवून घेतात, आणि त्याला आत्मसाक्षात्काराच्या दिशेने घेऊन जातात, ते लाखमोलाचे प्रश्न आहेत. याच कारणांमुळे हे प्रश्न सर्वांत किमती व शक्तिशाली असतात. नरेंद्रच्या मनात लहानपणापासून असे प्रश्न येत होते. हे अधिक विस्ताराने जाणून घेऊ.

हनुमानाला भेटणे शक्य आहे का ?

रामायणातील सर्व पात्रांच्या देहाचा अंत कसा झाला, हे सांगितले गेले आहे. परंतु हनुमानाच्या देहाचा अंत झाला किंवा नाही, याचा उल्लेख कुठेही आढळत नाही. म्हणून नरेंद्रने लहान असताना रामायणातील हनुमानाच्या चरित्राबद्दल ऐकले तेव्हा त्याच्या मनात लाखमोलाचा प्रश्न निर्माण झाला— हनुमान अजून जिवंत आहे का ? तो खरोखर अमर आहे का ? असेल तर तो कसा भेटेल ? हनुमानाला भेटण्यासाठी नरेंद्र आतुर होता; पण पुराव्याअभावी तो कशावर विश्वास ठेवत नसे. हनुमान भेटणे शक्य नाही हे इतरांनी सांगूनही त्याला पटेना. त्याने विचारले, 'हनुमान खरंच जिवंत असेल तर कुठेनाकुठे असेलच. त्याला भेटायलाच हवे.' नरेंद्रने लोकांकडून ऐकले होते, की जिथे रामकथा सुरू असते तिथे भक्त हनुमान नक्की येतो. म्हणून जिथे रामकथेचे आयोजन केले असेल तिथे जाऊन नरेंद्र लोकांना विचारी, ''हनुमान येणार आहे का ? मला त्याला भेटायचं आहे.'' यावरून तुमच्या लक्षात येईल की, लहान वयातच विवेकानंदाच्या मनात सत्याविषयी किती जिज्ञासा होती.

ईश्वराला पाहिलेत का ?

कुशाग्र बुद्धी असल्याने नरेंद्रचे विचार तर्कशुद्ध होते. जीवनयात्रेत ईश्वराचा शोध घेता-घेता कलनुरूप ते यात्री* (सैलानी) झाले, नंतर साधक झाले. त्यानंतर कच्चे शिष्य व नंतर परिपक्व शिष्य झाले व शेवटी भक्त बनले. भक्त होऊन त्यांनी अभिव्यक्ती केली. सत्याच्या यात्रेत यात्री बनून ते सत्याचा शोध घेत होते. त्या वेळी ते विद्यार्थिदशेत होते. शहरात एखादा धर्मप्रचारक आला की ते त्याची भेट घेण्यासाठी जात. त्यांच्या जिज्ञासू स्वभावामुळे ते स्पष्टपणे विचारत, ''तुम्ही ईश्वराला पाहिलं आहे का?'' या प्रश्नाचे त्यांना नवल वाटे. कारण याअगोदर कोणीही असा प्रश्न त्यांना विचारला नव्हता.

---

* सैलानी : बेहोशी व जागृती यांमध्ये दोलायमान असणारे असे लोक. असे लोक पूर्ण बेहोशही नसतात व पूर्ण जागृतही झालेले नसतात. सत्संगात जाऊन माहिती गोळा करणे एवढाच त्यांचा उद्देश असतो. ज्याप्रमाणे पर्यटक वेगवेगळ्या पर्यटन स्थळांना भेटी देतात व फक्त फोटो काढून त्यांचे अल्बम बनवतात. त्याप्रमाणे हे लोक ज्ञानाची माहिती इतरांना सांगण्यासाठी गोळा करतात.

कलकत्याला वेगवेगळ्या धर्मांचे खूप प्रचारक प्रवचनकर्ता व ज्ञानी येत असत. परंतु त्यांपैकी एकानेही नरेंद्रच्या या प्रश्नाला होकार दिला नाही. असे असूनही नरेंद्रने धर्मप्रचारकांना भेटत राहिले व हा प्रश्न विचारत राहिले. त्यांच्या मनात आलेला हा दुसरा लाखमोलाचा प्रश्न होता.

काही दिवसांनंतर ते ईश्वर शोधासाठी ब्रह्मसमाज नावाच्या आध्यात्मिक संस्थेत गेले. तिथे त्यांनी संगीताचा अभ्यास केला, भजने गायली. एखादा धर्मप्रचारक आला की ते प्रश्न नक्की विचारत, ''तुम्ही ईश्वर पाहिला आहे का?'' धर्मप्रचारक उत्तर देऊ शकत नव्हते. तरीही, ते वेगवेगळ्या पद्धतीने उत्तर देण्याचा प्रयत्न करत. हे पाहून नरेंद्रच्या लक्षात येई की, इथेही आपल्याला या प्रश्नाचे उत्तर मिळणार नाही.

ब्रह्मसमाज संस्थेत जाऊनही नरेंद्र समाधानी नव्हते. जोपर्यंत मनासारखे मिळत नाही तोपर्यंत माणूस काहीना काही प्रयत्न करतच राहतो. नरेंद्र एक असे यात्री होते, जे या प्रश्नांचे उत्तर शोधण्यासाठी जागोजागी फिरले; पण त्यांना उत्तर मिळाले नाही. त्यांना वाटे, या पृथ्वीवर कमीत कमी एक तरी माणूस असला पाहिजे ज्याने ईश्वराला पाहिले आहे. त्यांना अशा माणसाला भेटायचे होते.

एके दिवशी त्यांची भेट महर्षी देवेंद्र ठाकुरांशी झाली. महर्षी ठाकूर त्या वेळी नदी-किनारी नावेत घर बांधून राहत होते. तिथेच ते ध्यान व साधना करत होते. नरेंद्रना हे समजले तेव्हा ते ताबडतोब तिथे पोहोचले व आपले प्रश्न विचारू लागले. देवेंद्रनाथांनी त्यांना वेगवेगळ्या प्रश्नांची उत्तरे दिली. परंतु नरेंद्रचा एकच प्रश्न होता, ''तुम्ही ईश्वराला पाहिलं आहे का?'' हे ऐकून देवेंद्र ठाकूर म्हणाले, ''तुझ्या डोळ्यांत योग्याची चमक आहे. तुझ्या शरीरावर योग्याचे चिन्हदेखील आहे. तू मनापासून प्रार्थना केलीस, ईश्वरप्राप्तीची इच्छा केलीस, साधना केलीस तर तुला ईश्वर नक्की भेटेल.'' त्यांच्या सांगण्याचा नरेंद्रवर इतका परिणाम झाला, की ते साधक झाले. यात्री (सैलानी) जागोजागी भटकतो; पण साधक एका ठिकाणी राहून काम करतो. साधक झाल्यानंतर गुरूचा शोध पूर्ण होतो.

आता नरेंद्र एखाद्या योग्याप्रमाणे राहू लागले, वागू लागले. पांढरेशुभ्र धोतर ते वापरू लागले. एका भाड्याच्या घरात वेगळे राहू लागले. घरच्यांना वाटले, अभ्यासात व्यत्यय येऊ नये म्हणून त्यांना वेगळे राहायचे आहे. वडिलांची याला

काही हरकत नव्हती. त्यांनी नरेंद्रला यासाठी परवानगी दिली. ते योग्यांप्रमाणे जमिनीवर झोपू लागले, हळूहळू सर्व सुविधांचा त्याग करू लागले. शिक्षणाबरोबर ते संगीताचा अभ्यास करत होते. हे करून उरलेल्या वेळात ते धार्मिक पुस्तके वाचत असत. मित्र भेटायला आले की त्यांच्याबरोबर धर्मचर्चा करत. अशा प्रकारे देवेंद्र ठाकुरांना भेटल्यानंतर त्यांचे जीवन बदलले. ते ईश्वरप्राप्तीची पात्रता तयार करत होते. आता फक्त त्यांना योग्य गुरूची आवश्यकता होती, जो लवकरच त्यांच्या जीवनात येणार होता. कारण शिष्य ज्ञान प्राप्त करण्यासाठी पूर्णपणे तयार होतो तेव्हा गुरूला त्याच्याकडे यावेच लागते.

■■■

अध्याय ५

संन्याशाचे ईश्वरप्रेम व ओढ

परमहंसरूपी चित्रकाराचा स्पर्श

एखादा माणूस यश मिळवण्यासाठी बाहेर पडतो तेव्हा सगळे आप्तस्वकीय त्याला प्रोत्साहन देतात. एखाद्या कलेत निपुण व्हायचे असेल तर सर्व मित्र व शिक्षक त्याची हिंमत वाढवतात. तुम्ही 'मिस इंडिया' किंवा 'मिस युनिव्हर्स' होण्याचा प्रयत्न करत असाल तर अनेक जण टाळ्या वाजण्यास तयार असतात. पण ईश्वराचा शोध घेण्यासाठी कोणीही तुम्हाला प्रोत्साहन देणार नाही. त्या मार्गावर तुम्ही एकटेच असाल. नरेंद्र ईश्वराचा शोध घेण्यास निघाले तेव्हा सुरुवातीला लोकांना तो वेडेपणा वाटला. परंतु त्यांचा एक दूरचा नातलग डॉ. रामचंद्र दत्त, ज्यांच्याशी त्यांची मैत्री होती, त्यांनी नरेंद्रला या मार्गावरून जाण्यासाठी प्रोत्साहन दिले. कारण ते नरेंद्रला चांगले ओळखून होते.

नरेंद्रने बी.ए.ची परीक्षा दिली तेव्हा त्याच्या लग्नाविषयी घरात चर्चा सुरू झाली. नरेंद्रचे वडील या गोष्टीला राजी होते. परंतु नरेंद्रने लग्न करण्याचे साफ नाकारले. त्यांना लग्न-प्रपंच यांमध्ये अजिबात रुची नव्हती. त्यांना जीवनाच्या अंतिम सत्याचा शोध घ्यायचा होता.

याविषयी त्यांनी डॉ. रामचंद्र दत्त यांच्याजवळ आपले मन मोकळे केले.

ते म्हणाले, ''दादा, मला लग्न करायचं नाही. लग्न करणं माझ्यासाठी आवश्यक नाही. उलट, ते माझ्या उद्दिष्टांच्या विपरीत आहे.'' रामचंद्र दत्त मन

लावून त्यांचे बोलणे ऐकत होते. ते नरेंद्रकडे एकटक पाहत म्हणाले, ''तुझे उद्दिष्ट काय आहे? उच्च शिक्षण घेणं, पद-प्रतिष्ठा प्राप्त करणं, समाजाची सुधारणा करणं, का देशाला स्वातंत्र्य मिळवून देणं?''

नरेंद्र म्हणाले, ''नाही. ईश्वराचा शोध घेणं, हे माझं उद्दिष्ट आहे. मला एखादी जीवनसाथी नकोय, तर ईश्वराची साथ हवी आहे. तू माझ्या बाबांना समजावून सांग. प्रत्येक स्त्री मला मातेसमान वाटते. कोणत्याही स्त्रीकडे मी यापेक्षा वेगळ्या दृष्टीने पाहू शकत नाही.''

नरेंद्रचे उत्तर ऐकून रामचंद्र दत्तना आश्चर्य वाटले! नरेंद्रला समजावत ते म्हणाले, ''इतके लोक विवाह करतात, त्यांना मुलं होतात, ते मुलांना मोठं करतात, तेसुद्धा मंदिरात जातातच ना! ईश्वरभक्ती करून पुण्यसंचय करतात. तूसुद्धा विवाह कर व ईश्वराचा शोध सुरू ठेव.''

यावर नरेंद्र उत्तरले, ''लोक मंदिरात जाऊन प्रसाद प्राप्त करतात, ईश्वर नाही. मला साक्षात ईश्वराला प्राप्त करायचं आहे आणि तेसुद्धा अशा प्रकारे जसे पौराणिक कथेतील साधकांनी प्राप्त केलं आहे. कृपा करून माझ्या भावना समजून घे व माझे विचार बाबांना पटवून दे.''

हे ऐकून रामचंद्र दत्त हसत म्हणाले, ''तुला स्वच्छेने सांसारिक बंधनांपासून दूर राहून ईश्वर प्राप्त करण्याची इच्छा असेल तर दक्षिणेश्वरला जा व श्री रामकृष्णांना शरण जा. तेच तुला योग्य मार्ग दाखवतील. मीसुद्धा त्यांच्याकडे ज्ञान प्राप्त करण्यासाठी जातो.''

नरेंद्रच्या जीवनाला वेगळे वळण देणारी ही दुसरी घटना होती.

नरेंद्रच्या जीवनाला रामकृष्ण परमहंसरूपी चित्रकाराचा स्पर्श झाला व त्याच्या जीवनात परिवर्तन घडले. जीवनात एखादे संकट आले की लोकांना ईश्वराची आठवण येते. परंतु नरेंद्रच्या बाबतीत असे नव्हते. त्यांचे जीवन सुख-सुविधांनी संपन्न होते, तरीही त्यांच्या मनात ईश्वर प्राप्तीची ओढ होती.

सत्य प्राप्त करण्याची अथवा ईश्वरप्राप्तीची तीव्र ओढ साधकाला लागते तेव्हा त्यांचे लक्ष्य सत्याकडे असते.

ज्याच्या मनात कुठूनही, कधीही, कुठेही, आता, याक्षणी परम सत्य ऐकायची इच्छा जागृत होते, तेव्हा त्याला सत्याची तीव्र ओढ लागली आहे,

असे समजावे. सत्य जाणण्याची तहान लागली की आपोआप त्यासाठी प्रयास सुरू होतो. नरेंद्रच्या अंतरंगातून सत्याची अशीच तीव्र आस जागृत झाली. ईश्वराला जाणण्यासाठी, त्याचा अनुभव घेण्यासाठी, त्याला प्राप्त करण्यासाठी, त्याची उत्कंठा शीगेला पोहोचली होती. ते नेहमी ही प्रार्थना करत....

बास! आता मला फक्त ईश्वरच पाहिजे,

त्याच्या भेटीने माझी तृप्तता होईल,

आता जगातल्या कोणत्याही वस्तूने मला तृप्ती येणार नाही,

खूप फिरलो या जगामध्ये,

खूप धावलो विषयांमागे,

जगातील सारे विषय-वस्तू माझी तहान शमवण्यास असमर्थ आहेत,

आता फक्त तू भेटलास तरच मी तृप्त होईल,

केवळ तूच माझी तहान शमवू शकतोस.

अंत:करणापासून प्रेमाने ईश्वराला साद घातली जाते तेव्हा ती हाक प्रार्थना बनते. अशा प्रार्थनेने ईश्वर भेटतो. नरेंद्रमध्ये जागृत झालेल्या अशा तीव्र तहानेमुळे सुरमेल गुरूंना त्यांच्या जीवनात यावे लागले.

■■■

अध्याय ६

सुरमेल शिष्य व सुरेल गुरू

गुरूशी पहिली भेट

गुरू-शिष्य लीलेमध्ये एक 'सुरेल' होता, तर दुसरा 'सुरमेल'. विवेकानंद खूप छान भजन म्हणायचे, त्यांना संगीताचे ज्ञान होते. रामकृष्ण त्यांना नेहमी गायला सांगायचे व त्यांचे गाणे ऐकून समाधीमध्ये (भावदशा) जायचे. गुरू सुरमेल होते म्हणजे, तिथे नर व नारायण यांच्यात सुरांचा मेळ होता. म्हणून एकाला सुरेल व दुसऱ्याला सुरमेल म्हणता येईल.

त्या काळी वेगवेगळ्या आध्यात्मिक संस्था होत्या. याअगोदर स्वामी विवेकानंद ब्रह्मसमाज नावाच्या संस्थेत गात होते. नंतर ते रामकृष्णांच्या सत्संगात भजने गाऊ लागले. या सत्संगात येऊन त्यांच्या भजनात बदल होऊ लागला. कारण आता त्यांना वेगळी जाणीव होऊ लागली होती.

जगात प्रत्येक काम तेव्हाच योग्य प्रकारे होते जेव्हा त्याच्या 'सूर' व 'ताल' यांचा मेळ बसतो. सूर व ताल यांखेरीज काही होऊ शकत नाही.

रामकृष्ण परमहंस नेहमी 'सुरमेल' होते. म्हणजे ज्या उद्देशाने ते पृथ्वीवर आले होते त्याकडे त्यांचे लक्ष होते. म्हणून सर्वकाही सुरळीत सुरू होते. सुरेल शिष्य व सुरमेल गुरू यांच्यात चुंबकीय आकर्षण होते. या कारणामुळे कधी नरेंद्र आपल्या गुरूकडे ओढले जात, तर कधी गुरू नरेंद्रच्या ओढीने त्याच्याकडे येत असत. दुर्गापूजेची ती संध्याकाळ त्यांच्या भेटीची तयारीच होती.

दुर्गापूजेच्या संध्याकाळी मंडप प्रकाशाने झगमगत होता. नरेंद्र व त्यांचा मित्र रवी भजनीमंडळींजवळ जाऊन बसले. भजनाचा कार्यक्रम सुरू झाला. नरेंद्रनेही त्यांच्याबरोबर गायला सुरुवात केली. नरेंद्रचे भजन ऐकून लोक मंत्रमुग्ध झाले. हळूहळू त्याच्या गायकीची प्रशंसा होऊ लागली. या घटनेनंतर काही दिवसांनी नरेंद्रचे शेजारी सुरेंद्रनाथने श्री रामकृष्ण परमहंसांना आपल्या घरी आमंत्रित केले व त्याप्रीत्यर्थ एक आनंदोत्सव साजरा करण्याचे ठरवले.

नरेंद्र तयार झाले. त्यांनी जे भजन गायले त्याने श्री रामकृष्ण परमहंस खूप प्रभावित झाले. भजन संपल्यावर ठाकुरांनी रामचंद्र दत्तला आपल्याजवळ बोलवले व म्हणाले, ''या मुलाला दक्षिणेश्वरला घेऊन या.'' हे नरेंद्रनेही ऐकले.

जाताना ठाकूर नरेंद्रजवळ थांबले. त्यांनी नरेंद्रचे हात हातात घेतले. त्यांचे हात उलटसुलट करून ते काहीतरी शोधत राहिले व म्हणाले, ''तू खूप छान गातोस... लोकांचे कल्याण करण्यासाठी तू या जगात आला आहेस... तू सर्वसाधारण माणूस नाहीस... एखादे दिवशी दक्षिणेश्वरला ये. माँ कालीचे दर्शन घे. येशील ना, नरेंद्र?''

ही नरेंद्रची रामकृष्ण परमहंसांबरोबरची पहिली भेट होती. त्या वेळी ते केवळ १८ वर्षांचे होते. लोक रामकृष्णांना ठाकूर या नावाने ओळखत होते., हे त्याच्या लक्षात आले. त्यांना ठाकुरांचे असे वागणे थोडे विचित्र वाटले. सुरेंद्रनाथ बाबूंनी त्यांना भजन गाण्यासाठी बोलावले होते व एक शेजारी या नात्याने ते कार्यक्रमाला गेले होते. नरेंद्रला वाटले की, ही दक्षिणेश्वरला जाण्याची गोष्ट मध्येच का सांगितली गेली? ते आश्चर्याने ठाकुरांकडे पाहत राहिले. ठाकुरांनी पुन्हा एकदा त्यांना दक्षिणेश्वरला येण्याची आठवण केली व नरेंद्रनेही होकारार्थी मान हलवली.

सुरेंद्रनाथ बाबू रामकृष्णांचे परम भक्त होते. त्यांनी त्यांच्या जीवनाबद्दल नरेंद्रना विस्ताराने सर्व माहिती सांगितली.

श्री रामकृष्ण परमहंस हुगली जिल्ह्यातील कामारपुर नावाच्या एका छोट्या गावातून कलकत्त्याला रोजगारासाठी आले होते. त्यांना रोजगारापेक्षा काली माँच्या चरणांजवळ बसून अधिक आनंद मिळत होता. म्हणून त्यांनी रोजगाराचा विचार सोडून दिला व काली माँचे पुजारी झाले.

वास्तविक, त्यांच्या वयाची मुले शाळेत जात होती तेव्हा रामकृष्ण ईश्वरभक्तीमध्ये मग्न होऊन शेतांमध्ये, बागेमध्ये भजन गात फिरत होते. त्यांच्या परिवारातील वातावरणही असेच होते. त्यांचे वडील गरीब ब्राह्मण होते. परंतु कामारपूरमध्ये त्यांच्याकडे आलेला कोणताही साधू व संत कधी उपाशीपोटी परत गेला नाही. रामकृष्णसुद्धा साधुसंतांचीसेवा करत व त्यांच्याजवळ बसून ईश्वर व अध्यात्म या विषयांवर होणाऱ्या चर्चा ऐकत.

एके दिवशी घरी आलेल्या साधूमंडळींना निरोप देऊन रामकृष्ण गोड आवाजात भजन गात घरी येत होते. अचानक त्यांचे लक्ष आकाशाकडे गेले. आकाशाकडे बघताच त्यांचे मन रिक्त झाले. एका झाडाखाली डोळे बंद करून ते शांत बसले. हाच तो क्षण होता, जेव्हा रामकृष्णांना आयुष्यात प्रथमच समाधीचा अनुभव आला. त्यांचे वय फक्त सहा वर्षांचे होते.

वडिलांच्या मृत्युपश्चात त्यांची परिस्थिती अधिकच बिकट झाली. उदरनिर्वाहासाठी ते मोठ्या भावाबरोबर कलकत्त्याला आले. त्यांचे भाऊ एक विद्वान ब्राह्मण होते. त्यांनी कलकत्त्याला एक शाळा उघडली होती. सरळ व निष्कपट रामकृष्णांच्या लवकरच लक्षात आले, की या लौकिक विद्येचा त्यांना काहीही फायदा होणार नाही. त्यांनी स्वतःलाच प्रश्न विचारला— जी विद्या शिकून मला ईश्वरप्राप्ती होणार नसेल तर अशी विद्या शिकून काय उपयोग? त्याच वेळी कामारपूरला परत जायची त्यांची इच्छा होती. परंतु असे घडले नाही. त्यांच्या मोठ्या भावाने त्यांच्यापुढे दक्षिणेश्वरच्या काली मंदिराचे पुजारी-पद स्वीकारण्याचा प्रस्ताव मांडला. रामकृष्णांनी तो मान्य केला.

मंदिरात पूजा करतेवेळी रामकृष्ण मनातल्या मनात कालीमातेच्या रूपात ईश्वराचाच विचार करत असत. ईश्वराला स्वतःच्या डोळ्यांनी प्रत्यक्ष पाहण्याची इच्छा व्यक्त करत. दररोज मातेसमोर प्रार्थना करताना म्हणत, 'माते आजही तुझं दर्शन झालं नाही.' अशा रीतीने कित्येक महिने निघून गेले आणि एक दिवस कालीमातेने त्यांना दर्शन दिले. त्यानंतर रामकृष्ण सत्यसाधना व स्वअनुभूतीचा प्रचार करू लागले. नंतर त्यांची नरेंद्रबरोबर भेट घडली.

शिष्य तयार झाला की गुरूचे त्याच्या जीवनात पदार्पण होतेच. नरेंद्र उत्तम शिष्य बनले होते. म्हणून रामकृष्ण परमहंस गुरूच्या रूपात त्यांच्या जीवनात आले. वास्तविक, सुरुवातीला नरेंद्र त्यांना गुरू म्हणून ओळखू शकले नाही.

परंतु हळूहळू ओळख वाढत गेली व ते रामकृष्णांचे भक्त बनले. नरेंद्रची बुद्धी तार्किक होती. परंतु गुरुकृपेने त्यांच्या जीवनात आमूलाग्र परिवर्तन घडले. आजमितीला रामकृष्ण परमहंस व स्वामी विवेकानंद यांचे व्यक्तिमत्त्व वेगळे समजणे म्हणजे, जणू सूर्याला त्याच्या किरणांपासून वेगळे करण्यासारखे ठरेल. स्वामी विवेकानंदांच्या जीवनात त्यांचे गुरू रामकृष्ण परमहंसांचे आगमन होणे ही एक महान घटना होती. त्यांची जोडी गुरू-शिष्यांच्या नात्याचे एक आदर्श उदाहरण आहे.

∎∎∎

अध्याय ७

चौकस शिष्य, केंद्रित गुरू

संन्याशाचे गुरू आकर्षण

रामकृष्णांचे जीवन ईश्वरावर (सोर्स) केंद्रित झालेले होते. नरेंद्र चौकस बुद्धी असलेले शिष्य होते. ते लहानसहान गोष्टींचे बारकाईने निरीक्षण करायचे व खोलवर ती समजून घ्यायचे. नंतर त्याबाबत सर्व शिकून घ्यायचे.

नरेंद्रची भेट रामकृष्ण परमहंसांशी झाली तेव्हाही ते असेच चौकसबुद्धी होते. रामकृष्णांना भेटण्यासाठी कोण येते; कोणते प्रश्न विचारतात; त्यावर काय उत्तर दिले जाते; सगळीकडे कोण काय करत आहे, याकडे त्यांचे पूर्ण लक्ष होते. इतके की, रामकृष्ण परमहंस जे काही सांगत त्याचेही परीक्षण नरेंद्र करत होते.

रामकृष्णांच्या पहिल्या भेटीनंतर नरेंद्र त्यांना दुसऱ्यांदा भेटण्यासाठी दक्षिणेश्वराला गेले. पहिल्या भेटीत नरेंद्र त्यांच्याशी काही बोलू शकले नव्हते. फक्त त्यांचे दर्शन झाले होते. म्हणून त्यांना पुन्हा भेटण्याची नरेंद्रना ओढ लागली. आपला लाखमोलाचा प्रश्न घेऊन ते त्यांच्याकडे गेले.

दुसऱ्या भेटीत नरेंद्रने लगेचच आपला प्रश्न रामकृष्णांना विचारला, ''तुम्ही कधी ईश्वराला पाहिलं आहे का?'' त्यावर रामकृष्ण म्हणाले, ''हो तर! नक्कीच बघितले आहे. आता मी तुला जसं पाहतोय तसंच मी ईश्वराला पाहिलं आहे व त्याच्याशी बोललोदेखील आहे. तुला ईश्वराला पाहायचं असेल तर तूही पाहू शकतोस.''

शेवटी नरेंद्रला आपल्या प्रश्नाचे उत्तर मिळाले. रामकृष्णांनी खात्री दिली, की मी ईश्वराला पाहिलं आहे व तुलासुद्धा त्याचे दर्शन घडवू शकतो. वास्तविक, नरेंद्रचा त्यांच्या या बोलण्यावर विश्वास बसला नाही. कारण प्रत्येक वेळी नरेंद्र तार्किक बुद्धीने आधी विचार करत होते. रामकृष्णांबरोबर झालेली ही दुसरी भेट त्यांच्या आठवणीत राहिली.

एकीकडे रामकृष्ण नरेंद्रबरोबर अतार्किक वृत्तीने वागत होते. जणू काही ते त्यांना अनेक वर्षांपासून ओळखत आहेत.

एके दिवशी रामकृष्ण परहंसांनी नरेंद्रना आपल्याजवळ बसवले व भजन गाण्यास सांगितले. नरेंद्र भजन गात असताना त्यांची समाधी लागली. भजन संपताच त्यांनी नरेंद्रचा हात पकडला व त्यांना घेऊन व्हरांड्यात आले व म्हणाले, ''तू माझ्याकडे येण्यासाठी इतका उशीर की केलास? तू माझ्याशिवाय इतके दिवस कसा राहू शकलास?'' असे म्हणताना ते खूप भावूक झाले, त्यांचे डोळे भरून आले. ते पुढे म्हणाले, ''मी तुझी खूप वाट पाहत होतो. लोकांच्या निरर्थक गप्पा ऐकून मी कंटाळलो होतो. आता तू आला आहेस तर एका सच्च्या साधकाशी बोलण्याचा आनंद मला घेता येईल. तू नराच्या रूपातील नारायण आहेस. जगाचं कल्याण करण्यासाठी तू मानवी रूप धारण करू आला आहेस.''

रामकृष्णांकडे बरेचसे लोक त्यांच्या प्रापंचिक अडचणी सोडवण्यासाठी येत असत. ते सांगत, माझ्या घरात अमुक अडचण आहे, मला हे दुःख आहे, कालीमातेचा आशीर्वाद मिळाला तर माझी सारी दुःखे दूर होतील.

खूप कमी लोक असे होते, त्यांना फक्त ज्ञानात रुची होती. नरेंद्रनेही कोणते विशेष कार्य केले नव्हते. परंतु त्यांनी म्हटलेली भजनं ऐकून त्यांचे शुद्ध अंतःकरण रामकृष्णांनी ओळखले होते.

रामकृष्णांचे बोलणे ऐकून नरेंद्र भांबावून गेले. ते मनातल्या मनात म्हणू लागले, मी इथे कोणाला भेटायला आलो! मी तर एक सर्वसामान्य माणूस आहे. परंतु रामकृष्ण परमहंस माझ्याशी असे बोलत आहेत, की जणू मी कोणी आकाशस्थ देवता असून पृथ्वीवर अवतीर्ण झालो आहे.

या विचारांत नरेंद्र गढून गेले होते आणि अचानक रामकृष्ण त्यांच्या पुढ्यात येऊन उभे राहिले. त्यांच्या हातात लोणीसाखर व मिठाई होती. ते स्वतःच्या हातांनी नरेंद्रला मिठाई भरवण्याचा प्रयत्न करू लागले.

नरेंद्रने त्यांचा हात धरला व म्हणाले, ''तुम्ही ही मिठाई माझ्याकडे द्या. मी मित्रांबरोबर खातो.''

रामकृष्णांनी पुन्हा हात त्यांच्या तोंडापर्यंत नेला व म्हणाले, ''त्यांनाही मिठाई देईन. पण आधी तू खा.'' अशा रीतीने ते नरेंद्रना मिठाई भरवत राहिले व नरेंद्रही असहायतेने मिठाई खात राहिले. त्यानंतर ते नरेंद्रना घेऊन आत गेले. त्यांची प्रशंसा करत लोकांना म्हणाले, ''बघा याच्याकडे! ज्ञानाच्या प्रकाशाने नरेंद्र किती दिप्तीमान आहे!'' सर्व जण आश्चर्यचकित होऊन नरेंद्रकडे बघू लागले.

एकीकडे रामकृष्ण परमहंस नरेंद्रची प्रशंसा करत होते, तर दुसरीकडे नरेंद्रच्या तार्किक मनात काही वेगळेच विचार सुरू होते. त्यांना वाटले होते, की रामकृष्ण परमहंस काही विशेष संदेश किंवा उपदेश देतील. परंतु त्यांचे बोलणे नरेंद्रना निरर्थक वाटले.

नरेंद्र तिथून जाण्यासाठी निघाले तेव्हा पुन्हा लवकर येण्याच्या अटींवर रामकृष्णांनी त्यांना जाऊ दिले. यावर काहीही न बोलता नरेंद्र तिथून बाहेर पडले. त्यांना वाटले की, आपली ओळख एका वेड्या संताशी झाली आहे.

कित्येक दिवस त्यांच्या मनातून ही गोष्ट जात नव्हती. पुन्हा रामकृष्णांकडे जायचे नाही असे त्यांनी ठरवले होते. परंतु हे शक्य झाले नाही. ते वारंवार दक्षिणेश्वरला जात राहिले. हळूहळू रामकृष्णांचे भोळेभाबडे, लहान मुलांसारखे व्यक्तिमत्त्व, त्यांचे बोलणे व निष्कपट प्रेम पाहून नरेंद्रना त्यांचे आकर्षण वाटू लागले.

गुरू-शिष्याच्या नात्यामध्ये सत्य देणारा व सत्य मागणारा दोघांमध्ये समान आकर्षण तयार होते. म्हणून हे नाते सर्वांत महत्त्वपूर्ण म्हटले जाते. जणू हे सगळ्या नात्यांच्या पलीकडे असलेले परम (तेज) असे नाते असते. नरेंद्रना सत्य जाणून घेण्याची जिद्द होती. त्यांना सर्वांत मोठे दानी व ज्ञानी असे गुरू परमहंस भेटले तेव्हा त्यांच्या जीवनात सत्य प्रकट होऊ लागले.

रामकृष्णांना नरेंद्रमध्ये नारायणच दिसत होते. त्यामुळे त्यांचे नरेंद्रवर अलोट प्रेम होते. त्यांनी स्वतः ज्या परमानंदाचा अनुभव घेतला होता, तो त्यांना

आपल्या शिष्याला करवून द्यायचा होता. त्यांना नरेंद्रची दोन दगडांवर पाय ठेवण्याची वृत्ती तोडायची होती.

सुरुवातीला गुरूबद्दल किंवा त्यांनी दिलेल्या ज्ञानाबद्दल शिष्याच्या मनात शंका निर्माण होणे स्वाभाविक आहे. सत्य शब्दांत सांगणे खूप कठीण असते. परंतु तरीसुद्धा गुरू ते खूप सोप्या शब्दांत सांगण्याचा प्रयत्न करत असतात. त्यासाठी कधी-कधी गुरूला अतार्किक बोलावे अथवा वागावे लागते. गुरूचे असे वागणे व बोलणे शिष्याला संभ्रमात टाकते. त्याला ते समजत नाही. पण, गुरूवर दृढ विश्वास असेल तर त्यांच्या वागण्यामागे दडलेले सुप्त कारण हळूहळू त्याच्या लक्षात येऊ लागते.

योग्य वेळ आली की गुरू शिष्यासमोर सर्व रहस्य उकलतात व वास्तविक जे (जिवंत चैतन्य) आहोत ते समजून त्याच्याशी बोलतात. ते फक्त त्याला खूश करण्यासाठी बोलत नाहीत, तर प्रेम व प्रज्ञा यांच्या माध्यमांतून त्याला सजग करतात.

गुरू आपल्या शिष्याला बुद्धीकडून (तार्किकतेकडून) हृदयाकडे (अंतःकरणाकडे) घेऊन जातात. सुरुवातीला शिष्य तार्किक बुद्धीने विचार करतो परंतु गुरुप्राप्तीनंतर तो अंतःकरणातून (हृदयातून) विचार करू लागतो, अंतःकरणात स्थिर होऊ लागतो. समज प्राप्त झाली की त्याचे सर्व निर्णय हृदयातून होऊ लागतात, तर्कबुद्धी नाहीशी होते. रामकृष्णांच्या संपर्कात आल्यानंतर नरेंद्रनासुद्धा बुद्धीपासून तेजस्थानापर्यंत (अंतःकरणापर्यंत) यात्रा करण्याची संधी मिळाली.

■■■■

अध्याय ८

संन्याशाचा पहिला समाधी अनुभव

अनोख्या प्रेमाचे अतूट बंधन

एके दिवशी नरेंद्र आपल्या मित्रांसमवेत दक्षिणेश्वराला गेले. रामकृष्ण मंदिरात बसले होते. नरेंद्रना पाहताच त्यांनी त्याला आपल्याजवळ बसण्याचा इशारा केला. भजन सुरू झाले तेव्हा नरेंद्रच्या लक्षात आले, की ठाकूर आपल्या जागेवरून सरकत-सरकत त्यांच्याजवळ येत आहेत. पुन्हा आधीसारखे बोलतात की काय; अशी नरेंद्रच्या मनात शंका येऊ लागली. परंतु त्यांनी जवळ येऊन नरेंद्रच्या डोक्यावर हात ठेवला तेव्हा नरेंद्र एका अनोख्या अवस्थेत गेले. तो नरेंद्रचा पहिला समाधीचा अनुभव होता. सगळ्या वस्तू गोल-गोल फिरत हळूहळू विलीन होत असल्याचे त्यांना जाणवले.

या अनुभवाने नरेंद्र खूप घाबरले. त्यांना मृत्यूची जाणीव होऊ लागली. धीर गोळा करून ते म्हणाले, ''तुम्ही हे काय करत आहात? मला माझ्या आईवडिलांकडे जायचंय.'' तेव्हा रामकृष्णांनी त्यांच्या हृदयावर (तेजस्थान) हात ठेवला व म्हणाले, ''ठीक आहे. असू दे! इतकी घाई करायला नको. सध्या इतके पुरेसं आहे.'' नरेंद्र समाधीच्या अनुभवातून बाहेर आले. त्यांच्यासाठी त्या वेळी हा मोठा धक्का होता.

नरेंद्र प्रत्येक गोष्ट बुद्धीच्या आधाराने तोलत होते. त्यांची बुद्धी खूप प्रखर व तर्कशुद्ध होती. असे असताना त्यांना समाधीचा अनुभव कसा समजणार?

रामकृष्णांना नरेंद्रमध्ये असलेले सुप्त गुण दिसत होते. आपल्या ज्ञानाचा व अनुभवाचा उपयोग ते लोककल्याणासाठीच करतील हे ते जाणून होते.

समाधीचा अनुभव घेतल्यानंतर मात्र नरेंद्र काही गोष्टींवर मनन करू लागले. ते कलाविभागाचे विद्यार्थी असल्याने त्यांनी मनोविज्ञानाचा अभ्यास केला होता व त्याबाबत त्यांना पुरेशी माहितीही होती. असे असूनही त्या वेळी काही गोष्टी त्यांना बुचकळ्यात टाकत होत्या. ते स्वतःलाच विचारत– एकीकडे तू म्हणतोस, रामकृष्ण परमहंस वेडे आहेत व दुसरीकडे म्हणतोस, ते संमोहन शक्ती जाणतात… पण या दोन्ही गोष्टी वेगवेगळ्या आहेत. एकीकडे तुला ते संत वाटतात, तर दुसरीकडे तुला त्यांचे अजब वर्तन सलते, त्यांची बुद्धी भ्रष्ट झाली असे वाटते… त्यामुळे ते कालीमातेचे दर्शन करून समाधीत जात असतात, असे तुला वाटते. खरेतर नरेंद्रवर झालेल्या कृपेविषयी ते त्या वेळी अनभिज्ञ होते.

एक आठवड्यानंतर ते पुन्हा रामकृष्णांकडे गेले. परमहंसांनी सर्वांना सांगितले, 'नरेंद्र एक विशेष व्यक्ती आहे. ते अत्यंत गुणी आहेत. ते अभ्यासात हुशार असून धर्मचर्चा करण्यातही त्यांची हुशारी वाखाणण्याजोगी आहे. ते खूप सुंदर गातात. यांच्यासारखा कोणी नाही. सर्वांनी त्यांना आदर द्या.'' अशा प्रकारे ते नरेंद्रचे इतके गुणगान करत, की नरेंद्रला खूप आश्चर्य वाटत असे. कधी-कधी ते नरेंद्रना सप्तर्षींपैकी एक ऋषी मानत, तर कधी त्यांना 'म्यानातून बाहेर आलेली तलवार' असे संबोधत असत.

रामकृष्णांकडे येणाऱ्या शिष्यांसाठी काही नियम बनवले गेले होते. त्यांचे पालन करणे शिष्यांना बंधनकारक होते. परंतु नरेंद्रच्या बाबतीत ते म्हणत, ''त्यांना कोणतेही नियम लागू नाहीत. त्यांनी नियम पाळले नाहीत तरी चालेल. नियम अपक्व लोकांसाठी बनवावे लागतात. नरेंद्र परिपक्व आहे. त्यांच्यासाठी कोणताही नियम नाही.'' गुरू आपल्यात असे कोणते वैशिष्ट्य बघत आहेत याचे नरेंद्रला खूप नवल वाटत होते.

गुरू-शिष्य प्रेम

नरेंद्रच्या प्रेमापोटी ठाकुरांनी त्यांना समाधीची झलक दाखवली. ते आपल्या प्रिय शिष्याच्या विरहाने व्याकूळ होत असत. खूप दिवस नरेंद्र आले नाहीत तर ते त्यांना कलकत्त्याहून आणण्यासाठी कोणालातरी पाठवत असत. एकदा

खूप आग्रह करूनही नरेंद्र दक्षिणेश्वरला येऊ शकले नाहीत. तेव्हा त्यांनी त्याला भेटण्यासाठी ब्रह्मसमाजाच्या सभेत जाण्याचे ठरवले.

संध्याकाळची वेळ होती. ब्रह्मसमाजात भक्तांची सभा भरली होती. तेव्हा अचानक ठाकूर तिथे आले. मंचाजवळ येऊन नरेंद्रला पाहताच ते समाधिस्थ झाले. ठाकुरांचे असे अचानक सभेत येणे, ब्रह्मसमाजाच्या नेत्यांना आवडले नाही असे नरेंद्रना जाणवले. काही नेते त्यांची उपेक्षा करू लागले. अशा अपमानास्पद वर्तनाने नरेंद्र दुःखी झाले.

समाधिस्थ पुरुषाला बघण्याच्या लालसेमुळे सभेत उलथापालथ झाली. सभेला शांत करण्यासाठी एका नेत्याने सर्व गॅसबत्त्या विझवून टाकल्या. परंतु सगळीकडे अंधार झाल्याने अजूनच गोंधळ वाढला. या गोंधळातून रामकृष्णांना वाचवण्यासाठी नरेंद्रने त्यांना आपल्या मिठीत घेतले. त्यामुळे त्यांची समाधी भंग पावली. नंतर नरेंद्र स्वतः त्यांना सोडण्यासाठी दक्षिणेश्वरला गेले. या घटनेमुळे नरेंद्रना पहिल्यांदा ठाकुरांविषयी प्रेम वाटू लागले.

वास्तविक, नरेंद्रच्या मनात त्यांच्याविषयी प्रेम होते; परंतु ते फार कमी वेळा ते व्यक्त करत. ठाकुरांच्या आध्यात्मिक स्वस्थिरतेला ते आत्मसंयमाचा अभाव समजून हसण्यावारी नेत व त्यांच्या काली माँच्या पूजेचा उपहास करत.

एके दिवशी रामकृष्णांनी नरेंद्रना विचारले, ''तुझा कालीमातेवर विश्वास नाही तर तू इथे का येतोस?'' नरेंद्रने उत्तर दिले, ''मी कालीमातेसाठी नाही तर तुमच्यासाठी इथे येतो. मला तुमच्या ज्ञानाच्या गोष्टी ऐकायला खूप आवडतात.''

कित्येकदा त्यांच्या लुटूपुटीच्या वादामुळे वातावरण गंमतशीर होत असे. एके दिवशी नरेंद्र तानपुरा लावत म्हणाले, ''तानपुरा लावण्यासाठी खूप वेळ लागतो, हे तुम्हाला माहीत आहे का?''

यावर रामकृष्ण म्हणत, ''तानपुरा लावून हा आधी आलापी करत बसेल.''

दुसरा एखादा शिष्य म्हणे, ''आज तानपुरा लावून तो उद्या भजन म्हणेल.''

यावर रामकृष्ण म्हणत, ''हा तानपुरा तोडून टाकला पाहिजे.'' अशा प्रकारे ते नरेंद्रची चेष्टा-मस्करी करत असत. यावर नरेंद्र उत्तर देई, ''ज्यांना संगीताची जाण नाही तेच असे बोलत राहतात.''

हे ऐकून रामकृष्ण सांगत, ''बघा! एका वाक्यातच सर्वांना चित केलं.''

असे हे गुरू-शिष्यांमधील प्रेमाचे बंधन अतूट होते. नरेंद्रसमोर रामकृष्णांनी स्वतःला त्यांचे गुरू म्हणून कधीही जाहीरपणे सांगितले नाही. नरेंद्रने ब्रह्मसमाजाशी असलेले नाते तोडावे, असा आदेशही त्यांनी कधी दिला नाही. नरेंद्र ज्या पद्धतीने पुढे जात होते त्यासाठी रामकृष्णांनी त्यांना भरपूर वेळ दिला. त्यांनी एखादी गोष्ट लगेच शिकावी अशी घाई कधी केली नाही.

गुरुप्रेम हे ज्ञानप्रेम असते. ज्ञानप्रेमामध्ये बुद्धीला युक्ती व विवेकाला भक्ती व मुक्ती प्राप्त होते. गुरुप्रेमामुळे शिष्य प्रत्येक गोष्टीकडे वेगळ्या ढंगाने पाहू लागतो. ज्ञानप्रेम सांगते, दररोज शिका. प्रत्येक चुकीकडून शिका. नवीन चुकांमधून नवीन गोष्टी शिका.

तुम्ही शिकला नाहीत, याचा अर्थ तुम्हाला स्वयंशिस्त नाही. जो दररोज नवीन काहीतरी शिकतो, नवनवीन संकल्प करतो, स्वतःच्या शरीराचा स्वामी होऊ पाहतो, तो खरा आत्म-स्वयंशिस्त शिष्य असतो. तो शरीराला प्रेम देऊन शरीराचा मित्र होतो व अभिव्यक्तीसाठी त्याची मदत घेतो.

नरेंद्रच्या जीवनात एकाच वेळी अनेक गोष्टी घडत होत्या. एकीकडे त्यांच्या घरी त्यांच्या लग्नाविषयी चर्चा सुरू होती, तर दुसरीकडे त्यांना असे वेगळे अनुभव मिळत होते. त्यांना आपल्या भविष्याची चिंताही वाटू लागली होती. भविष्यात कोणता मार्ग स्वीकारायचा, असा प्रश्न नेहमी त्यांच्या मनात निर्माण होऊ लागला. परंतु पुढे नियती त्यांची किती कठीण परीक्षा घेणार होती याची त्यांना जरासुद्धा कल्पना नव्हती.

■■■

अध्याय ९

संन्याशाची कठीण परीक्षा व चारित्र्यसंपन्नता

उच्च गुणांचा स्वामी

एके दिवशी कचेरीचे काम आटोपून नरेंद्रचे वडील घरी येत होते. रस्त्यातच त्यांना अचानक थकवा वाटू लागला. घरी येताच त्यांच्या छातीत दुखू लागले. नरेंद्रच्या आईने औषधी लेप लावल्यावर त्यांना थोडा आराम वाटू लागला. परंतु काही वेळाने त्यांना पुन्हा त्रास होऊ लागला. त्यांनी भुवनेश्वरीला हाक मारली. परंतु ती त्यांच्याजवळ येण्यापूर्वींच ते जमिनीवर कोसळले... त्यांचा श्वास थांबला. नरेंद्रना याची काही कल्पना नव्हती. ते मित्राच्या घरी अभ्यास करून आरामात झोपले होते.

रात्री हेमाली नावाच्या शेजाऱ्याने नरेंद्रला ही गोष्ट सांगितली. हे ऐकून नरेंद्रना धक्का बसला. त्यांचा या बातमीवर विश्वास बसला नाही. त्यांच्या जीवनात यापूर्वी कोणतीही दुःखद घटना घडली नव्हती.

स्वामी विवेकानंदांच्या जीवनात त्यांना दुःख देणाऱ्या अशा फक्त दोनच घटना होत्या : एक, वडिलांचा मृत्यू व दुसरी, जेव्हा ते प्रवचन देत असत. कित्येक ठिकाणी प्रचार केल्यानंतर व प्रत्येक ठिकाणी भाषण व प्रवचन दिल्यानंतर त्यांना जाणवत राही, की हे सर्व करूनही लोकांच्या जीवनात काही विशेष बदल होणार नाही. सुरुवातीला लोक उत्साहाने काही गोष्टींचा स्वीकार करत, परंतु

पुन्हा पहिल्यासारखे वागत असत. या गोष्टीचे त्यांना खूप वाईट वाटत असे. त्यामुळे ते दुःखी होत होते.

वडिलांच्या मृत्यूमुळे त्यांच्यावर खूप मोठा आघात झाला होता. संपूर्ण कुटुंबाची जबाबदारी त्यांच्यावर येऊन पडली होती. वडिलांनी त्यांच्यापश्चात काही विशेष धनसंपत्ती ठेवली नव्हती, म्हणून दैनंदिन उदरनिर्वाहासाठी त्यांना खूप आटापिटा करावा लागत होता. त्यामध्ये खूप अडथळे येत होते. त्यांना नोकरीही मिळत नव्हती. त्यांच्या काही मित्रांनी त्यांना मदत करण्याचे नाकारले तर काही मित्रांना वाटे, आपल्या मदतीमुळे त्यांचा आत्मसन्मान दुखावला जाईल. कधी-कधी एखादा त्यांना काही कारणाने जेवणाचे निमंत्रण देई, पण घरच्यांना उपाशी ठेवून समारंभात जाऊन यथेच्छ भोजन करणे त्यांना आवडत नसे. ज्या दिवशी घरात अन्न शिल्लक नसे अथवा कमी असे तेव्हा ते खोटेच सांगून बाहेर पडत, की 'आज मित्राने घरी जेवायला बोलावलं आहे.' दिवसभर उपाशीपोटी ते भटकत राहत.

एके दिवशी सकाळी ते पूजापाठ संपवून नामस्मरण करत होते. त्या वेळी त्यांची आई त्यांना म्हणाली, ''पूजापाठ करून काय होणार? देवाने आपल्याला काय दिलंय? सोडून दे हे सगळं!'' आईचे बोलणे ऐकून नरेंद्रच्याही मनात प्रश्न निर्माण झाला, खरंच! ईश्वराची पूजा करून मी आयुष्यात काय मिळवलं?

खूप प्रयत्न करूनही नरेंद्रना कुठेही नोकरी मिळत नव्हती. दिवसेंदिवस चिंता वाढू लागली होती. त्यांचा ईश्वरावरचा विश्वास कमी होऊ लागला, ते नास्तिक होऊ लागले होते. या गडबडीत त्यांना दक्षिणेश्वरला जाण्याची संधीही मिळत नव्हती. अशा प्रकारे नियती त्यांची कठोर परीक्षा घेत होती, की कठीण शिक्षण देत होती, हे येणारा काळच सांगणार होता. परंतु इतक्या अडचणीच्या काळातही नरेंद्रने त्यांच्या चारित्र्याला डाग लागेल असे कोणतेही अनिष्ट काम केले नाही. एखाद्याचे चारित्र्य संपन्न कसे होते याची प्रेरणा त्यांचे जीवन देते. चारित्र्यसंपन्न जीवन इतरांवर प्रभाव टाकते. कठीणातल्या कठीण परिस्थितीतही आपले जीवन कसे निष्कलंकीत ठेवता येते हे त्यांच्या जीवनातील घटना आपल्याला शिकवतात. या घटना कोणत्या हे जाणून घेऊ.

१

वडिलांच्या मृत्यूनंतर उदरनिर्वाहासाठी त्यांना खूप अडचणींना सामोरे जावे लागले. त्यांचे काही मित्र अनुचित मार्गाने खूप पैसे कमावू लागले होते. नरेंद्रना भागीदार करून घेण्यासाठी तयार होते. तसेच एका श्रीमंत स्त्रीने त्यांच्यासमोर अनुचित प्रस्ताव मांडला व त्यांच्या कुटुंबाची आर्थिक दुर्दशा दूर करण्याचे वचन दिले. परंतु नरेंद्रने सर्व अयोग्य प्रस्ताव ठोकरले.

नरेंद्रच्या एका मित्राचा छपाईचा व्यवसाय होता. नरेंद्रची आर्थिक परिस्थिती खालावलेली पाहून त्याने नरेंद्रला अश्लील पुस्तके लिहिण्याचा प्रस्ताव दिला. तो त्यांना आपल्या घरी घेऊन गेला व काही अश्लील पुस्तके त्यांना दाखवली.

नरेंद्रने पुस्तके जमिनीवर फेकली व उद्वेगाने म्हणाले, ''मी कोणतंही गैर काम करणार नाही. अश्लील पुस्तकं लिहिणार नाही व अनैतिक काम करणार नाही.''

त्यानंतर त्या मित्राने विदेशी लेखकांची पुस्तके बंगाली भाषेत अनुवाद करून स्वतःच्या नावावर छापण्याचा दुसरा प्रस्ताव त्यांच्यासमोर ठेवला. पण, ''मी कोणतंही अधर्माचं काम करणार नाही,'' असे म्हणून त्यांनी तो प्रस्तावही नाकारला.

मित्रांच्या अशा वागण्याचे नरेंद्रना अतिशय वाईट वाटले. परंतु ते आपल्या स्वभावानुसार वागले. स्वतःच्या चारित्र्याला कलंक लागेल व त्यांच्या परिवाराकडे लोक बोट दाखवतील असे कोणतेही अनुचित काम करण्यास ते तयार नव्हते.

२

यानंतर कामाच्या शोधार्थ नरेंद्र आपल्या दुसऱ्या मित्राकडे गेले. त्यांचा हा मित्र खूप दारू पीत असे. चिंताग्रस्त व हताश झालेल्या नरेंद्रने आपली व्यथा त्याच्यासमोर मांडली. त्या वेळी तो मित्र दारू पित बसला होता. त्याने नरेंद्रनाही दारू पिण्याचा खूप आग्रह केला. नरेंद्र त्याला विरोध करत म्हणाले, ''जो पदार्थ माणसाची बुद्धी नष्ट करतो व माणसाच्या शरीराला व मनाला जो विषसमान आहे, तो पदार्थ मी कदापिही प्राशन करणार नाही.''

या घटना नरेंद्रमधील चारित्र्यगुण दाखवतात. विपरीत परिस्थितीतही त्यांनी कोणताही अनुचित प्रस्ताव स्वीकारला नाही. कौटुंबिक निर्धनतेमुळे त्यांच्या चरित्राचा एक पैलू प्रकाशित झाला. त्यांना गरीब व पीडित लोकांविषयी सहानुभूती वाटू लागली. त्यांचे जीवन विलासी असते तर रामकृष्णांच्या म्हणण्यानुसार ते एखादे राजनीतिज्ञ, वकील, वक्ता किंवा समाजसुधारक झाले असते. परंतु त्यांनी आपले जीवन मानवतेच्या सेवेसाठी अर्पण केले. नरेंद्रच्या जीवनातील एक दुसरे उदाहरण त्यांच्या प्रभावी व्यक्तिमत्त्वाचे दर्शन घडवते.

३

एके दिवशी नरेंद्रच्या एका विदेशी मित्राने आग्रह धरला, की ''मला त्या महान व्यक्तीला भेटायचे आहे, ज्याने तुमच्यासारख्या महान व्यक्तित्वाचे निर्माण केले आहे.''

नरेंद्र त्यांना रामकृष्ण परमहंसांकडे घेऊन गेले. त्यांची वेषभूषा पाहून मित्राला आश्चर्य वाटले. ते म्हणाले, ''हा माणूस तुमचा गुरू कसा! याचे कपडेसुद्धा व्यवस्थित नाहीत!''

यावर नरेंद्र विनम्रतेने म्हणाले, ''मित्रा! तुमच्या देशात चरित्रनिर्माणाचे कार्य एखादा शिंपी करत असेल; पण आमच्या देशात चरित्रनिर्माणाचे कार्य आचारविचार करतात.'' नरेंद्रच्या या शब्दांत इतकी शक्ती आहे, की हे शब्द माणसाचे विचार बदलू शकतात.

४

अशीच अजून एक घटना आहे, जी त्यांचे आत्मबल व त्यांना लोकांबद्दल वाटणारी निष्ठा व प्रेम व्यक्त करते. अमेरिकेत झालेल्या धर्मसभेला प्रत्येक धर्माचे लोक आले होते. स्वामी विवेकानंदसुद्धा त्या सभेसाठी गेले होते. तिथे उपस्थित असलेले लोक भारतातून आलेल्या हिंदू संन्याशांकडे तुच्छ दृष्टीने पाहत असल्याचे त्यांनी बघितले. अशी अपमानास्पद स्थिती पाहूनही ते रागावले नाहीत. ते मंचावर गेले व भाषणाची सुरुवात अशा शब्दांनी केली— ''माझा प्रिय अमेरिकन भगिनी व बंधूनो!'' त्यांच्या या दोन शब्दांनी लोकांवर इतकी जादू केली, की खूप वेळ टाळ्यांचा कडकडाट होत राहिला.

स्वामीजींनी भारतीय संस्कृतीमधील निहित शिष्टाचाराची ओळख सर्वांना करवून दिली. त्यांचे भाषण इतके प्रभावी होते, की श्रोते मंत्रमुग्ध होऊन ऐकत राहिले. स्वामीजींना मंचावर बोलण्यासाठी फक्त पाच मिनिटांचा अवधी दिला गेला होता, परंतु ते २० मिनिटे बोलत राहिले व श्रोत्यांनी त्यांची खूप प्रशंसा केली. त्यानंतर तिथल्या वर्तमानपत्रात त्यांचे नाव व भाषण प्रकाशित झाले.

गुणांचे स्वामी असलेल्या नरेंद्रवर त्यांच्या मित्रांच्या संगतीचा वाईट परिणाम कधीही झाला नाही. वास्तविक, असे म्हटले जाते, 'जसा संग तसा रंग'- ज्यांच्याबरोबर राहतो तसे घडतो. परंतु नरेंद्र याबाबतीत अपवाद होते. चिखलात उगवलेल्या कमळाप्रमाणे त्यांचे चरित्र निर्मळ होते.

■■■

अध्याय १०

निष्कपट गुरू, निष्कपट शिष्य

संन्यासी झाला परिपक्व शिष्य

आर्थिक परिस्थिती खालावल्यामुळे नरेंद्रचे मन दुःखात बुडून गेले होते. त्यांच्या मनात वेडेवाकडे विचार थैमान घालू लागले. अशातच मध्यरात्री पावसात भिजत ते घरी येत होते. त्या वेळी अचानक त्यांच्या हृदयातून साद उमटली व त्यांचा विवेक जागृत झाला.

कोणीतरी माझ्यापेक्षा अधिक शक्तिशाली आहे आणि तोच माझ्यावरची संकटे दूर करू शकतो, असा विश्वास माणसाच्या मनात जागृत झाला की तो अंतःप्रेरणेने प्रार्थना करू लागतो. प्रार्थनेचा परिणाम दिसू लागला की त्याच्या मनात भक्ती निर्माण होते. रामकृष्ण परमहंसांमध्ये भक्तीचा पाया होता. नरेंद्रच्या जीवनातील सर्व संकटे दूर होतील यावर त्यांचा विश्वास होता. नरेंद्रचा मूर्तिपूजेवर विश्वास नव्हता. परंतु रामकृष्ण कालीमातेचे भक्त होते व ते दररोज मातेची पूजाअर्चा करत होते.

नरेंद्रने पहिल्यांदा स्वतःसाठी रामकृष्णांकडे काही मागितले. ते म्हणाले, ''तुम्ही नेहमी कालीमातेशी बोलता, मग माझ्या परिवारासाठीसुद्धा काही मागा; जेणेकरून आमचे जीवनमान सुधारेल.''

रामकृष्ण परमहंस म्हणाले, ''मी तर अशा गोष्टी मागत नाही. तुला जे हवं आहे ते तू स्वतःच का मागत नाहीस?'' नरेंद्र मंदिरात गेले व कालीमातेच्या

मूर्तींसमोर बसले. काही वेळाने भक्तिपूर्ण अवस्थेत त्यांना अनुभूती आली आणि ते काही न मागताच परत आले. दुसऱ्या दिवशी रामकृष्णांनी विचारले, ''काय मागितलं?'' नरेंद्र उत्तरले, ''नाही. मी काही मागू शकलो नाही.'' रामकृष्ण म्हणाले, ''ठीक आहे. आज माग.''

नरेंद्र दुसऱ्या दिवशीही मंदिरात गेले. पुन्हा तीच पुनरावृत्ती झाली. काही न मागताच ते परत आले. तिसऱ्यांदा जाऊनही ते स्वतःच्या परिवारासाठी काही मागू शकले नाहीत. कालीमातेकडे फक्त एवढीच प्रार्थना केली, की 'भक्तीचं वरदान दे व त्यागाची शक्ती दे!' ठाकुरांजवळ जाऊन ते म्हणाले, ''ठाकूर, आजही मी माझ्या आईसाठी व भावांसाठी मातेकडे काही मागू शकलो नाही. आता तुम्हीच मला वरदान द्या, म्हणजे माझ्या परिवाराला होणारा त्रास दूर होईल. तुमच्या केवळ एका म्हणण्यामुळे कमतरता दूर होईल.''

ठाकुरांनी विचारले, ''तुझा माझ्यावर विश्वास आहे?'' नरेंद्रने उत्तर दिले, ''हो. माझा तुमच्यावर दृढ विश्वास आहे.'' ठाकूर त्यांच्याकडे पाहत राहिले. नरेंद्रने त्यांचे पाय घट्ट पकडून ठेवले होते. नंतर ठाकूर म्हणाले, ''आता निश्चिंत होऊन घरी जा. तुझ्या घरी खाण्यापिण्याची व कपड्यालत्त्याची कधीही कमतरता भासणार नाही.''

या घटनेनंतर नरेंद्रच्या जीवनात परिवर्तन घडू लागले. त्यांना अनुवादकाचे काम मिळाले. नंतर शिक्षकाचीही नोकरी मिळाली व उदरनिर्वाहाचा प्रश्न कायमचा सुटला. त्यासाठी दिवसभर भटकणे बंद झाले. रामकृष्णांकडे ते आठवड्यातून एक-दोन वेळा जात होते. तिथे भजने गायली जात. संगीत सुरू होई. रामकृष्ण भावदशेत (समाधीस्थ) जात. समाधीतून बाहेर येऊन ते स्वानुभवातून काही उपदेश करत. त्यातील काही गोष्टी नरेंद्रना समजत, तर काही गोष्टी त्यांच्या लक्षात येत नसत. परंतु रामकृष्णांचे त्यांच्यावर नितांत प्रेम होते. ते त्यांच्या चुका माफ करत असत. नरेंद्र मात्र त्यांच्यावर नेहमी शंका घेत असत.

नरेंद्र निष्कपट शिष्य होते व रामकृष्ण निष्कपट गुरू होते. नरेंद्र लहान वयात एखाद्या परिपक्व शिष्याप्रमाणे वागत होते, तर परमहंस मोठे असूनही त्यांच्यात बालसुलभ उत्सुकता व भावुकता होती.

दोघांची जोडी होती. दोघेही तितकेच निष्कपट होते. विवेकनंदांनी नेहमी प्रामाणिकपणे आपले म्हणणे लोकांसमोर मांडले व गुरूशीही त्यांनी कधी कपट केले नाही. रामकृष्णांच्या दृष्टीने विवेकानंद नारायण होते. त्यांनी सुरुवातीलाच आपल्या शिष्याच्या अंगी असलेले गुण ओळखले होते. त्यांचा सरळपणा व प्रामाणिकपणा त्यांना माहीत होता.

नरेंद्र कपटमुक्तपणे रामकृष्णांना सांगत, ‘‘मला कालीमाता दिसते असं तुम्ही सांगता तेव्हा मला वाटतं, की तुमच्या बुद्धीत काही दोष आहे, म्हणून तुम्हाला असं वाटत असावं.’’ निष्कपट गुरू असल्याने नरेंद्रच्या अशा बोलण्याचे रामकृष्णांना कधी वाईट वाटले नाही. उलट ते म्हणायचे, ‘‘अरेच्चा! असं आहे का? मी आत जातो आणि मातेला विचारून येतो.’’ मग हसत-हसत परत येऊन म्हणत, ‘‘अरे, असं नाही रे! माता म्हणाली, नरेंद्र अजून लहान आहे. त्याला काही समजत नाही. थोडा मोठा झाला की त्याला सर्व समजेल.’’

रामकृष्णांचा नरेंद्रवर इतका विश्वास होता, की एखादा बुद्धिवादी त्यांना भेटण्यासाठी आला तर नरेंद्रला ते त्यांच्यासमोर बसवत व त्यांच्याशी चर्चा करायला सांगत. चर्चेमध्ये होणाऱ्या गोष्टी ऐकून रामकृष्णांना खूप आनंद होत असे. ठाकुरांचे असे वागणे नरेंद्रना त्या वेळी समजत नसे. नंतर मात्र त्यांची ही लीला नरेंद्रच्या लक्षात आली. नरेंद्रना वाटत असे– मी किती छान बोललो... बुद्धिजीवी माणसांसमोर किती तर्कशुद्ध बोललो... वेगवेगळ्या पुस्तकांचे संदर्भ त्यांच्यासमोर ठेवले... रामकृष्ण शांतपणे सर्वकाही ऐकत राहत.

कित्येकदा नरेंद्र आपल्या गुरूची परीक्षा घेत. त्यांना माहीत होते, की रामकृष्ण कधी पैशांना हात लावत नाहीत. तरीही, एके दिवशी त्यांनी पैशाचे एक नाणे त्यांच्या उशाला ठेवून दिले. रामकृष्ण अंथरुणावर येऊन बसले. तत्काळ उठून उभे राहिले व इकडेतिकडे पाहू लागले. त्यांना इतके अस्वस्थ झालेले पाहून एका शिष्याने विचारले, ‘‘काय झालं?’’ ते म्हणाले, ‘‘मला इथे काहीतरी वेगळं वाटतंय. इथे काही वेगळे तरंग जाणवत आहेत. बघ पाहू जरा!’’ शिष्याने त्यांची चादर झटकली तर त्यातून नाणे खाली पडले. रामकृष्णांनी नरेंद्रकडे पाहिले. त्यांच्या लक्षात आले, की त्यानेच खोडी काढली आहे.

अशा प्रकारे नरेंद्र नेहमी वेगळे प्रयोग करून पाहत, की रामकृष्ण खरंच सिद्ध पुरुष आहेत, की त्यांच्या बुद्धीत काही खोट आहे. त्यांना खरोखर कालीमातेचे दर्शन होते की उगाच काहीतरी सांगत आहेत.

शिष्य परिपक्व नसेल तर त्याच्या मनात नेहमी असे प्रश्न येत राहतात. रामकृष्णांना नरेंद्रबद्दल वाटणारे प्रेमसुद्धा नरेंद्रना समजत नसे. ते रामकृष्णांना म्हणत, ''राजा भरतच्या मृत्यूसमयी जे घडलं ते तुमच्याबाबतीतसुद्धा होणार. मरताना राजा भरताला त्याच्या हरणाविषयी प्रेम वाटलं. त्यामुळे मेल्यानंतर राजा भरताला हरणाचा जन्म मिळाला व मोक्ष प्राप्त झाला नाही. तुम्ही माझ्यावर इतके प्रेम करता. मग हे प्रेम तुम्हाला अडकवून ठेवेल. तुम्हाला मुक्ती मिळणार नाही.'' यावर रामकृष्ण म्हणत, ''अरे! असं आहे का? मी आता मातेला विचारून येतो. तू म्हणतोस ते खरं आहे. तुझा तर्कसुद्धा खरा वाटतो. पण मी काय करू? मला तुला बघितल्याशिवाय चैन पडत नाही.'' नंतर ते मंदिरात जात. बाहेर येऊन सांगत, ''असं नाही रे! मातेने सांगितले, तू नरेंद्रमध्ये नारायणाला पाहतोस म्हणून तुला त्याच्याविषयी प्रेम वाटतं. ज्या दिवशी तुला त्याच्यात नारायण दिसणं बंद होईल त्या दिवसापासून तुला नरेंद्रचं तोंडसुद्धा पाहवंसं वाटणार नाही.''

नरेंद्र त्यांना सतत प्रश्न विचारत राही. रामकृष्ण त्यांना जे सांगत त्यावर ते मनन करत. त्यांना वाटे – असं कसं होईल?... ईश्वर माणसाच्या रूपात कसा येईल?... ईश्वराची कल्पना करणे व ईश्वराच्या मूर्ती बनवणे हे कमी बुद्धी असणाऱ्या लोकांचे काम आहे. या शंकेखोर स्वभावामुळे ते रामकृष्णांना ओळखू शकत नव्हते. त्या वेळी त्यांची परिपक्वता कमी होती. जसजसा काळ पुढे सरकत गेला तसतशी त्यांना रामकृष्णांची पारख होऊ लागली आणि त्यांचे वागणे त्यांच्या लक्षात येऊ लागले.

एकदा रामकृष्ण घरात बसले होते. बाहेर नरेंद्र आपल्या मित्राबरोबर हसत-हसत चर्चा करत होते. नरेंद्र म्हणत होते, ''हा लोटा आहे ना त्याच्या आतही ईश्वर आहे... हा वाडगा आहे त्यातही ईश्वर आहे.'' खरे म्हणजे ते रामकृष्णांनी सांगितलेल्या गोष्टींची टर उडवत होते. हे ऐकून रामकृष्ण बाहेर आले आणि त्यांनी नरेंद्रना स्पर्श केला. त्यामुळे अचानक नरेंद्रना समाधीचा अनुभव होऊ लागला. या अनुषंगाने स्वामी विवेकानंदांनी आपल्या आत्मकथेत लिहिले

आहे. 'घरी आल्यानंतरसुद्धा दोन दिवस सतत तोच अनुभव येत होता. रस्त्याने चालतानाही तोच अनुभव जाणवत राही. प्रत्येक ठिकाणी ईश्वर असल्याचे जाणवत होते. जेवताना ताटासमोर तसाच बसून राहत होतो. आई हलवून विचारी 'काय झाले?' त्या वेळीसुद्धा वाटत राही, की हे अन्नही ईश्वर आहे व खाणाराही ईश्वरच आहे. कित्येकदा कुठे, कधी व काय करायचे आहे याचीही शुद्ध राहत नव्हती.'

दोन दिवसांनंतर त्यांची ही अवस्था नाहीशी झाली. त्यांना जाणवले, की त्यांनी शास्त्रे, वेद व उपनिषदे यांचा वर्षानुवर्षे जो अभ्यास केला होता, त्याचा त्यांना प्रत्यक्ष अनुभव आला होता. समाधीचा अनुभव घेतल्यानंतर शिष्य म्हणून परिपक्वता येण्यासाठी त्यांना तीन वर्षांचा कालावधी लागला.

परिपक्वता आल्यानंतर सर्वकाही बदलले. आधी रामकृष्ण त्यांच्या येण्याची वाट बघायचे. नरेंद्र आले नाही तर आल्या-गेल्याजवळ त्यांची चौकशी करत राहायचे. परंतु आता सर्व बदलले. नरेंद्रने रामकृष्णांची परीक्षा घेणे बंद केले तेव्हा रामकृष्ण नरेंद्रची परीक्षा घेऊ लागले.

आता नरेंद्र त्यांच्याजवळ येऊन बसत तेव्हा रामकृष्ण त्यांच्याकडे बघत नसत आणि आधीप्रमाणे त्यांना भजनसुद्धा गायला सांगत नसत. ज्ञानचर्चा सुरू असताना सर्व शिष्य रामकृष्णांजवळ येऊन बसत. सर्वांना ते प्रश्न विचारत, परंतु नरेंद्रशी काहीही बोलत नसत.

जवळजवळ एक महिना झाला तरी रामकृष्णांचे नरेंद्रबरोबरचे वागणे बदलले नाही. नरेंद्र नेहमीप्रमाणे येत राहिले. अजून एक महिना असाच गेला. नंतर एकदा रामकृष्णांनी त्यांना विचारले, ''अरे! मी इतके दिवस तुझ्याकडे बघितलं नाही, तुझ्याशी बोललो नाही तरी तू का येतोस?'' उत्तरादाखल नरेंद्र म्हणाले, ''मी तुमचं ऐकायला थोडंच येतो? मी तर तुम्हाला बघण्यासाठी येतो.'' नरेंद्र आता शिष्य राहिला नाही तर भक्त बनला आहे, हे रामकृष्णांच्या लक्षात आले. नरेंद्रचे बोलणे ऐकून त्यांना खूप आनंद झाला. आता नरेंद्र सत्याच्या मार्गावर पुढे जाण्यासाठी तयार झाला आहे, हे पाहून ते आनंदले. त्यानंतर त्यांनी नरेंद्रची परीक्षा घेतली. एके दिवशी ते नरेंद्रना म्हणाले, ''साधना करता-करता मला काही सिद्धी प्राप्त झाल्या आहेत. त्या मला तुला द्यायची इच्छा आहे.''

नरेंद्रने त्यांना विचारले, ''या सिद्धी प्राप्त केल्याने काय होईल?'' रामकृष्ण म्हणाले, ''ज्ञानप्राप्तीनंतर या सिद्धी तुला अभिव्यक्तीसाठी उपयोगी ठरतील.'' हे ऐकून नरेंद्रच्या मनाची द्विधावस्था झाली. त्यांना वाटले, जर या सिद्धींचा नंतर उपयोग होणार असेल तर त्यासाठी 'नाही' म्हणणे अजूनच कठीण आहे. काही विचार करून त्यांनी पुन्हा विचारले, ''समजा, सिद्धी प्राप्त झाल्या तर त्याचा उपयोग ईश्वरप्राप्तीसाठी होईल का?'' रामकृष्ण म्हणाले, ''नाही.'' नरेंद्रने त्वरित उत्तर दिले, ''असं असेल तर या सिद्धी मला नकोत. आधी ईश्वरप्राप्ती तर होऊ दे. मग सिद्धी प्राप्त करण्याचा विचार करेन.''

नरेंद्र असे सर्वोत्तम शिष्य होते. त्यांना स्वानुभव व अंतिम सत्य याखेरीज कशाचीच लालसा नव्हती. ज्याची त्यांना ओढ लागली होती तेच त्यांना प्राप्त करून घ्यायचे होते. रामकृष्ण नरेंद्रना नेहमी सांगत, की ''ज्या रूपात तू ईश्वराला साद घालतोस त्याचे ध्यान कर व सतत कर. तुला तुझ्या पद्धतीने ईश्वराला प्राप्त करायचे असेल तर तसे त्याचे ध्यान कर, त्याला प्रार्थना कर. ज्या दिवशी तुझी प्रार्थना पूर्ण होईल, त्या दिवशी तुला त्या स्वरूपात ईश्वर प्राप्त होईल. तू त्याची भक्ती करशील.'' ईश्वर प्राप्त होण्याच्या तीव्र इच्छेपायी नरेंद्रने सिद्धी प्राप्त करण्याचा प्रस्ताव नाकारला. ते म्हणाले, ''ज्या सिद्धींमुळे मी अडकून भरकटत जाईन त्या सिद्धी प्राप्त करून काय फायदा? मला अशा सिद्धींची गरज नाही.''

रामकृष्णांचे अजूनही इतर काही शिष्य होते. एके दिवशी त्यांनी सर्वांना दीक्षा देण्याचे ठरवले. त्यांनी काही शिष्यांना जवळ बोलावले व नरेंद्रना म्हणाले, ''तू यांचा नेता आहेस. ही भगवी वस्त्रे घाल व भिक्षा मागायला जा. तू हे करू शकशील ना?'' यावर नरेंद्रने होकारार्थी मान डोलावली. भिक्षा मागायला सांगण्यावरून त्यांच्यातील अहंकार तर आडवा येणार नाही ना, याची परीक्षा घेतली गेली.

वास्तविक गुरूला असा अद्वितीय शिष्य हवा असतो. अशा शिष्याला ईश्वरापेक्षा कमी काहीही नको असते. परमअवस्था प्राप्त करण्याची त्याची तीव्र इच्छा असते. स्वामी विवेकानंद असे अद्वितीय शिष्य होते.

■■■■

अध्याय ११

कामिनी-कंचनपासून मुक्त संन्यासी

कामभावनेचा खरा उद्देश

रामकृष्ण परमहंस कामिनी-कंचन म्हणजेच कामवासनेतून मुक्ती यावर जास्त जोर देतात. जग याच मायेत अडकलेले आहे, हे ते जाणून होते. माणसाने आपले विचार व लोभ यांमुळे कामवासना क्लिष्ट बनवली आहे. वास्तविक, याचा उद्देश वेगळा आहे.

निसर्गतः वेगवेगळ्या प्रजातींचे शरीर जिवंत राहावे व त्यापासून नवीन शरीर निर्माण व्हावे, असा कामवासनेमागे उद्देश आहे. नव्या शरीरांमुळे ती प्रजाती विकसित होऊन सृष्टीचा क्रम सुरू राहतो. हा उद्देश पूर्ण होण्यासाठी कामभावना व कामक्रीडा निर्माण झाली. परंतु माणसाने त्याचा अतिरेक करून त्याला विकृत बनवले, त्याला वासना बनवले.

सामाजिक व्यवस्थेनुसार वैवाहिक जीवनाच्या मर्यादांचे पालन करून पती-पत्नी यांच्यात प्रेम व सौहार्दपूर्ण कामसंबंध हा वैध समजला जातो. त्यांच्याद्वारे एक स्वस्थ पिढी निर्माण होते. परंतु यामध्ये व्यभिचार होऊ लागला, हे मनोरंजनाचे साधन वाटू लागले, सर्व जण फक्त कामवासनेभोवती फिरू लागले. वैवाहिक बंधने तोडून वेगळे संबंध ठेवू लागले तर असे संबंध वासना ठरतात व आजारपणं येऊन माणसाच्या अधःपतनाचे कारण बनतात. हे अधःपतन ती व्यक्ती, त्याचा परिवार व त्याचबरोबर संपूर्ण समाज यांसाठी घातक ठरते.

माणसाच्या विचारांवर कामवासनेचा प्रभाव जास्त झाला, त्याची विवेकशक्ती त्यामुळे नष्ट झाली, तो सतत याच गोष्टींचा विचार करू लागला, तर तो आजारी पडतो हे रामकृष्ण जाणत होते. अनेक शारीरिक व मानसिक पीडांना जन्म देऊन वासना त्याला अपराधी बनवते. परिणामस्वरूप, अनेक परिवार विस्कळीत होऊन जातात. माणसाचे जीवन नरक बनते. त्यासाठी या गोष्टींपासून सर्वांना– विशेषतः तरुण मुलांना सावध राहण्याची त्यांनी आज्ञा दिली.

युवावस्थेत असताना नरेंद्र नेहमी गुरूच्या आज्ञेत राहत होते. रामकृष्णांचा त्यांच्यावर पूर्ण विश्वास होता. ते कामभावनेच्या दुष्ट चक्रात कदापि अडकणार नाहीत, याबद्दल त्यांना खात्री होती. त्यांच्या जीवनातील ही घटना दर्शवते की, त्यांनी गुरूच्या आज्ञेचे पालन कसे केले!

नरेंद्रना रामकृष्णांकडून जास्त महत्त्व दिले जात असल्याने इतर काही शिष्यांच्या मनात त्यांच्याबद्दल असूया निर्माण झाली होती. म्हणून ते नरेंद्रची तक्रार करत होते, की 'नरेंद्रला वाईट संगत लागली आहे. त्याचे मित्र मदिरापान करतात, भोगविलासात अडकून वेश्यागमन करतात.' त्या वेळी कांतीमोहिनी नावाची वेश्या पहिल्यांदा कलकत्त्याला आली होती.

नरेंद्रच्या मित्रांना बघायचे होते, नरेंद्र खरोखर सात्त्विक आहेत, की रामकृष्ण उगाचच त्यांची प्रशंसा करतात! म्हणून, 'बाहेर एका परिचिताकडे जेवायला जायचे आहे' असे खोटे सांगून मित्र त्यांना कांतीमोहिनीकडे घेऊन गेले. तिथे गेल्यावर नरेंद्रना अस्वस्थता जाणवली, म्हणून ते आराम करण्यासाठी आत गेले. थोड्या वेळाने डोळे उघडताच त्यांच्या लक्षात आले, की सगळे मित्र निघून गेले आहेत आणि आपण एकटेच इथे आहोत. ते त्या घरातून बाहेर पडणार; इतक्यात कांतीमोहिनी तिथे आली. अनोळख्या स्त्रीला पाहून ते चकित झाले! विनम्रपणे त्यांनी तिला तिथून निघून जाण्यास सांगितले. परंतु ती ऐकेना.

कांतीमोहिनीने हावभाव करत बोलत त्यांना रिझवण्याचा खूप प्रयत्न केला, परंतु त्याचा काही उपयोग झाला नाही. आपले प्रयत्न निष्फळ ठरत आहेत, हे पाहून त्यांचे पाय धरून ती विनवणी करू लागली.

नरेंद्रचा आवाज चढला. त्यांनी स्त्रीचे असे रूप याआधी कधी पाहिले नव्हते. ते प्रत्येक स्त्रीकडे आपल्या आईप्रमाणे बघत होते. ते कांतीमोहिनीला

म्हणाले, ''थांब! मातीसमान असलेल्या शरीरसुखासाठी तू आजपर्यंत काय-काय केलं आहेस. मृत्यूपलीकडे जाण्याचा कधी प्रयत्न केला आहेस का?... ही क्षुद्र बुद्धी सोडून ईश्वराची आराधना कर. तो नक्कीच तुला मदत करेल आणि लक्षात ठेव, असं ढोंग करणं बंद कर! तुझ्या अशा वागण्याने एखादा पुरुष असहाय, दीन, दुःखी किंवा एखाद्या चांगल्या स्त्रीलाही मदत करणार नाही.''

नरेंद्रचे असे बोलणे ऐकून कांतीमोहिनी स्तब्ध झाली. नरेंद्रचे मित्र खिडकीतून हे सर्व बघत होते. त्यांना आपली चूक समजली. नरेंद्र कामिनी-कंचनपासून मुक्त असे सत्यसाधक आहेत, त्यांना कोणत्याही सांसारिक बंधनात बांधणे शक्य नाही, यावर त्यांचा विश्वास बसला.

रामकृष्णांच्या शेवटच्या दिवसांत नरेंद्रने आपल्या सर्व गुरुबंधूंना जवळ बोलावले. सर्वांसमोर धुनी पेटवली व सांगितले, ''आता आपण संन्याशांप्रमाणे आपल्या अंतर्यामी दडलेल्या वासनेला या अग्नीत समर्पित करू व आपले अंतःकरण पवित्र बनवू. या पवित्र अग्नीत फक्त कामवासनाच नाही, तर इतर सर्व वासना जळून खाक होतील.'' त्या वेळी सर्वांच्या अंतःकरणात अपूर्व उल्हास निर्माण झाला होता. जणू काही समस्त सांसारिक वासना भस्म होत आहेत... मन स्वच्छ होऊन तीव्रतेने सत्त्वगुणाकडे जात आहे... अशी भावना सर्वांच्या मनात निर्माण झाली होती. मनाच्या तळातून सर्व अमंगळ, अनिष्ट बाहेर पडत आहे... आणि ईश्वर मनात व्यापून राहिला आहे, असे सर्वांना वाटत होते. अशा प्रकारे नरेंद्रने सर्वांना कामिनी-कंचनपासून मुक्त केले.

रामकृष्णांच्या जवळच्या शिष्यांनी विचारांच्या स्तरावरच वासनांचा त्याग केला. त्यांना आपली या विश्वातील भूमिका स्पष्ट झाली होती. आपले शरीर संतानजन्माचे निमित्त बनण्यासाठी नसून मोक्षप्राप्ती करून घेण्यासाठी व इतरांच्या चेतनेचा स्तर वाढवण्यासाठी आहे, याची त्यांना जाणीव झाली होती.

इथे असे समजू नका, की संन्याशाची भूमिका चांगली व संसारी होऊन मुलांना जन्म देण्याची भूमिका वाईट अथवा निम्न आहे. कोणतीही भूमिका चांगली किंवा वाईट नसते. निसर्गात प्रत्येक भूमिकेचे स्वतःचे असे एक महत्त्व आहे. विश्वनाथ दत्त व भुवनेश्वरी यांनी विवेकानंदांना जन्म दिला नसता तर जगाला अशी महान विभूती कशी मिळाली असती!

वास्तविक, आपण आपल्या स्रोतापासून (सेल्फ) दूर होतो तेव्हा काम किंवा कामना आपल्याला विळखा घालतात. त्याउलट, हृदयात उमटलेल्या कामना स्वार्थपूर्ण नसतात, तर त्या सत्य व निःस्वार्थ जीवनाची अभिव्यक्ती ठरतात.

■■■

अध्याय १२

संन्याशाच्या ध्यानाची सखोलता

मायेचे बाण व ध्यान याचे प्रशिक्षण

कल्पना करा—असे एक गाव आहे, तिथे जो कोणी जाईल त्याच्या लक्षातही येत नाही, की कुठून एखादा बाण येईल... एखादा भाला अंगावर येईल... कोठूनतरी जोराने दगड येऊन आदळेल... किंवा एखादा कोणी डोळ्यांत धूळ टाकून निघून जाईल....

अशा गावात प्रवेश करण्यापूर्वी तुम्हाला ध्यानाचे प्रशिक्षण घेणे आवश्यक आहे. त्या गावाची माहिती नसल्यामुळे असे प्रशिक्षण घ्यावे लागेल.

हे गाव दुसरे-तिसरे काही नसून मायेची दुनिया आहे. या मायानगरीत अंगी सजगता नसेल तर माणसाचे मायेच्या बाणांनी, म्हणजे विचारांनी व वृत्तींनी स्वास्थ्य बिघडून जाईल. म्हणून मायेत प्रवेश करण्यापूर्वी ध्यानाचे प्रशिक्षण अनिवार्य व महत्त्वाचे आहे.

ध्यानामुळे संवेदनशीलता व सजगता वाढते. मायेच्या या दुनियेत माणसाच्या अंतःकरणाला घायाळ करणारे अनेक तीर आहेत. त्यांच्यापासून बचाव करण्यासाठी ध्यानाचे प्रशिक्षण आवश्यक आहे. विवेकानंद दररोज ध्यान करत होते. त्यांच्या जीवनातील एका प्रसंगातून तुमच्या लक्षात येईल, की त्यांच्या ध्यानाची खोली कशी होती व ते त्यात कसे तल्लीन होत होते.

एके दिवशी नरेंद्र व गिरीश नावाचा एक शिष्य दक्षिणेश्वरला गेले. नरेंद्र दररोज दक्षिणेश्वरला येऊन ठाकुरांशी चर्चा करत होते, त्यांच्या निर्देशानुसार ध्यान करत होते. त्यांच्या तपस्येमुळे ठाकूर प्रसन्न राहत होते.

आज गिरीशही त्यांच्याबरोबर ध्यानासाठी बसला. परंतु त्याचे ध्यान एकाग्रतेने होत नव्हते. त्याला काहीतरी चावल्यासारखे वाटत होते. त्याने डोळे न उघडताच हाताने चापट मारली. बहुतेक त्याला डास चावत होते. एखादा डास असता तर ठीक; पण तिथे डासांची झुंड होती. अशा परिस्थितीत एक तर ध्यान करायचे का डास मारायचे, या द्विधा मन:स्थितीत तो पडला. ध्यान हृदयावर केंद्रित केले तरी डासांनी शरीराची पार चाळणी केली होती. म्हणून त्याचे लक्ष सारखे डासांकडे जात होते.

गिरीश डोळे उघडणार तेवढ्यात नरेंद्रसुद्धा ध्यान करत आहे, हे त्याच्या लक्षात आले. त्याला वाटले नरेंद्रने डोळे उघडले असतील तर तो डासांना पळवून लावण्यासाठी काही ना काही तजवीज करणारच! परंतु नरेंद्रचा काही आवाज येत नव्हता. याचा अर्थ डास चावत असूनही तो ध्यान करत आहे. त्याने डासांपुढे हार पत्करली नाही. मग मी तरी कशी हार मानू, असे त्याला वाटले.

गिरीशला नरेंद्रसमोर हार मानायची नव्हती. परंतु त्याला इतके डास चावत होते, की महत्प्रयासाने त्याने हातांवर ताबा ठेवला होता. खरेतर डासांना मारण्यासाठी त्याचे हात शिवशिवत होते. डासांनी त्याला पार फोडून काढले होते.

नंतर गिरीशच्या मनात विचार आला— नरेंद्रने कोणाला हाक मारली नसली तरी कशावरून तो ध्यान करत आहे... त्याने कधीच डोळे उघडले असणार व माझी ही त्रेधा तो बघत असणार... डासांना माझे रक्त पिताना पाहून त्याला नक्कीच आनंद वाटत असणार... तो दबक्या पावलाने कधीच मंदिरात गेला असणार... मी वैतागून त्याला शोधावे... त्यावर त्याने टाळ्या वाजवत हसावे असेच त्याला वाटत असणार....

खरे म्हणजे ही गिरीशच्या मनाची कल्पना होती. शेवटी त्याच्या मनोधैर्याचा बांध फुटला, त्याने डोळे उघडले.

त्याने बघितले की, नरेंद्र निश्चल बसले आहेत व ध्यानात पूर्णपणे लीन झाले आहेत. हे दृश्य पाहून गिरीशचे डोळे आश्चर्याने मोठे झाले! समोर जळत

असलेल्या धुनीच्या अंधुक प्रकाशात त्याने पाहिले, की नरेंद्रच्या शरीरावर एक-दोन नाही, तर असंख्य डास बसले आहेत.

नरेंद्रला अशा परिस्थितीतही ध्यानस्थ बसलेले पाहून गिरीशला आपल्या मनात आलेल्या विचारांची लाज वाटली. त्याचा अहंकार विरघळू लागला. सत्याची तीव्र ओढ लागलेला माणूसच अशा प्रकारे ध्यानात तल्लीन होऊ शकतो, हे त्याच्या लक्षात आले.

सत्याप्रति असणारी ही परम तहान नरेंद्रना ध्यानाच्या सखोलतेत घेऊन जात होती व मायेच्या बाणांपासून त्यांचे रक्षणही करत होती.

∎∎∎

अध्याय १३

संन्याशाची अनोखी गुरुभक्ती

देही शिष्य, देहातीत गुरू

नरेंद्रने आपले संपूर्ण जीवन रामकृष्णांच्या चरणावर समर्पित केले होते. देहत्याग करण्यापूर्वी काही दिवस आधी रामकृष्ण खूप अस्वस्थ झाले होते. नरेंद्र दिवसभर त्यांची सेवा करण्यात मग्न राहत होते. त्यांना आपले घरदार, जेवण याची जरासुद्धा चिंता वाटत नव्हती. असाच एक प्रसंग आहे, ज्यामध्ये त्यांच्या गुरुभक्तीची झलक बघायला मिळते.

रामकृष्णांचे शारीरिक स्वास्थ्य दिवसेंदिवस बिघडत चालले होते. शिष्य आळीपाळीने त्यांची सेवा करत होते. नरेंद्र मात्र २४ तास त्यांच्या सेवेत होते. एके दिवशी आपल्या गुरुबंधूंना ठाकुरांकडे थोडा वेळ लक्ष द्यायला सांगून काही कामानिमित्त ते बाहेर गेले. परत आल्यावर त्यांनी बघितले, की सर्व जण चिडीचूप होऊन एकमेकांकडे बघत आहेत, त्यांचे चेहरे चिंताग्रस्त आहेत.

ठाकुरांच्या तब्येतीविषयी सांगण्याचे धाडस त्यांच्यापैकी एकाच्याही अंगी नव्हते. शिष्य काहीतरी लपवत आहेत, हे नरेंद्रच्या लक्षात आले.

नरेंद्रने वारंवार विचारल्यानंतर शेवटी एकाने तोंड उघडले व सांगितले, ''ठाकुरांना तपासण्यासाठी डॉक्टर आले होते. त्यांनी सांगितले, ठाकुरांना संसर्गजन्य रोग झाला आहे आणि त्यांची सेवा करणाऱ्यांनाही याचा संसर्ग होऊ

शकतो. त्यामुळे त्यांनी सर्वांना सांभाळून राहण्यासाठी सांगितलं आहे.'' सर्व परिस्थिती नरेंद्रच्या लक्षात आली. ठाकुरांच्या सर्व शिष्यांमध्ये नरेंद्र सर्वांत जास्त समजूतदार होते. ईश्वराची लीला त्यांच्या लक्षात आली होती. नरेंद्रने सर्वांना आपल्याबरोबर ठाकुरांच्या खोलीत यायला सांगितले. नरेंद्रच्या मनात कोणत्याही प्रकारचा संशय नव्हता ना कोणत्या प्रकारचे द्वंद्व!

ठाकुरांच्या खोलीचा दरवाजा उघडाच होता. ठाकूर दुपारच्या जेवणानंतर विश्रांती घेत होते. एक शिष्य त्यांच्याजवळ बसला होता. नरेंद्रने हाताच्या इशाऱ्याने त्याला बाहेर बोलावले.

नरेंद्रने विचारले, ''ठाकुरांनी काही खाल्ले का?''

शिष्याने सांगितले, ''श्री माँनी ठाकुरांसाठी पातळ खीर बनवली होती. खाताना त्रास होत असेल तर खीर पिता यावी म्हणून त्यांनी थोडे मीठ टाकून पातळ खीर पाठवली होती. तरीसुद्धा ठाकुरांना खाताना त्रास होत होता, म्हणून त्यांनी थोडीशीच खाल्ली. उरलेली खीर तशीच ताटात ठेवली आहे.''

नरेंद्रने आत जाऊन ते ताट बाहेर आणले. त्यांनी ताटच तोंडाला लावले व एका दमात सर्व खीर पिऊन टाकली. तिथे असलेल्या सर्व शिष्यांना खूप आश्चर्य वाटले!

नरेंद्र आपल्या गुरुबंधूंना म्हणाले, ''आजपासून आपल्यापैकी कोणीही ठाकुरांच्या रोगाची चर्चा करणार नाही!''

या प्रसंगाद्वारे स्वामी विवेकानंदांची खरी भक्ती दिसून येते. त्यांनी नेहमी गुरूची आज्ञा प्रमाण मानली व त्यांच्या दिव्य संदेशाचा प्रचार केला. गुरुप्रति असणारी परम भक्ती व निष्ठा यांचे ते एक उत्तम उदाहरण आहेत.

ते आपल्या गुरुबंधूंना मार्गदर्शन देताना नेहमी सांगत, ''ज्याप्रमाणे मुलाला आईची गरज असते, त्याप्रमाणे शिष्यालाही गुरूची गरज असते. गुरूविना जीवन व्यर्थ नसले तरी ते जास्त मौल्यवानसुद्धा नसते. (Without Guru life is not meaningless but it is less meaning full.) गुरूविना जीवन जगणारे लोक थोडक्यात आनंदी होतात. ज्या लोकांना आपल्या अंगी असलेल्या पूर्ण शक्यता प्रकट करायच्या असतील त्यांना गुरू भेटणे अतिआवश्यक आहे. सर्वांवर ही कृपा झाली आहे व आपल्याला ठाकुरांसारखे गुरू प्राप्त झाले आहेत.''

गुरूवर प्रेम जडणे म्हणजे ईश्वरावर प्रेम करण्यासारखे आहे. इथूनच सत्याचा दरवाजा उघडतो. सत्याची तहान लागलेल्या शिष्याने सतत गुरूच्या संपर्कात राहायला हवे. मग ते शारीरिक रूपाने असो अथवा मानसिकरूपाने!

गुरूचा शेवटचा संदेश

ऑगस्ट १८८६मध्ये रामकृष्णांची तब्बेत अजूनच खालावली. एके दिवशी मध्यरात्री त्यांना थोडे बरे वाटत होते. सर्व शिष्यगण त्यांच्या खोलीत उपस्थित होता. नरेंद्रला आपल्याजवळ बोलावून शेवटचा संदेश देत ते म्हणाले, ''आता मी जास्त काळ तुमच्याबरोबर राहू शकणार नाही. परंतु माझी इच्छा आहे की, मी गेल्यावर तुम्ही सर्वांनी एकत्र राहावे. वास्तविक, एकाच वयाच्या इतक्या सर्व लोकांनी एकत्र राहणे थोडं कठीण असतं. कारण कधी-कधी त्यांच्यात मतभेद होऊ शकतात. म्हणून मी सर्वांना आदेश देतो की, तुम्ही नेहमी नरेंद्रच्या आज्ञेचं पालन करा. त्याला कधीही, कोणत्याही परिस्थितीत सोडून जाऊ नका. याबद्दल कोणाच्या मनात काही शंका आहेत का?''

सर्व शिष्य नरेंद्रवर खूप प्रेम करत होते. त्यांची इच्छा सर्वांना आदेशासमान वाटत होती. म्हणून त्यांनी रामकृष्णांच्या सांगण्यावर आक्षेप घेतला नाही.

नंतर ठाकूर नरेंद्रकडे बघून म्हणाले, ''मी माझ्या या मुलांना तुझ्या हवाली करत आहे. त्यांची काळजी घे, रक्षण कर! मी गेल्यावर साधना सोडून सर्व जण घरी जातील... तर असं होऊ देऊ नको. त्यांची साधना चालू ठेवण्याची जबाबदारी तुझ्यावर आहे.''

नरेंद्रने रामकृष्णांना त्यांच्या आदेशाचे पालन करण्याचे आश्वासन दिले. घशातील असह्य वेदनेमुळे रामकृष्ण जास्त काही बोलू शकत नव्हते. खूप वेळ ते मौन होते. सर्व शिष्य ध्यानमग्न झाले. काही वेळाने नरेंद्रने डोळे उघडले तर त्यांना ठाकूर रडत असल्याचे दिसले.

नरेंद्रने विचारल्यावर ते म्हणाले, ''नरेंद्र, मी आज माझं सर्वस्व तुला सोपवून जात आहे. कालीमाता या शरीरात निवास करत होती, ती आता तुझ्या शरीरात निवास करेल. तुला माझं सर्वस्व देऊन मी फकीर झालो आहे रे!''

नरेंद्रच्या तोंडून एकही शब्द फुटेना. धन्यवादाचा भाव मनात दाटून आला होता. ते गुरूकडे पाहत राहिले. नरेंद्रने सर्वांना 'हरी ॐ तत् सत्'चा जप करायला

सांगितला. त्याचबरोबर कीर्तनही सुरू होते. मध्यरात्रीच्या वेळी रामकृष्णांनी हळुवार स्वरात तीन वेळा आपल्या परमप्रिय माँ कालीच्या नावाचा उच्चार केला व ते महासमाधीत बुडून गेले. त्यांचे मन पुन्हा या धरतीकडे वळले नाही.

आता शिष्य शरीराने उपस्थित होता, पण गुरूचे शरीर राहिले नाही. रामकृष्ण विवेकानंदांच्या शरीराद्वारे 'स्व'चा अनुभव घेत होते. त्यांच्याद्वारे रामकृष्णांची अभिव्यक्ती होत होती. कारण ते आता निराकार झाले होते, त्यांचे शरीर राहिले नाही. आता विवेकानंदच त्यांचे शरीर बनले होते.

देहान्त होण्यापूर्वी काही काळ आधी रामकृष्णांनी विवेकानंदांना समाधीचा अनुभव व दीक्षा दिली होती. गुरूकडून दीक्षा मिळाल्यानंतर विवेकानंदांचे कार्य सुरू झाले. ते पाच वर्षे गुरूबरोबर राहिले होते. या कालावधीत त्यांनी रामकृष्णांकडून गहन उपदेश शिकून घेतले, वेदान्त समजून घेतला, 'एकम्'ला जाणले व पुढे त्यांनी ही सर्व शिकवण साऱ्या जगात पसरवली.

गंगा किनारी असलेल्या स्मशानघाटावर रामकृष्णांच्या देहाला अग्नी दिला गेला. स्मशानघाटावरून परतताना सर्व शिष्यांना एकाकीपणा जाणवत होता. गुरूने केलेला उपदेश व त्यांच्या आठवणी हेच त्यांचे प्रेरणास्थान होते, तोच त्यांचा आता स्रोत उरला होता.

रामकृष्ण परमहंसांच्या महासमाधीनंतर एक आठवड्याच्या आत एक घटना घडली.

एकदा रात्री नरेंद्र आपल्या गुरुबंधूंसह एका उद्यानात फिरत होते. तेव्हा अचानक त्यांना एक दिव्यमूर्ती दिसली. ते रामकृष्ण परमहंस होते, यात कोणतीही शंका नव्हती. आपल्या दृष्टीला भ्रम झाला आहे, असे समजून नरेंद्र तसेच शांत उभे राहिले. परंतु त्यांच्याबरोबर असलेला गुरुबंधू आश्चर्याने उद्गारला, 'नरेंद्र, बघ जरा तिकडे!'' आता संशयाला काही जागा नव्हती. नरेंद्रला आता विश्वास वाटू लागला, की रामकृष्ण परमहंस या दिव्य देहात प्रकट झाले आहेत. ते इतर गुरुबंधूंना त्यांचे दर्शन घेण्यासाठी बोलावू लागले तेव्हा ती मूर्ती अदृश्य झाली.

गुरू म्हणजे एखादे शरीर नसते, हे नरेंद्रने जाणले. वास्तविक, गुरू म्हणजे आपल्या अंतरंगात असलेली चेतना आहे.

नरेंद्रना ईश्वरलीला समजली होती. त्यांनी जाणले की, आतापर्यंत ही चेतना रामकृष्ण परमहंसांच्या माध्यमातून आपल्याला मार्गदर्शन करत होती. आता गुरूचे शरीर राहिले नसले तरी ती चेतना आहे. आजपासून ती चेतना आपल्याला ज्या प्रकारे मार्गदर्शन देईल ती स्वीकारण्यासाठी आपण नेहमी सज्ज असले पाहिजे, सजग राहिले पाहिजे.

■■■

अध्याय १४

संन्याशाचे भारतभ्रमण

अभिव्यक्तीची सुरुवात

रामकृष्ण गेल्यानंतर त्यांच्यामुळे प्रेरित झालेल्या शिष्यांना एकत्र राहण्यासाठी एका जागेची गरज होती. परंतु या सर्वांचा खर्च कोण करणार?... सर्वांचे जेवणखाण, मूळ गरजा यांची पूर्तता कशी होणार?

रामकृष्णांच्या एका प्रिय व्यक्तीच्या उदारपणामुळे या समस्यांवर तोडगा मिळाला. त्यांच्या सहयोगाने कलकत्ता व दक्षिणेश्वर यांच्या मध्ये वसलेल्या वराहनगरात एक जागा भाड्याने मिळाली. ही जागा सुनसान होती. बरीच पडझड झाली होती. त्यामुळे भुतांचा बंगला म्हणून त्याची ख्याती होती. परंतु तरुण भक्तगण गर्दीपासून दूर असलेल्या या निर्जन घरात मोठ्या आनंदाने राहू लागले. हे ठिकाण 'वराहनगर मठ' या नावाने रामकृष्ण संघाच्या संन्याशांचे पहिले केंद्र बनले.

त्या बंगल्यात सर्वांनी ठाकुरांचे एक छोटे मंदिर बांधले. तिथे ठाकुरांचा पलंग ठेवला. तिथे दररोज गादी घातली जाई, नैवेद्य दाखवला जाई. त्यांची पूजा व आरती केली जाई. त्यानंतर सर्व जण त्या मंदिरात ध्यान करत.

नरेंद्र आता जीव तोडून गुरुबंधूंचे प्रशिक्षण घेऊ लागले. ते दिवसा घरी जाऊन आपल्या प्रापंचिक जबाबदाऱ्या सांभाळत व संध्याकाळी परत मठात येत

व त्यांच्या उपस्थितीत सर्व जण साधना करत होते. नरेंद्रचे असणे हे सर्वांसाठी आनंदाचे व प्रेरणेचे माध्यम होते.

काही दिवसांनंतर एका गुरुबंधूच्या आईने केलेल्या निमंत्रणाच्या निमित्ताने सर्व जण आपल्या कठोर साधनामयी जीवनातून बाहेर पडून काही दिवसांसाठी आँटपूर गावात गेले. तिथे नरेंद्रने सर्वांना संन्यासाची दीक्षा दिली व प्रत्येकाचे नामकरण केले. त्यांनी १८९३मध्ये अमेरिकेला जाताना स्वतःचे नाव 'स्वामी विवेकांनद' ठेवले. याअगोदर गोपनीयता राहावी म्हणून ते 'विविदिशानन्द' तसेच 'सच्चिदानंद' यांसारख्या नावांचा उपयोग करत होते.

वराहनगरात परत आल्यानंतर सर्व युवक संन्यासी पूर्णतः गृहत्यागी व मठनिवासी झाले होते. तिथे ते तपस्व्यांसारखे कठीण जीवन जगू लागले. त्यांची कठोर तपस्या त्यांच्या साधनेने परिपूर्ण अशी एक गाथा आहे. परंतु ठाकुरांच्या काही प्रापंचिक शिष्यांना या तरुण संन्याशांची तपस्या पसंत नव्हती. त्यातील एकाने त्यांना त्याबाबत टोकले, ''संसाराचा त्याग करण्याने तुम्हाला ईश्वराचं दर्शन झालं का?'' यावर नरेंद्रने त्याला सडेतोड उत्तर दिले. ते म्हणाले, ''ईश्वरप्राप्ती झाली नाही तरी स्वतःची उच्च जीवनसाधना सोडून इंद्रियासक्त जीवन जगायचं का?''

वराहनगर मठातील या संन्याशांना शरणागती, वैराग्य व आंतरिक शांती प्राप्त करण्यासाठी भ्रमण करायचे होते. वेगवेगळ्या तीर्थस्थानांवर जाऊन आपले आध्यात्मिक जीवन त्यांना अधिक समृद्ध बनवायचे होते.

एकांतवासात राहून नरेंद्र आपले आंतरिक सामर्थ्य वाढवत होते. त्याचबरोबर आपल्या गुरुबंधूंना स्वतःच्या पायावर उभे राहिलेले त्यांना बघायचे होते. त्यांच्या संन्यासी जीवनाची सुरुवात होण्यापूर्वीच मठातील काही गुरुबंधू तीर्थयात्रेला निघून गेले होते. सुरुवातीला नरेंद्रनेही काही लहान-मोठ्या तीर्थयात्रा केल्या. त्या पूर्ण करून ते पुन्हा वराहनगरला येत असत. परंतु १८९०मध्ये सर्वांचा त्याग करून ते भारतभ्रमण करण्यासाठी बाहेर पडले. भारतभूमीच्या विस्तीर्ण प्रदेशांत ते हरवून गेले. १८९३मध्ये गुरुबंधूंना त्यांचा पत्ता समजला; पण तोपर्यंत ते अमेरिकेमधील शिकागो नगरीमध्ये जाऊन स्वामी विवेकानंद झाले होते.

भारतभर भ्रमण करतेवेळी ते सर्वांत आधी वाराणसीतील मंदिरात गेले. तेथील संत-महात्म्यांचे त्यांनी दर्शन घेतले. ही नगरी आधीपासून साधू-संतांच्या दिव्य स्पर्शनि धन्य झाली होती. गंगाकिनारी राहून त्यांनी ध्यानात लीन राहणाऱ्या त्रैलांग स्वामींची भेट घेतली.

एके दिवशी वाराणसीत असताना काही वानरे त्यांच्या मागे लागली. त्यांचा पिच्छा सोडवण्यासाठी ते पळू लागले. त्याच वेळी एक संन्यासी जोराने ओरडत त्यांना म्हणाला, ''थांब जरा! त्यांच्यापासून दूर पळू नको. थांबून त्यांच्याशी सामना कर!'' ते थांबले व न घाबरता त्यांनी वानरांकडे पाहिले. त्याबरोबर सर्व वानरे तेथून पसार झाली. नंतर नरेंद्र आपल्या व्याख्यानात नेहमी या घटनेचा उल्लेख करून श्रोत्यांना उपदेश करत, की समस्यांपासून पलायन न करता साहसाने, धीटपणे त्यांचा सामना करायला हवा.

जगात प्रत्येकासमोर काही ना काही संकट असते. या संकटाची भविष्यात काहीतरी भूमिका असते. परंतु आज ती भूमिका समजली तर अपेक्षित तणाव येत नाही.

समस्येकडे जाणिवेच्या (समज) दृष्टिकोनातून पाहिले तर ती समस्या तुमची नव्हतीच, हे लक्षात येऊन तुम्ही आश्चर्यचकित होता. तुमच्याद्वारे इतर कोणाची अथवा हजारो लोकांची समस्या सुटावी यासाठी तुमच्या आयुष्यात ती येते.

एके दिवशी स्वामीजी राजपुतानाची यात्रा करत होते. तेथे ते एकाच ठिकाणी सलग तीन दिवस व तीन रात्री धर्मचर्चा करत राहिले. त्यांचे जेवणखाण, विश्रांती यांकडे कोणाचेच लक्ष गेले नाही. सर्व जण निघून गेल्यानंतर एक निम्न जातीचा माणूस त्यांच्याजवळ आला व मोठ्या संकोचाने त्याने स्वामींना खाण्यासाठी काही कच्चे व न शिजवलेले पदार्थ दिले. कारण तो अस्पृश्य होता व शिजवलेले अन्न देणे त्याला उचित वाटले नाही. स्वामीजी जातीपातीचा भेदभाव मानत नव्हते. त्यांनी मोठ्या आनंदाने त्या माणसाने आणलेले पदार्थ खाल्ले. त्यांनी त्याचे आभार मानताच त्याच्या डोळ्यांतून अश्रू वाहू लागले. त्याची भावुकता

पाहून स्वामी विचार करू लागले, असे हजारो सत्पुरुष आपापल्या झोपड्यांमधून राहतात आणि आपण मात्र त्यांचा अस्पृश्य म्हणून तिरस्कार करतो.

स्वामीजींच्या जीवनातील अशा असंख्य घटना आहेत ज्या माणसाला सत्याच्या मार्गावरून चालण्यासाठी प्रेरित करतात.

■■■

अध्याय १५

संन्यासीने सांगितले मूर्तिपूजा रहस्य

मूर्तिपूजा करावी की नाही?

कित्येक लोकांच्या मनात मूर्तिपूजा करावी की नाही याबद्दल संभ्रम असतो. काही लोकांना याचे योग्य उत्तर मिळते व मूर्तिपूजेमागचे रहस्य त्यांच्या लक्षात येते.

भारतभर भ्रमण करण्यासाठी निघालेले स्वामी विवेकानंद एके दिवशी राजस्थानमधील अलवार नावाच्या शहरात थांबले. अलवारचा राजा मंगलसिंह याच्यासमोर त्यांनी मूर्तिपूजेचे रहस्य उघड केले. राजा मंगलसिंह खूप अहंकारी होता. त्याचा अहंकार नाहीसा करण्यासाठी स्वामीजी तिथे थांबले होते. राजाचे दिवाण स्वामीजींचे भक्त होते. त्यांनी राजाला स्वामीजींसारख्या महान संन्यासीची भेट घेण्याबद्दल सुचवले.

मंगलसिंह स्वामीजींना त्यांच्या महालात आमंत्रित करू शकत होता. परंतु स्वामीजी अतिथी होण्यास योग्य आहेत की नाही, हे त्याला पाहायचे होते. म्हणून तो स्वतःच स्वामीजींकडे आला. या भेटीत त्याचे स्वामीजींबरोबरचे वर्तन अशोभनीय होते. स्वामीजी भिक्षा मागतात यावर त्याने आक्षेप घेतला. उत्तरादाखल स्वामीजींनीही त्याच्या चुका दाखवल्या. त्याचबरोबर राजाने प्रजेबाबत आपल्या कर्तव्यांचे पालन कसे करायला हवे, याचाही उपदेश केला.

हे ऐकून राजाची मान शरमेने खाली झुकली. आपल्या चुका लक्षात येताच त्याने स्वामीजींचे पाय धरले. त्यांचा उचित सन्मान करण्याच्या हेतूने त्यांना राजमहालात येण्याचे आमंत्रण दिले.

राजा मंगलसिंहने स्वामीजींचा मोठ्या निष्ठेने आदरसत्कार केला. स्वामजींसमोर तो गुडघे टेकून बसला व म्हणाला, ''मला क्षमा करा! तुम्हाला ओळखण्यात माझी चूक झाली.'' स्वामीजींनी त्याला उठवले व म्हणाले, ''पश्चात्ताप करण्याने पापांचे क्षालन होते. अजूनही तुझ्या मनात काही किल्मीष असेल तर ते काढून टाक व मन मोकळं करून टाक. मनात ईश्वराची भक्ती जागृत कर.'' मंगलसिंह म्हणाला, ''पण माझा मूर्तिपूजेवर विश्वास नाही. धातू, कागद व माती यांपासून बनलेल्या ईश्वराबद्दल मला काही आस्था नाही; मग अशा ईश्वराची भक्ती करण्याने काय साध्य होणार? माझ्या मृत्यूपश्चात याची शिक्षा मला मिळेल का?'' स्वामीजी म्हणाले, ''त्याची शिक्षा तुला कशी मिळेल? तू तुझ्या विश्वासानुसार पूजा कर. तुला कोणतीच शिक्षा होणार नाही.'' त्यांचे असे उत्तर ऐकून तिथे उपस्थित असलेल्या लोकांना खूप आश्चर्य वाटले. स्वामीजी दररोज मंदिरात जाऊन ईश्वराच्या मूर्तींसमोर नतमस्तक होतात हे त्यांना माहीत होते. असे असताना ते 'राजाला शिक्षा होणार नाही' असं का म्हणत आहेत, याचे लोकांना कोडे पडले. त्यांना वाटले कदाचित स्वामीजी राजाला घाबरत आहेत म्हणून असे म्हणत असावेत.

मंगलसिंहाने त्यांच्यासमोर दुसरा प्रश्न उपस्थित केला. त्याने विचारले, ''याचा अर्थ मूर्तिपूजा करायची नाही?'' हे ऐकून स्वामीजींनी दरबारात टांगलेला महाराजांचा फोटो खाली काढायला सांगितला. तसबीर खाली काढून ती त्यांनी जमिनीवर ठेवायला सांगितली. त्यानंतर दिवाणजीकडे वळून ते म्हणाले, ''दिवाणजी, या तसबिरीवर थुंका. हा केवळ एक फोटो आहे. यावर थुंकल्याने कोणतीही आपत्ती येणार नाही. मग काय हरकत आहे?''

दिवाणजी त्वरेने म्हणाले, ''हे तुम्ही काय म्हणत आहात स्वामीजी! हा आमच्या महाराजांचा फोटो आहे. याचा अपमान कसा करता येईल?''

स्वामीजी म्हणाले, ''मग काय झालं? या फोटोतील महाराज जिवंत तर नाहीत ना! फोटो म्हणजे नुसता कागदाचा तुकडा आहे. मग यावर थुंकायला

तुम्ही का हरकत घेता? कारण या कागदाच्या तुकड्यात तुम्हाला महाराजांची छबी दिसते, म्हणून फोटोवर थुंकण्याला तुम्ही महाराजांचा अपमान समजता.''

आता स्वामीजी राजा मंगलसिंहकडे वळले व म्हणाले, ''बघितलं, राजा! या तसबिरीत तुम्ही प्रत्यक्षात नाहीत तरीसुद्धा तुमचे अस्तित्व यात जाणवतं. या फोटोकडे पाहून दिवाणजींना तुम्ही तिथे प्रत्यक्ष असल्याचा भास होतो. म्हणून ते तुमच्याइतकाच या कागदाचा सन्मान करतात. अगदी याच प्रकारे कोणताही धातू, कागद व माती यांपासून बनवलेल्या मूर्तीमध्ये ईश्वर नसतो; परंतु मूर्ती गुणवाचक असते. मूर्तींच्या माध्यमातून ईश्वरीय गुणांची आठवण केली जाते. मात्र धातू, कागद व माती ही मूर्ती बनवण्यासाठी लागणारी साधनं आहेत. कोणीही मूर्तींसमोर हात जोडून असे म्हणत नाही, की 'हे धातू मी तुला हार घालतो', 'हे कागदा! मी तुला नमस्कार करतो.' तर ,असं होत नाही. कारण मूर्तींमध्ये लोक धातू, कागद, माती बघत नाहीत; तर ईश्वर बघतात. त्याचं अस्तित्व त्यांना मूर्तींमध्ये जाणवतं आणि हीच भावना फलद्रूप होते. म्हणून भक्तगण मूर्तींच्या माध्यमातून ईश्वराची उपासना करतात.''

मंगलसिंह हे ऐकून खूप भारावून गेला. स्वामीजींसमोर गुडघे टेकून त्याने हात जोडले. त्याचे डोळे भरून आले.

स्वामीजींच्या उत्तराने पहिल्यांदा मूर्तिपूजेचे रहस्य त्याच्या लक्षात आले. सामान्यतः लोक अंधश्रद्धेमुळे अथवा अज्ञानामुळे मूर्तिपूजा करतात. मूर्तिपूजेच्या विरोधात असणारे लोक आपल्या ज्ञानाचे प्रदर्शन करतात. त्यांना मूर्तिपूजा करणे चुकीचे वाटते. त्यांच्या मते, धातू, कागद व माती यांपासून बनवलेल्या मूर्तीची पूजा करून काय साध्य होणार? वास्तविक, दोघांचे ज्ञान अर्धवट आहे. राजा मंगलसिंहसुद्धा आपल्या अर्धवट ज्ञानामुळे संभ्रमात होता; परंतु स्वामीजींच्या एका भेटीतच त्याचे अज्ञान संपले व ज्ञान प्रकट झाले.

◼◼◼

अध्याय १६

खेतडी नरेश व संन्यासी

स्वामीजींचे वेषपरिवर्तन

स्वामीजी अशा काही सात्त्विक पुरुषांच्या शोधात होते, ज्यांच्या मदतीने ते आपल्या गुरूच्या कार्याचा अधिक विस्तार करू शकतील. यात्रेदरम्यान त्यांची ओळख खेतडीचा राजा अजितसिंह याच्याशी झाली. स्वामीजी ज्यांचा शोध घेत होते असेच राजा अजितसिंह होते.

काही दिवसांच्या ओळखीतच राजा व स्वामीजी एकमेकांच्या विचारांनी इतके प्रभावित झाले, की जणू ते अनेक वर्षांपासून एकमेकांचे मित्र होते. कधी-कधी तर त्यांच्यात राजा व संन्यासी असा भेदही राहत नसे. स्वामीजींमध्ये अनेक गोष्टी राजासारख्या होत्या; तर राजा अजितसिंह कधी-कधी संन्याशासारखे वागत होते. ते दोघे एकमेकांना पूरक होते व एकमेकांना मदत करण्यासाठीच जणू त्यांचा जन्म झाला होता. अजितसिंहला संगीत व स्वामीजी दोन्ही प्रिय होते. रात्रभर मंदिरात कीर्तन करत राहावे, अशी इच्छा त्यांना वारंवार होत असे.

स्वामीजींचे विचार व ज्ञान यांमुळे प्रभावित होऊन राजा अजितसिंह त्यांचे सच्चे भक्त बनले.

एके दिवशी खेतडीचे राजपंडित राजाला भेटायला आले. राजा अजितसिंह पर्वताहून एका संन्याशाला घेऊन आले आहेत, ही बातमी त्यांना समजली होती.

त्यामुळे राजपंडितांना खूप चिंता वाटत होती. राजदरबारात आल्यावर राजाने त्यांना त्यांच्या चिंतेचे कारण विचारले.

राजपंडित म्हणाले, ''मी राजभवनाच्या गच्चीवर संन्याशाची वस्त्रं वाळत असलेली पाहिली. याचा अर्थ कदाचित तुम्हाला माहीत नसेल. परंतु शास्त्रात सांगितले आहे, की जिथे संन्याशाची वस्त्रं वाळत असतात तिथे राजलक्ष्मी निवास करत नाही. राजभवनाला मठाचं स्वरूप येतं. म्हणून माझं ऐका! तुम्ही त्या संन्याशाची इतरत्र मोठ्या महालात राहण्याची व्यवस्था करा. हवंतर त्याच्या दिमतीला दहा-बारा नोकर ठेवा. पण त्याला राजभवनात ठेवू नका. हे उचित नाही.'' राजपंडिताचे बोलणे ऐकून राजा गंभीर स्वरात म्हणाला, ''मला राजलक्ष्मीपेक्षा संन्याशाची वस्त्रं अधिक आवडतात. या राजभवनाचं मठात रूपांतर झालेलं मला बघायचं आहे. नर्तकींच्या नृत्याऐवजी येथे पवित्र मंत्रांचा आवाज घुमू लागला, तर राजभवन जास्त सात्त्विक होईल. जर इथे धन, संपत्ती, सांसारिक अधिकार यांच्या जागी संन्याशांचे तपस्यापूर्ण मौन स्थापित झालं तर शांतीचा अनुभव कोणाला येणार नाही!''

हे ऐकून राजपंडित अवाक् झाले. ते विनम्रपणे राजाला म्हणाले, ''महाराज! तुम्हाला या राज्याचा मोह नसेल, परंतु संस्थानाच्या ऐश्वर्याचा मुकुट असा सहजासहजी मिळत नाही.'' राजपंडितांचे ऐकून राजाने सडेतोड उत्तर दिले. तो म्हणाला, ''तुम्ही म्हणत आहात ते अगदी बरोबर आहे. भगवी वस्त्रं कुठेही मिळतात. परंतु एका विशुद्ध संन्याशाची साथ फुकट मिळत नाही. सत्यासाठी ते हिमालयावर जाऊन वर्षानुवर्षं तपस्या करतात. राजपुतान्यामध्ये इतकी संस्थाने आहेत; अनेक राजा, राजवंश आहेत; परंतु एका ठिकाणी तरी विशुद्ध संन्यासी दिसून येतो का? चहूबाजूला फक्त भोग आणि भोग आहे. राज्य तर ईश्वराची माया आहे, पंडितजी! हे आपल्याला प्रपंचात बांधून ठेवण्यासाठी व आपली परीक्षा घेण्यासाठी आहे. परंतु संन्याशाचा संग ईश्वराच्या कृपेचा दाखला आहे. राजा होणं दुर्लभ नाही; पण संन्यासी होणं हा दुर्लभ योग आहे. तुम्ही कित्येकदा माझ्यासमोर चर्चा करताना सांगितलं आहे, की आपलं अस्तित्व फक्त शरीरापर्यंत सीमित नसतं. सांसारिक संबंध केवळ भ्रम आहेत. खरा संबंध फक्त ईश्वराशीच असतो. असं असताना आज मी तुम्ही सांगितलेल्या गोष्टी

मान्य करत आहे आणि तुम्हीच मला अडवत आहात. अलौकिक ज्ञान हे फक्त चर्चा करण्यापुरतंच असतं का? ते ज्ञान आचरणात आणणं योग्य नाही का?''

राजपंडित म्हणाले, ''हे ज्ञान व्यवहारात आल्यावर सर्वकाही सुटून जातं, महाराज!''

यावर राजा उत्तरला, ''जे सुटून जातं ते तुम्ही बघितलं आहे; परंतु जे प्राप्त होतं ते तुम्ही बघितलं नाही. ज्या संन्याशाने हे ज्ञान प्राप्त करून ते आचरणात आणलं आहे, संसाराचा त्याग करून जे प्राप्त करू शकतो, ते त्याने प्राप्त केलं आहे, तो आज मला भेटला आहे. आता तुम्ही असे म्हणू नका, की तुम्ही सांगितलेलं ज्ञान मी सत्य मानावं; पण ते आचरणात आणू नये. मी अशा प्रकारचं दुटप्पी खोटं जीवन जगू शकणार नाही.''

या प्रसंगावरून राजा अजितसिंहची स्वामीभक्ती उठून दिसते. स्वामी विवेकानंदाकडून मिळालेले ज्ञान व त्याची जाणीव त्यांनी आपल्या जीवनात उतरवण्यास सुरुवात केली होती, हेसुद्धा लक्षात येते.

स्वामीजींचे वेषपरिवर्तन

राजा अजितसिंह यात्रेची तयारी करत होते. त्यासाठी त्यांनी बरीच वस्त्रे मागवली होती. हे पाहून स्वामीजी हसले व म्हणाले, ''हे सर्व काय आहे, राजन! तुम्ही तर वस्त्रांचा बाजार मांडलाय.'' राजा म्हणाला, ''स्वामीजी, ही सारी वस्त्रं तुमच्यासाठी मागवली आहेत. यात्रा करतेवेळी तुम्ही घोड्यावर बसणार. मग तुम्हाला त्यानुसार पेहराव करावा लागेल. तरच ते योग्य ठरेल. तुमचे नेहमीचे कपडे घालून तुम्ही यात्रा करू शकणार नाही. याची दोन कारणं आहेत : एक म्हणजे, राजपुतान्याचा उन्हाळा आणि थंडी! डोक्याला गार हवा लागली तर तुम्हाला अस्वस्थ वाटेल, म्हणून डोक्याला पगडी बांधावीच लागेल. ईश्वर न करो; पण तुम्ही घोड्यावरून पडलात तर डोक्याला इजा होऊ नये यासाठी फेटा बांधणं आवश्यक आहे.''

स्वामीजी हसत म्हणाले, ''घोडेस्वारीच्या नावाखाली तुम्ही एका संन्याशाचा वेष बदलणार आहात तर!''

स्वामीजींना अनेक वेळा नकार देऊनही राजाने हार मानली नाही. स्वामीजींना विनवणी करताना त्यांनी अनेक तर्क वापरले. स्वामीजी म्हणाले,

''राजन! तुमची काय इच्छा आहे?'' राजा विनम्रपणे हात जोडून म्हणाला, ''वस्त्रांच्या बाबतीतला तुमचा हट्ट सोडून द्या. आवश्यकतेनुसार पेहराव करा.''

राजाचा भक्तिभाव पाहून स्वामीजी प्रसन्न झाले. यानंतरच त्यांनी डोक्यावर पगडी व भगवी वस्त्रे वापरायला सुरुवात केली.

राजा अजितसिंह स्वामीजींमुळे इतके प्रभावित झाले होते, की त्यांनासुद्धा संन्यासी बनून त्यांच्याबरोबर यात्रा करायची होती. त्यांनी याबाबत स्वामीजींबरोबर चर्चाही केली होती. राजाचे हे विचार ऐकून स्वामीजींनाही आनंद वाटला. परंतु राजा अजितसिंहचा जन्म कोणत्या कार्यासाठी झाला आहे, हे ते जाणून होते. म्हणून राजाची समजूत काढत ते म्हणाले, ''राजन्! मला तुमची भक्ती समजते. परंतु तुमचा जन्म एका विशिष्ट उद्दिष्टासाठी झाला आहे. विश्वातील काही महान घटनांमध्ये एका सहयोग्याची भूमिका तुम्हाला पार पाडायची आहे. म्हणून तुम्ही तुमच्या राज्याचा त्याग न करता इथेच खेतडीमध्ये राजा होऊन राहायचं आहे. जे उत्तरदायित्व सांभाळण्यासाठी तुमचा जन्म झाला आहे त्यासाठी राजधर्माचं पालन करून आयुष्यभर तुम्ही तपस्या करायची आहे.''

स्वामीजींच्या बोलण्याचा मथितार्थ राजा अजितसिंहाच्या लक्षात आला. त्यांच्या आज्ञेचे नेहमी पालन करण्याचे वचन राजाने त्यांना दिले.

■■■

अध्याय १७

माया की अनुभव? : संन्याशाचा तर्क

अंतिम ज्ञानाच्या प्राप्तीतच खरा आनंद

स्वामीजींची कीर्ती हळूहळू चहूदिशांना पसरत होती. त्यांच्याकडे विभिन्न वर्गातील व दलातील युवक येत होते. यांच्यापैकी बरेचसे त्यांचे अनुयायी होते व एखादा विरोधकही होता. अशाच एका इसाईचे स्वामीजींनी प्रेमाने व तर्काने हृदयपरिवर्तन केले.

ख्रिश्चन कॉलेजमधील रसायनशास्त्राच्या असिस्टंट प्रोफेसरला स्वामीजींची कीर्ती पाहवली नाही. त्यांच्या मनात असूया निर्माण झाली आणि त्यांनी स्वामीजींची भेट घेण्याचा निश्चय केला. ते स्वतः इसाई होते. त्यांना वाटत होते, की व्यावहारिक जीवनात कोणत्या धर्माचा लाभ होत असेल, तर तो फक्त इसाई धर्माचा आहे. हिंदू धर्माचा काही उपयोग नाही. मनात स्वामीजींचा सन्मान चिरडून टाकण्याची महत्त्वाकांक्षा घेऊन ते स्वामीजींकडे आले.

स्वामीजी ध्यानस्थ बसले होते. प्रोफेसर त्यांच्यासमोर बसून त्यांच्या डोळे उघडण्याची वाट पाहत होते. जसे स्वामीजींनी डोळे उघडले तसे ते म्हणाले, ''हे बघा, स्वामीजी! या विश्वात केवढी सुखं व ऐशोआराम आहेत, प्रेम आहे, चांगली नाती आहेत, धनसंपत्ती आहे, वस्त्रे-आभूषणे आहेत, शेतीवाडी आहे, या सगळ्यांकडे डोळेझाक करून तुम्ही त्या ईश्वराकडे बघत आहात जो

संसारसुखाचा त्याग करायला सांगत आहे. अशा ईश्वरावर प्रेम करून काय साध्य होणार आहे?''

स्वामीजी हसत म्हणाले, ''तुमची भेट महात्मा बुद्धांबरोबर झाली असती तर त्यांना समजलं असतं, की जगात सुखसुद्धा आहे. 'दुःख आहे' असं ते म्हणालेच नसते. ईसा मसीह तुम्हाला भेटले तर ते असं का म्हणाले, की ईश्वराच्या राज्यात एक उंट सुईच्या नाकातून बाहेर येऊ शकतो; पण एका धनी माणसाला स्वर्गात प्रवेश मिळू शकत नाही. श्रीकृष्ण तुम्हाला भेटला असता त्याने अनासक्तीचा प्रचार केला नसता.''

प्रोफेसर रागाने म्हणाले, ''तुम्ही माझी चेष्टा करताहात का?'' स्वामीजी म्हणाले, ''नाही. मी शोक प्रकट करत आहे.''

स्वामीजींच्या बोलण्याचा आशय प्रोफेसरांच्या लक्षात येत नव्हता. ते पुढे म्हणाले, ''आता तुम्हीच सांगा, कोणत्या सुखाच्या लोभासाठी सांसारिक भोगांचा त्याग करायचा? असं काय आहे, की जे प्राप्त करण्यासाठी इंद्रियांचे भोग सोडून द्यायचे?''

स्वामीजी म्हणाले, ''जा आणि एखाद्या लहान मुलाला समजावून दाखवा, की त्याच्या मातीच्या घोड्यापेक्षा कितीतरी अधिक मौल्यवान वस्तू या जगात उपलब्ध आहेत. तू मातीचा घोडा टाकून खरा घोडा आण. कारण तुम्हीसुद्धा त्या लहान मुलांसारखेच आहात. मातीचा घोडा सोडायला तयारच नाही.''

प्रोफेसर सुन्न होऊन त्यांचे बोलणे ऐकत राहिले.

स्वामीजींनी इंद्रियसुखाच्या विषयावर विस्तृतपणे समजावले. ते म्हणाले, ''माणसाचं मन पाच इंद्रियांचे मालक आहे. परंतु या पंचेंद्रियांच्या सुखासाठी त्याच्यामध्ये स्वयंशिस्तीचा अभाव आहे. त्यामुळे सुख मिळवण्यासाठी तो भरकटत राहतो. त्याला वाटतं, इंद्रियांची इच्छा पूर्ण करून त्याला संतुष्टी मिळेल. परंतु शेवटी त्याच्या लक्षात येतं, की इंद्रियांना कितीही सुख दिलं तरी त्यांची लालसा पूर्ण होत नाही. उलट, इंद्रियांची सेवा करण्याने मनाच्या चुकीच्या वृत्ती फोफावतात. म्हणून सतत इंद्रियसुखाचा अतिरेक न करता मध्यममार्ग स्वीकारायला पाहिजे. प्रत्येक इंद्रियाचा उपयोग करताना संतुलन असायला हवं. आज माणूस इंद्रियसुखाच्या हव्यासापायी मानवता, नैतिकता, स्वाभाविकता, तसेच स्वतःची उद्दिष्टे विसरत चालला आहे. म्हणून देहाच्या सुखाच्या

मोहाप्रति विवेक जागृत करायला पाहिजे. कोणत्याही सुखाचा अतिरेक न करता आत्मनियंत्रण ठेवायला पाहिजे. असं करण्याने तो आपला स्वभाव बनून जाईल. मग पंचेंद्रियं आपलं चारित्र्य पतन न करता आपल्याला सहयोग करू लागतील. मी तुमच्यावर प्रेम करतो. तुम्ही तुमचा हट्ट सोडून ज्ञानाच्या संसारात प्रवेश करावा, अशी माझी इच्छा आहे. जीवनाचा खरा आनंद इंद्रियसुखात नाही, तर अंतिम ज्ञान प्राप्त करण्यामध्ये आहे.''

प्रोफेसर हसले व म्हणाले, ''तुमच्यासमोर माझा हट्ट कसा टिकणार? मी तर तुमच्या एका तर्काने पराजित झालो आहे. आजपासून तुम्ही मला तुमचा निष्ठावान शिष्य समजा.'' स्वामीजी आशीर्वाद देत म्हणाले, ''प्रोफेसर, तुम्ही खरोखरच खूप प्रिय व निर्मळ बुद्धी असणाऱ्या अबोध बालकाप्रमाणे आहात. तुमचं कल्याण होवो!''

अशा प्रकारे स्वामी विवेकांदांनी सहजपणे बोलता-बोलता त्या इसाई प्रोफेसरांचा अहंकार नाहीसा केला व त्यांना मूळ समज प्रदान केली.

∎∎∎

अध्याय १८

संन्याशाच्या जीवनाची दिव्य योजना

विविदिशानंद झाले स्वामी विवेकानंद

माणसाच्या जीवनात घडणारी प्रत्येक घटना त्याच्या दिव्य योजनेनुसार घडते; मग ती घटना छोटी असो वा मोठी! दिव्य योजना म्हणजे तुमच्या जीवनात सर्वोच्च शक्यता प्रकट होण्यासाठीची नियतीची पद्धत! तुम्हाला त्यासाठी फक्त ग्रहणशील राहायचे आहे. तुम्ही नकारात्मक विचारांचा अडथळा आणला नाही तर तुम्ही उच्चतम अवस्थेकडे जाल. तुम्ही आपोआप शारीरिक शक्ती, मानसिक विकास, आर्थिक प्रगती, सामाजिक सामंजस्य व आध्यात्मिक उन्नतीच्या दिशेने प्रेरित व्हाल. यालाच दिव्य योजना म्हटले आहे. स्वामी विवेकानंदांच्या जीवनातही दिव्य योजनेने या प्रकारे कार्य केले.

खांडव्यामध्ये राहणाऱ्या हरिबाबूंनी स्वामींना सांगितले, ''शिकागोला धर्मपरिषदेचं आयोजन होणार आहे. तुम्ही भारताचे प्रतिनिधी म्हणून तिथे जा.'' या धर्मसभेची चर्चा स्वामीजींनी पोरबंदर व जुनागढ येथेही ऐकली होती. म्हणून ते हरिबाबूंना म्हणाले, ''मी जावं असं मलाही वाटतं; पण मला तीर्थयात्रेसाठी रामेश्वरला जायचं आहे.''

स्वामीजींनी या प्रस्तावाला मान्यता दिली नाही. कारण दिव्य योजनेनुसार या प्रस्तावाला मद्रासमध्ये स्वीकृती दिली जाणार होती.

मद्रासमधील ट्रिप्लिकेन साहित्य समितीने स्वामी विवेकानंदांचे भाषण आयोजित केले होते. तिथे शंभराहून अधिक बुद्धिमान लोक उपस्थित होते. सर्वांना स्वामीजी एक अभूतपूर्व वक्ता वाटत होते. त्यांच्या आकर्षक व्यक्तिमत्त्वामध्ये असाधारण बुद्धिमत्ता, विराट ज्ञान, देशाप्रति प्रेम व संन्याशाचे भाव दिसून येत होते.

त्या ठिकाणी पेरुमलजींनी प्रस्ताव ठेवला, की शिकागो येथे होणाऱ्या धर्मसंसदेमध्ये हिंदू धर्माचे प्रतिनिधित्व करण्यासाठी स्वामीजींना पाठवावे. हे ऐकून सभेमध्ये चोहोबाजूंनी त्यांचा जयजयकार होऊ लागला. सर्वांचा उत्साह पाहून स्वामीजी आश्चर्यचकित झाले!

सभा संपल्यावर स्वामीजींनी पेरुमलना विचारले, "तुम्ही आधीच ही योजना तयार करून ठेवली होती का? तुमची ट्रिप्लिकेन समिती मला शिकागोला पाठवण्याचा निर्णय कसा घेऊ शकते? तुमची संस्था एवढा खर्च करू शकते का?"

पेरुमल म्हणाले, "नाही. परंतु काही प्रतिष्ठित लोकांना आम्ही यामध्ये सहभागी करून घेऊ. ज्या लोकांनी मदत करण्याचं आश्वासन दिलं आहे, त्यांच्याकडून तुम्हाला शिकागोला पाठवण्यासाठी पैसे गोळा करू."

अत्यंत उत्साहाने पेरुमल व त्यांच्या मित्रांनी घरोघरी जाऊन पैसे गोळा करण्यास सुरुवात केली.

शिष्यांचा उत्साह पाहून स्वामीजीसुद्धा उत्साहित झाले होते. अमेरिकेला जाण्याची चर्चा आधीपासूनच सुरू होती. पण आता त्याला आकार येऊ लागला होता. ही माँची (दिव्य योजना) इच्छा होती. स्वामीजींनी स्वतःहून असे काहीच केले नव्हते. जिथे-जिथे पैशांचा प्रश्न आला होता तिथे-तिथे स्वामीजींनी शालीनतेने टाळला होता. आता माँ कालीने शिष्यांच्या रूपात स्वतःच याचे आयोजन सुरू केले होते. स्वामीजीही धर्मसभेची तयारी करू लागले.

काही दिवसांनंतर पेरुमलने जमा झालेली रक्कम स्वामीजींना सांगितली. ते ऐकून स्वामीजी विचलित झाले. त्यांना काली माँकडून संकेत हवा होता, की जे काही चालू आहे ते तिच्या इच्छेनुसार घडत आहे. त्यांनी डोळे मिटून घेतले व विचार करू लागले.

थोड्या वेळाने डोळे उघडून ते हसले व म्हणाले, ''हे जमा झालेलं धन निर्धन लोकांमध्ये वाटून टाका. मी माँच्या इच्छेची वाट पाहतो. मी अमेरिकेला जावं अशी तिची इच्छा असेल तर धनाची व्यवस्था आपोआप होईल.''

आता काय करावे, हे पेरुमलच्या लक्षात येईना. पण गुरूची आज्ञा पाळण्याशिवाय कोणताही विकल्प समोर नव्हता.

स्वामीजींना धर्मसभेला पाठवण्यासाठी धन गोळा करणे सुरू आहे ही बातमी खेतडीच्या राजा अजितसिंहच्या कानांवर आली. त्यांना खूप वाईट वाटले. त्यांनी मुन्शीजींना आदेश दिला आणि स्वामीजींना ताबडतोब सन्मानपूर्वक मद्रासहून खेतडीला आणण्यास सांगितले.

मद्रासला पोहोचल्यावर मुन्शीजींना बरीच शोधाशोध करावी लागली. अखेर त्यांची भेट स्वामीजींबरोबर घडली. स्वामीजींना खूप आश्चर्य वाटले! त्यांनी विचारले, ''मुन्शीजी, तुम्ही इकडे कसे आलात? खेतडीमध्ये सर्वकाही कुशल आहे ना?''

मुन्शी म्हणाले, ''तुमची कृपा आहे. खेतडीला युवराज जयसिंगचा जन्म झाला आहे. तेव्हापासून राजा अजितसिंह तुम्हाला भेटण्यासाठी व्याकूळ झाले आहेत. मी तुम्हाला तिकडे घेऊन जाण्यासाठी आलो आहे.''

स्वामीजी म्हणाले, ''मलाही त्यांच्या आनंदात सहभागी व्हायला आवडेल. पण या महिनाअखेरीस मला अमेरिकेला जायचं आहे, त्याचीच तयारी सुरू आहे. काम असं अर्धवट टाकून मला येता येणार नाही.''

मुन्शीजी आश्वासन देत म्हणाले, ''तुम्हाला अमेरिकेला पाठवण्याची जबाबदारी आता राजा अजितसिंहची आहे. ते प्रबंध करतील. फक्त तुम्ही आता खेतडीला या. तुमच्या विदेशयात्रेचा खर्च दुसरा कोणीतरी करतो आहे, याचं राजाला वाईट वाटत आहे. शिष्य या नात्याने हा त्यांचा अधिकार आहे.''

मुन्शीजींच्या बोलण्यामुळे स्वामीजींना प्रकाशाची नवीन किरणे दिसू लागली. अजितसिंहच्या पवित्र धनामुळे त्यांची विदेशयात्रा व्हावी ही दिव्य योजना असल्याचे त्यांना जाणवले. आता त्यांच्या लक्षात आले, की आई जगदंबेने त्यांना म्हैसूर व रामनाडचे राजा, तसेच हैदराबादमधील श्रीमंत लोकांकडून पैसे घेण्याची अनुमती का दिली नाही.

प्रत्येक घटना दिव्य योजनेनुसार घडत आहे, हे लक्षात येताच स्वामीजी खेतडीला जाण्यासाठी तयार झाले.

स्वामीजी खेतडीला पोहोचताच राजाने त्यांना साष्टांग दंडवत घातला. खेतडीमध्ये तीन आठवडे मोठ्या आनंदाने व्यतीत झाले. आता त्यांच्या जाण्याची वेळ जवळ येऊ लागली.

जाण्यापूर्वी राजा अजित सिंह म्हणाले, ''जो माणूस सत्याचे वास्तविक स्वरूप जाणतो, त्याचे 'विविदिशानंद' हे नाव जरा विचित्र व कठीण वाटते. म्हणून तुम्ही तुमचं नाव बदलावं असं मला वाटतं.''

स्वामीजी हसले व म्हणाले, ''मी एक जिज्ञासू आहे. मला ज्ञानाची ओढ आहे. विविदिशाचा अर्थ आहे—जिज्ञासू व ज्ञानाची तहान. असं असताना मी हे नाव का सोडू? नाव सोडल्याने माझं चरित्रच बदलून जाईल.''

राजा म्हणाला, '' तुमचा विविदिशा काल समाप्त झाला आहे, यावर तुमच्या सर्व शिष्यांना विश्वास आहे.''

''माझं नाव काय असायला पाहिजे असं तुम्हाला वाटतं?'' स्वामीजींनी हसत विचारले.

राजाने उत्तर दिले, ''आमच्या दृष्टीने तुमच्या विवेकाची पराकाष्ठा झाली आहे. म्हणून आजपासून आम्ही तुम्हाला 'स्वामी विवेकानंद' असं म्हणू इच्छितो. हे नाव सरळ, सोपं व तुमच्या चारित्र्याला शोभेसं आहे. कृपा करून आमच्या प्रार्थनेचा स्वीकार करा.''

''जशी तुमची इच्छा!'' स्वामीजी म्हणाले.

राजाने स्वामीजींकडून वचन घेतले, की ते आता इथून पुढे याच नावाने ओळखले जातील आणि ते कधीच त्यांचे नाव बदलणार नाहीत.

कित्येक जण स्वामीजींना नरेंद्र, नरेंद्रबाबा, नित्यानंद, सच्चिदानंद, चिन्मयानंद, विविदिशानंद अशा विविध नावांनी ओळखत होते. नंतर 'स्वामी विवेकानंद' हे नाव इतके जोडले गेले, की पुन्हा कधीही ते बदलले गेले नाही.

गुरू माँचा आशीर्वाद

विदेशयात्रेची तयारी करत असताना कित्येक दिवस स्वामीजींचा आपल्या परिवाराशी व मठाशी संपर्क झाला नव्हता. एकीकडे ते आई जगदंबा व गुरूच्या

आदेशानुसार विदेशी जाण्याची तयार करत होते; पण दुसरीकडे प्रापंचिक संबंध व मोह यामुळे ते संभ्रमात पडले होते. पण कोणतेही विचार त्यांच्या उत्साहाला आवर घालू शकत नव्हते.

स्वामी विवेकानंदांच्या मनात स्वतःच्या आईबद्दल खूप प्रेम होते. जेव्हापासून ते परमहंसांचे शिष्य झाले होते तेव्हापासून त्यांना रामकृष्णांची पत्नी शारदादेवीमध्येसुद्धा आईची छबी दिसत असे. म्हणून शिकागोला जाण्यापूर्वी आशीर्वाद घेण्यासाठी ते शारदादेवींकडे गेले.

शारदादेवी म्हणाल्या, ‘‘उद्या ये. मी तुझी पात्रता बघणार आहे. त्यानंतर तुला आशीर्वाद देईन.’’

दुसऱ्या दिवशी पुन्हा विवेकानंद शारदादेवींकडे गेले. शारदादेवी म्हणाल्या, ‘‘आशीर्वाद घ्यायला आला आहेस! पण त्याआधी मला तो चाकू दे! मला भाजी चिरायची आहे. नंतर तुला आशीर्वाद देते.’’ गुरुमातेच्या आज्ञेचे त्वरित पालन करत त्यांनी चाकू दिला. चाकू घेताना शारदादेवींचा चेहरा प्रसन्न झाला. त्या म्हणाल्या, ‘‘जा नरेंद्र! माझा आशीर्वाद नेहमी तुझ्या पाठीशी असेल.’’

विवेकानंदांना आश्चर्य वाटले! त्यांना वाटले होते, शारदादेवी पात्रता तपासून पाहण्यासाठी त्यांची परीक्षा घेतील. परंतु असे काहीच घडले नाही. स्वामीजी आश्चर्यचकित झाल्याचे पाहून शारदादेवी म्हणाल्या, ‘‘एखाद्याला चाकू मागितला जातो तेव्हा तो मुठीची बाजू स्वतः धरतो व धार असलेली बाजू मागणाऱ्याच्या दिशेने धरतो. यावरून तो स्वतःची काळजी आधी घेतो, नंतर दुसऱ्याच्या त्रासाचा व सुविधेचा विचार करतो, हे लक्षात येते. तू मात्र चाकू देताना धार असलेली बाजू स्वतः पकडली व मुठीची बाजू माझ्याकडे केली. साधूचं मन असंच असतं. साधू सर्व त्रास सहन करून इतरांना सुख देतो. यावरून लक्षात येते, की तू शिकागोलाच काय; पण कुठेही जाण्यास पात्र आहेस.’’

शारददेवींचा आशीर्वाद मिळाल्याने स्वामीजी आनंदाने नाचू लागले. त्यांच्या डोळ्यांतून अश्रू वाहू लागले. भावनांचा आवेश आवरण्यासाठी ते सागरकिनारी जाऊन बसले.

मे १८९३मध्ये स्वामीजी समुद्रमार्गे अमेरिकेला गेले. त्यांना निरोप देण्यासाठी त्यांचे काही शिष्य बंदरावर गेले होते.

अध्याय १९

संन्याशाचे प्रेरणादायक गुण

ईश्वरेच्छेमध्ये आनंद

प्रत्येकामध्ये एकच चैतन्य असते यावर ज्याचा विश्वास असतो, त्याला ब्रह्मांड एकाच धाग्यात गुंफलेले आहे, हे जाणवते. तो स्वतःला इतरांपासून वेगळे समजत नाही. एखाद्याने दिलेल्या चुकीच्या प्रतिसादानेही त्याचे मन कंपित होत नाही. स्वामी विवेकानंदांच्या जीवनातही अशा काही घटना घडल्या, ज्यावरून त्यांच्या अकंपित मनाचे दर्शन होते.

स्वामीजी व लल्लूभाई बोस्टनला जाणाऱ्या गाडीच्या डब्यात शांत बसले होते. लल्लूभाईंना स्वामीजींची काळजी वाटत होती. कारण अमेरिकेमध्ये त्यांच्याशी लोक जसे वागत होते त्याने एखाद्या सामान्य माणसाचे मनोबल नक्कीच कमी झाले असते. असे खच्चीकरण होऊनही स्वामीजींचा संयम क्षणभरदेखील ढळला नाही. त्यांचे मन इतके अकंप व निर्मळ होते, की कोणीही त्यांना विचलित करू शकत नव्हते. उलट, ते त्यांच्या उद्दिष्टाच्या दिशेने अविरत मार्गक्रमण करत होते.

या अध्यायात अमेरिकेत असताना स्वामीजींच्या जीवनात घडलेल्या काही घटना विस्तृत रूपात पाहणार आहोत. या घटनांमुळे प्रेरणा घेऊन आपण आपले मन प्रशिक्षित करू शकतो.

एक जाडजूड, मूर्ख माणूस स्वामीजींच्या शेजारून गेला. त्याने विचित्र नजरेने स्वामीजींकडे पाहिले व त्यांची चेष्टा करत तो हसू लागला. दुसरा माणूसही दुष्टपणे हसत होता. परंतु लल्लूभाईंनी व स्वामीजींनी कोणतीही प्रतिक्रिया दिली नाही, म्हणून ते निराश होऊन निघून गेले.

तेवढ्यात तिसरा माणूस स्वामीजींसमोर आला. तो स्वामीजींची पगडी खेचण्याचा प्रयत्न करू लागला. स्वामीजींनी पगडी वाचवण्याचा प्रयत्न केला. नंतर निर्लज्जपणे हसत तो माणूस तेथून निघून गेला. या प्रसंगाने स्वामीजी जराही डगमगले नाही.

अशीच अजून एक घटना घडली.

स्वामीजी बोस्टन शहरातील तारघरातून भारतात तार (पत्र) करून बाहेर आले. रस्त्यावरून जात असताना त्यांना पाठीमागून कोणीतरी जोराने धक्का दिला. त्यांनी वळून मागे पाहिले तर एक उठवळ माणूस मागे उभा होता. आपले किळसवाणे दात दाखवत तो स्वामीजींकडे पाहून हसू लागला. त्याच वेळी दुसरा एक जण तेथे आला व त्याने स्वामीजींना चिमटा काढला.

स्वामीजींच्या लक्षात आले, की ते खोड्या काढून भांडण करण्याचा प्रयत्न करत आहेत. स्वामीजी वळले व झपझप पावले टाकत चालू लागले. ते दोघेही उभे राहून त्यांच्याकडे पाहत हसत राहिले.

थोडे दूर गेल्यावर त्यांनी मागे वळून पाहिले तर मागे खूप टवाळ मुले व पुरुषांची गर्दी त्यांच्या मागून चालत होती. कोणत्याही क्षणी ते त्यांच्यावर आक्रमण करू शकत होते. स्वामीजी रस्ता मिळेल तिथून पळत सुटले. गर्दीसुद्धा त्यांच्यामागे पळत होती. एके ठिकाणी एका दरवाजामागे स्वामीजी लपून बसले. गर्दी पुढे निघून गेली.

गोंगाट थांबला तेव्हा ते बाहेर आले व आकाशाकडे बघत म्हणाले, ''अशी कसली परीक्षा घेत आहेस, देवा!''

तिसरी एक घटना अशी आहे.

एकदा स्वामीजींना धर्मसभेचे अध्यक्ष डॉ. बैरोज यांच्या कार्यालयात जायचे होते. परंतु कार्यालयाचा पत्ता त्यांच्याकडून हरवला. त्यांनी विचार केला, आता

सारे शिकागो शहर पालथे घालावे व समोर येणारा प्रत्येक दरवाजा खटखटावा. स्वामीजींना ईश्वराच्या दिव्य योजनेवर पूर्ण विश्वास होता. ईश्वराची ही इच्छा नसती तर त्यांच्याकडून डॉ. बैरोजांचा पत्ता कसा हरवला असता?... त्यांच्याजवळ जे थोडेफार पैसे होते ते का गहाळ व्हावे?

स्वामीजी यार्डमधून बाहेर पडले. त्यांनी एकाला धर्मसंसदचा पत्ता विचारला. तो त्यांना त्यांच्या रंगावरून हिणवत निघून गेला.

आता स्वामीजींचे लक्ष स्वतःच्या वेषभूषेकडे गेले. त्यांचे भगवे वस्त्र खूप मळले होते... डोक्यावरची पगडी इथल्या लोकांना विचित्र वाटत होती... त्यांचा रंग सावळा होता... खूप दिवसांत त्यांनी दाढीसुद्धा केली नव्हती... अशा स्थितीत त्यांना कोणी चांगले म्हणणार नव्हते, म्हणून त्यांनी कोणालाही पत्ता विचारणे सोडून दिले.

रस्त्यावर जे पहिले घर लागले त्याचे फाटक ओलांडून ते आत प्रवेश करणार; तोच एक माणूस धावत बाहेर आला आणि त्याने त्यांना धक्के मारत बाहेर काढले.

'आईची इच्छा!' असे समजून ते पुढे निघाले. दुसऱ्या एका दरवाजाजवळ थांबून त्यांनी दार वाजवले. एका महिलेने दार उघडले. स्वामीजी काही म्हणणार इतक्यात ती त्यांना पाहून घाबरली व ओरडत आत पळाली. स्वामीजी तिथे न थांबता पुढे गेले.

खूप वेळ पायी चालल्यामुळे स्वामीजींना थकवा जाणवू लागला होता. खूप भूक लागली होती. भिक्षा मागण्याच्या हेतूने ते एका दरवाजाजवळ थांबले. दरवाजा उघडणारा माणूस त्यांच्यावर जोराने ओरडला. त्याचे वर्तन अतिशय अशिष्टपणाचे होते.

इतके सगळे होऊनही स्वामीजींना जरासुद्धा वाईट वाटले नाही. त्यांनी एकालाही उलट उत्तर दिले नाही. ते शांतपणे तिथून निघून गेले. ते विचार करू लागले— हा देशसुद्धा आई जगदंबेचाच आहे... परंतु ही भूमी भारतापेक्षा वेगळी आहे. भारत पैशाने गरीब देश आहे; परंतु एक सामान्य माणूसदेखील भुकेलेल्याला मूठभर अन्न देतो. अमेरिका धनाढ्य देश आहे; पण इथे दानाची परंपरा नाही, भुकेल्या माणसाबद्दल सहानुभूती नाही, संन्याशाबद्दल सन्मान नाही... परंतु संन्यासी तर भिक्षेवरच अवलंबून असतो... आईची इच्छा असेल

तर भिक्षा मिळेल... तिची इच्छा नसेल तर भिक्षा मिळणार नाही. मग जे होईल ते बघू....

विचार करत-करत स्वामीजी वाट चालत राहिले. आता त्यांनी निश्चय केला होता, जे आई खाऊ घालेल ते खाईन व आई घेऊन जाईल तिथे जाईन. ते चालतच राहिले. त्यांनाही समजत नव्हते की ते कुठे जात आहेत. नंतर एका ठिकाणी ते विश्रांतीसाठी थांबले.

शेवटी एकदाची आई जगदंबेने त्यांची हाक ऐकली. काही वेळाने समोरच्या घरातून एक स्त्री बाहेर आली. तिने स्वामीजींना विचारले, ''तुम्ही धर्म महासभेचे प्रतिनिधी आहात का?'' स्वामीजींना जणू त्या स्त्रीमध्ये आई जगदंबेचेच दर्शन झाले. त्यांनी त्या स्त्रीला आपल्या सर्व अडचणी सांगितल्या. त्या स्त्रीचे नाव होते श्रीमती जॉर्ज डब्ल्यू. हेल. ती शिकागो समाजातील प्रतिष्ठित महिला होती. तिने स्वामीजींना आपल्या घरी बोलवले, जेवायला दिले व आराम करण्याची व्यवस्था केली. स्वामीजींची विश्रांती झाल्यावर ती त्यांना घेऊन धर्म महासभेच्या कार्यालयात गेली व स्वामीजींची भेट डॉ. बैरोजबरोबर घडवली.

या भेटीनंतर स्वामीजींना कोणत्याही प्रमाणपत्राशिवाय हिंदू धर्माचे प्रतिनिधी म्हणून स्वीकारले गेले. श्रीमती जॉन बी. ल्योन्सच्या घरात त्यांची राहण्याची व्यवस्था केली गेली. हेल परिवार व ल्योन्स दांपत्य त्यांचे आजीवन मित्र बनले. आता आई जगदंबाच त्यांना मार्ग दाखवत आहे, असा स्वामीजींच्या मनात पक्का विश्वास निर्माण झाला होता.

स्वामीजींमध्ये असलेले धैर्य, अकंप मन व ईश्वरावर प्रगाढ श्रद्धा या घटनांमधून दिसून येते. स्वामीजींचे जीवनच प्रेरणेसमान आहे. या अंगभूत गुणांमुळे त्यांचे प्रत्येक कार्य विपरीत परिस्थिती असूनही पार पडू शकले.

■■■

अध्याय २०

अमेरिकेत संन्याशाचे ज्ञानदान

गुरूच्या शिकवणीचा प्रचार व प्रसार

शिकागोतील धर्म महासभेमध्ये स्वामीजींनी भाषणाच्या सुरुवातीस 'माझ्या प्रिय बंधू व भगिनींनो' असे म्हणताच टाळ्यांचा कडकडाट खूप वेळ सुरू होता. या वाक्याने त्यांनी श्रोत्यांचे मन जिंकले. मंत्रमुग्ध होऊन ते त्यांचे भाषण ऐकू लागले. हे यश प्राप्त केल्यानंतर स्वामीजींची ख्याती संपूर्ण अमेरिकेत पसरली. बघता-बघता हजारो लोक त्यांचे शिष्य झाले. अशा प्रकारे स्वामी विवेकानंदांनी सातासमुद्रापार भारतीय संस्कृतीचा झेंडा फडकावला.

विवेकानंद अमेरिकेत असताना आठवड्यातून १२ ते १४ भाषणे देत होते. कित्येकदा त्यांना वाटे, आता इतके सर्व सांगून झाले... आता कोणत्या विषयावर बोलावे? ते बोलत असताना स्वतःला ऐकतही होते. ते लोकांसमोर जात व आपण काय बोलणार आहोत, हे त्यांनाही माहीत नसे. ते बोलायला सुरुवात करत व अखंडपणे बोलतच राहत, याचे त्यांना खूप आश्चर्य वाटत असे.

एके दिवशी त्यांना रामकृष्णांची एक गोष्ट आठवली. घशाचा कर्करोग झाल्यामुळे त्यांना बोलता येत नव्हते, जेवण करता येत नव्हते. आपल्या शिष्यांकडे बघून ते म्हणत, ''मी या घशामुळे खाऊ शकलो नाही म्हणून काय झालं?... मी तर अनेक मुखांद्वारे अन्नग्रहण करत आहे.'' स्वामी विवेकानंदांना

जाणवले, की त्यांच्या मुखाद्वारे रामकृष्णच बोलत असतात. आता ते निश्चिंत झाले होते. त्यांची काही लेक्चर्स व प्रवचने होत होती. त्या वेळी काय बोलायचे? काय सांगायचे? हा प्रश्नच त्यांच्या दृष्टीने उरला नव्हता. प्रवचन देण्यापूर्वी काही दिवस आधी त्यांना जाणवत राही, की कोणीतरी प्रवचनातील प्रत्येक गोष्ट सांगत आहे. त्या वेळी ते त्या सर्व गोष्टी लिहून ठेवत.

विवेकानंद आपल्या भाषणांमधून सांगत, की 'माझ्यावरून माझ्या गुरूची कल्पना करू नका. कारण मी तर एक क्षुद्र यंत्र आहे. माझ्या गुरूची शिकवण लोकापर्यंत पोहोचवण्याचा मी प्रयत्न करत आहे.'

त्यांचे प्रवचन लोकांना खूप आवडत होते, पण ते त्यानुसार वागत नव्हते, याचे स्वामीजींना खूप वाईट वाटत असे. ते या गोष्टीमुळे सतत उदास राहत. त्यांनी काही निवडक लोकांवर नियोजनपूर्वक काम केले, त्यांना दीक्षा दिली; आणि अशा जागा निर्माण केल्या, तिथे जाऊन लोक उत्साहाने व प्रेमाने सत्याचे काम करतील.

स्वामीजी चार वर्षे विदेशात राहिले. शिकागो, बोस्टन, न्यूयॉर्क, अमेरिका, लंडन आणि लंडनहून पुन्हा अमेरिका असा त्यांचा प्रवास झाला. त्या कालावधीत त्यांनी रामकृष्णांच्या काही शिष्यांना त्यांचे कार्य सांभाळण्यासाठी बोलावून घेतले. नंतर ते परत भारतात आले.

स्वामीजी परत आल्याचे समजताच लोकांमध्ये उत्साह संचारला. आपल्या मातृभूमीचे आध्यात्मिक दूत त्यांचे कार्य संपवून पुन्हा परत आले होते. या महान धर्मयोद्ध्याचे यथोचित स्वागत करण्याच्या हेतूने मोठ्या शहरांतील समित्या एकत्र झाल्या. स्वामीजींचे गुरुबंधू, तसेच त्यांचे मित्र त्यांना भेटण्यासाठी उतावीळ झाले होते.

कोलंबोनंतर मद्रासमध्ये त्यांचे भव्य स्वागत झाले. त्यांची तिथे एक सभा झाली. सभेत त्यांनी लोकांना असाच उत्साह अबाधित ठेवून ते करत असलेल्या महान कार्यात मदत करण्याचे आवाहन केले.

वर्तमानपत्रांतून त्यांचे नाव सतत झळकत होते. त्यामुळे भारतभर लोक त्यांना ओळखू लागले होते. ते जिथे जात तिथे त्यांचे स्वागत होत होते.

एकदा एकाने त्यांना विचारले, "तुमच्या स्वागतासाठी इतका खर्च केला जातो, हे तुम्हाला मान्य आहे का? इतकी मोठी शोभायात्रा काढणं तुम्हाला

आवडतं का ?'' त्यावर स्वामीजींनी उत्तर दिले, ''का नाही ? हे तर आवश्यक आहे; नाहीतर लोक रामकृष्ण परमहंसांना कसे ओळखणार ? ते त्यांचेच कार्य चालू आहे. त्यांची शिकवण सर्वांपर्यंत पोहोचत आहे.'' एक अद्वितीय शिष्य आपल्या गुरूच्या शिकवणीचा कसा प्रचार व प्रसार करत आहे, हे यावरून लक्षात येते.

कलकत्त्यामध्ये केलेल्या आपल्या भाषणात त्यांनी प्रामाणिकपणे कबूल केले, ते म्हणाले, ''मी तुम्हाला जे सांगत आहे, ज्या शब्दांमार्फत तुम्हाला ज्ञान मिळत आहे, ते माझ्या गुरूचे शब्द आहेत आणि ज्या शब्दांमुळे तुम्ही भ्रमित होत आहात ते माझे शब्द आहेत.'' गुरूची शिकवण लोकांपर्यंत पोहोचवण्यासाठी अहंकार मध्ये येऊ नये म्हणून असा शब्दप्रयोग केला जातो.

स्वामीजींना वारंवार बोध होत असे, की त्यांच्या या सर्व कार्यांमागे श्रीरामकृष्ण विद्यमान आहेत. जेव्हा एखादा त्यांची स्तुती करून त्यांच्या गुरूबाबत विचारी तेव्हा ते सांगत, ''माझ्यासारखे हजारो शिष्य एकत्र केले तरी त्याची तुलना माझ्या गुरूच्या एक करोडाव्या हिश्श्याबरोबर होऊ शकणार नाही. ते अनंत, आध्यात्मिक भावनांची प्रतिमूर्ती आहेत. ते अनंत रूपात विकसित होऊ शकतात. त्यांच्या कृपेमुळे क्षणभरात लाखो विवेकानंद तयार होऊ शकतात. परंतु मला यंत्र बनवून त्यांना माझ्यामार्फत कार्य करायचे असेल तर मी काय करू ?''

भारतात आल्यानंतर १८९९मध्ये विवेकानंदांनी रामकृष्ण संघाचे सध्याचे मुख्य कार्यालय बेलूर मठाची स्थापना केली. संघाच्या संन्यासीवर्गाला त्याचे ट्रस्टी बनवून मठाचा कार्यभार त्यांच्याकडे सुपूर्द केला. मठाचा उद्देश होता— संन्याशांना साधनेचे प्रशिक्षण देणे व शक्य होईल तितक्या सर्व प्रकारच्या मानवसेवेच्या कार्याचे प्रशिक्षण देणे. बेलूर मठाच्या स्थापनेबरोबर रामकृष्ण संघाचे असलेले एक वेगळे अस्तित्व समाप्त झाले.

त्यानंतर 'रामकृष्ण मिशन समिती' नावाची संस्था स्थापन झाली. १९०९मध्ये त्यावर शिक्कामोर्तब झाले. रामकृष्ण मठ व रामकृष्ण मिशन यांच्या शाखा आज भारतभर पसरलेल्या आहेत.

मानव समाजाच्या हितासाठी रामकृष्णांनी जी तत्त्वे सांगितली व जी आपल्या जीवनात उतरवली त्या तत्त्वांचा प्रचार करणे, तसेच लोकांच्या शारीरिक, मानसिक व पारमार्थिक उन्नतीसाठी या तत्त्वांचा उपयोग करण्यासाठी मदत करणे हा रामकृष्ण मिशनचा उद्देश आहे.

संन्याशाचे शेवटचे पर्व

आपल्या आयुष्याच्या अखेरच्या काळात स्वामीजींनी मठामध्ये शांततामय जीवन व्यतीत करण्याचा प्रयत्न केला.

त्यांचे शरीर दिवसेंदिवस क्षीण होत चालले होते. बुद्धी मात्र सतेज होती. त्यांच्या आजारात सुधारणा होण्याची काही लक्षणे दिसत नव्हती, तरीसुद्धा त्यांच्या कार्यात तसूभर फरक पडला नव्हता. त्यांना विश्रांती घेण्याचा सल्ला दिला तर ते शिष्यांना म्हणत, ''विश्रांती घेण्यासाठी आता वेळ उरला नाही. श्रीरामकृष्ण जिला काली… काली म्हणून हाका मारत होते, ती त्यांनी देहत्याग करण्यापूर्वी तीन-चार दिवस आधीच या शरीरात आली आहे. तीच मला काम करण्यासाठी इकडेतिकडे फिरवत आहे. मला ती शांत बसू देत नाही, माझ्या सुविधांकडे लक्ष देऊ देत नाही.''

स्वामीजी बरेच दिवस तज्ज्ञ चिकित्सकांच्या देखरेखीखाली होते. परंतु त्यांचा आजार वाढतच चालला होता. त्यांच्या दोन्ही पायांवर सूज आली होती. त्यांचे शरीर संवेदनशील झाले होते. त्यांना झोपही नीट लागत नव्हती. एका वैद्याच्या चिकित्सा पद्धतीनुसार त्यांनी कडक नियमांचे पालन करायला सुरुवात केली होती. त्यानुसार त्यांनी पाणी व मीठ पूर्णपणे वर्ज्य केले होते. एकवीस दिवस त्यांनी पाण्याचा थेंबही घेतला नाही. याप्रसंगी ते एका शिष्याला म्हणाले, ''शरीर शेवटी मनाचेच एक यंत्र आहे. मन जो आदेश देईल त्याचे पालन शरीराला करावेच लागते. आता मी पाणी पिण्याचा विचारसुद्धा करत नाही. त्यामुळे त्याची कमतरता मला जाणवत नाही. असं वाटतं, मी काहीही करू शकतो.''

स्वामीजींच्या स्वास्थ्याच्या दृष्टिकोनातून गुरुबंधूंनी त्यांच्या कार्यावर व साधकांशी बोलण्यावर नियंत्रण ठेवण्याचा प्रयत्न केला. परंतु स्वामीजींना हे मान्य नव्हते. ते म्हणाले, ''हे बघा! या शरीराचा काय उपयोग आहे? याचा

उपयोग लोकांची सेवा करण्यासाठी व्हावा. ठाकुरांनी आपल्या आयुष्याच्या शेवटच्या क्षणापर्यंत उपदेश केला नव्हता का? मलासुद्धा तसंच करायला हवं ना! शरीर जाण्याची मला जरासुद्धा पर्वा नाही. खऱ्या साधकांबरोबर वार्तालाप करताना मला किती आनंद वाटतो याची तुम्हाला काही कल्पना नाही. माझ्या मानवबंधूंचा आत्मा जागृत करण्यासाठी मी वारंवार मरण पत्करायला तयार आहे.''

स्वामीजींचे ध्यानकेंद्रित जीवन पाहून त्यांचे शिष्य व गुरुबंधू चिंताग्रस्त झाले. त्यांना श्रीरामकृष्णांनी सांगितलेल्या शब्दांची आठवण झाली. ते म्हणाले होते, ''जीवनकार्य समाप्त झाल्यानंतर नरेंद्र कायमस्वरूपी समाधीत जाईल. जेव्हा त्याला आपल्या वास्तविक स्वरूपाचा बोध होईल तेव्हा तो या पंचभौतिक शरीरात राहण्यास तयार होणार नाही.'' स्वामीजी निर्भयपणे मृत्यूला येताना बघत होते.

स्वामीजींची तब्येत दिवसेंदिवस बिघडत चालली होती. बंगालची दमट हवा त्यांना मानवत नव्हती. त्यामुळे त्यांचा दमा वाढला होता. त्यांची शारीरिक अवस्था पाहून त्यांना आराम करायला सांगितले गेले. आपल्या शुभचिंतकांना संतुष्ट करण्यासाठी स्वामीजींनी सात महिने मठात विश्रांती घेतली.

मठात असलेली त्यांची खोली त्यांना खूप आवडत होती. त्या खोलीतच ते आपले लेखनकार्य, तसेच ध्यानसाधना करत होते. कधी-कधी तर त्या खोलीत बसून जेवणही करत होते. शेवटी याच खोलीत त्यांनी महासमाधी घेतली.

■■■

अध्याय २१

संन्याशाची शिकवण

कर्म व विवेक यांच्या योगाचे उदाहरण

ज्ञान, प्रेरणा व कर्मयोग यांचे प्रतीक मानले गेलेले स्वामीजी, अमेरिकेच्या दौऱ्यावर गेले असतानाची ही घटना आहे.

एके दिवशी ते फिरत-फिरत नदीच्या बाजूच्या रस्त्याने जात होते. त्यांनी बघितले की, काही मुले नदीवर बांधलेल्या पुलावर उभे राहून कशावर तरी बंदुकीने निशाणा साधण्याचा प्रयत्न करत आहेत. जवळ जाऊन बघितल्यावर त्यांच्या लक्षात आले, की नदीच्या पाण्यावर वाहत चाललेल्या अंड्यांच्या टरफलांवर ते निशाणा साधत आहेत. एकाही मुलाचा नेम अचूक लागत नव्हता. स्वामीजी त्या मुलांजवळ गेले व एकाला बंदूक मागितली. त्यांनी एका अंड्याच्या टरफलावर नेम धरला. त्यांचा नेक अचूक लागला हे पाहून मुलांना खूप आश्चर्य वाटले! नंतर त्यांनी एकापाठोपाठ एक असे बारा वेळा नेम धरले व प्रत्येक वेळी ते अचूक लागले. हे पाहून मुले खूपच आश्चर्यचकित झाली! त्यांना राहवले नाही. त्यांनी स्वामीजींना विचारले, ''तुम्हाला हे कसं शक्य झालं? सगळे नेम कसे अचूक लागले?'

स्वामीजी म्हणाले, ''याचं एक रहस्य आहे. आपल्या उद्दिष्टावर लक्ष पूर्णपणे केंद्रित करणं. आपण जे काही करतो त्याकडे पूर्ण एकाग्रतेने लक्ष दिले

पाहिजे. तुम्ही तुमचे लक्ष वर्तमानात करत असलेल्या कार्याकडे दिलंत तरच यश प्राप्त होते.''

स्वामी विवेकानंदांचे हे शब्द खूप अर्थपूर्ण होते. माणसाने हे पूर्णपणे समजून घेतले तर त्याच्या उद्दिष्टांमध्ये येणारे अडथळेदेखील त्याला मदतच करतील. या जगात ज्यांनी यशाचे शिखर गाठले आहे, त्यांची ध्यानधारणा व एकाग्रता सर्वोच्च होती. आजही ते त्यांच्या चांगल्या कार्याबद्दल प्रसिद्ध आहेत. त्यांनी आधी आपल्या जीवनाचे उद्दिष्ट निश्चित केले, नंतर त्याच दिशेने ध्यान केंद्रित करून ते पुढे गेले. त्यांनी प्रापंचिक औपचारिकताही निभावली व आपल्या उद्दिष्टाच्या दिशेने मार्गक्रमण केले.

स्वामीजींनी असे अनेक अमूल्य उपदेश तरुणांना केले. त्यांनी लोकांना निर्भयतेचे महत्त्व सांगितले. ते आपल्या एका संदेशात म्हणतात, 'भित्रेपणा व दुर्बलपणा पाप आहे. यांतून सर्वांनीच मुक्त व्हायला पाहिजे.'

विदेशी शिष्य जेव्हा स्वामीजींना विचारत, ''भारताने आजतागायत इतर देशांना का जिंकलं नाही?'' यावर स्वामीजी म्हणाले, ''कारण भारतीयांना इतर कोणावर जीत प्राप्त करायची नाही. यातच त्यांचा गौरव आहे.'' मोठ्या विश्वासाने ते लोकांना सांगत, 'सूर्य पूर्व दिशेलाच उगवणार!' याचा अर्थ ज्ञानाचा सूर्य पूर्व दिशेलाच उगवणार आहे.

स्वामीजींना वाटे, माणसाचे शरीर कणखर असावे; पण बुद्धी निम्न नको. म्हणजेच शरीर मजबूत व बुद्धी तीक्ष्ण असायला पाहिजे. कारण लोक अज्ञानामुळे नकारात्मक गोष्टींचा कचरा जमा करत राहतात. जे लोक दुर्बलतेमध्ये अडकतात त्यांचे लक्ष वारंवार मायेकडेच जाते.

शारीरिक व्यायामाविषयी स्वामीजी नेहमी सांगत, 'शरीर आरोग्यपूर्ण असेल तर तुम्ही सहजपणे साधना करू शकाल.'

त्यांच्या शिकवणीत एक वाक्य असेही होते, 'ईश्वर प्राप्त करून घ्यायचा असेल तर त्याची आठवण ठेवा. ज्याप्रमाणे एखाद्या विधवा स्त्रीला आपल्या पतीची आठवण येते, त्याप्रमाणे तुम्ही ईश्वराची सतत आठवण ठेवा. त्या तीव्रतेने तुम्ही त्याला आळवले तर ईश्वर नक्की प्राप्त होईल.'

स्वामीजींनी आयुष्यभर गुरूची शिकवण आचरणात आणली. ते जे काही सांगत ते त्यांनी आपल्या जीवनात अंगीकारले होते. ते म्हणत, 'काही कार्य

करताना शरीर झिजून गेलेलं जास्त चांगलं; परंतु तमोगुणांनी ग्रासलेलं शरीर अनेक वर्ष जिवंत राहिलं तरी काय उपयोग?'' हे बोल त्यांनी अक्षरशः सार्थकी लावले. स्वामीजी वेगवेगळ्या ठिकाणी जाऊन सतत कार्य करत राहिले. काम करणे हीच त्यांची पूजा होती. शरीर थकले, आजारी पडले तरी ते शेवटच्या क्षणापर्यंत कार्य करत राहिले.

लोकांनी सत्याच्या मार्गावर अग्रेसर व्हावे यासाठी ते सांगत, 'तुम्ही आतापर्यंत खूप अन्नदान केले आहे. याची तुम्हाला पूर्ण माहिती आहे. आता तुम्ही धर्मदान करायला शिका. त्यामुळे तुमचा पुढचा विकास होईल. याचा अर्थ असा नाही, की अन्नदान करायचे नाही. अन्नदान करायला तर तुम्ही शिकलाच आहात. आता त्याच्या पुढचे शिका. म्हणजे आता धर्मदान करा.'

स्वामीजींकडे निःस्वार्थ भावनेची शक्ती होती. त्यामुळे त्यांचा दृष्टिकोन 'बहुजनहिताय' होता. भारताची स्थिती कमकुवत आहे, हे त्यांना दिसत होते. इथल्या लोकांसाठी काही करायला हवे, भुकेल्या माणसांना अन्न मिळायला हवे; गरजवंतांच्या गरजा पूर्ण व्हायला हव्यात, प्रत्येकाला धर्माचे दान मिळायला हवे, असे त्यांना वाटत होते.

ते विदेशात गेले होते तेव्हा त्यांनी तिथल्या लोकांची कर्मशीलतेचा व औद्योगिक कौशल्याचा अनुभव घेतला होता. त्याने ते खूप प्रभावित झाले होते. ते म्हणाले, 'देश-विदेश एकत्र यायला पाहिजेत. भारत त्यांना धर्म देऊ शकेल तर ते भारताला कर्मशीलता व औद्योगिक कौशल्य देऊ शकतील. भारतातील लोक अंतर्मुखी आहेत, म्हणून इथे आध्यात्मिक दौलत आहे. त्याउलट, परदेशातील लोक बहिर्मुखी आहेत. त्यामुळे त्यांचे बाह्य जगातील कार्य खूप मोठे आहे. ते लोक कर्मकुशल आहेत. त्यांनी जे कार्य केले आहे, जे शोध लावले आहेत ते महत्त्वपूर्ण आहेत. त्यामुळे ते अग्रेसर आहेत. जर देश व विदेश एकत्र जोडले गेले तर एक अद्भुत संतुलन शक्ती तयारी होऊ शकते.''

माणसाचा विवेक प्रथम ज्ञान बनतो, मग विज्ञान व त्यानंतर आनंद (विवेकानंद) बनतो. हे विवेकयात्रेचे टप्पे आहेत. विवेक ज्ञान बनतो म्हणजे त्याला विश्वाची माहिती होते. विवेक विज्ञान बनतो म्हणजे जगाच्या प्रयोगशाळेत विवेकाचा प्रयोग केला जातो. कारण विज्ञान प्रयोग करून काही सिद्ध करते. विवेकाने आनंद बनणे म्हणजे त्याच्याशी असे काही जोडले जाणे ज्यामुळे सुख-

दुःखांपलीकडे असणारा आनंद प्राप्त होणे. स्वामी विवेकानंदांचे जीवन हे सर्व टप्पे पार करत शेवटी विवेकानंदापर्यंत पोहोचले.

त्यांचे संपूर्ण जीवन समजून घेऊन त्यातून प्रेरणा प्राप्त करा. त्या प्रेरणेने तुमची विवेकयात्रा सुरू करा, हाच या पुस्तकाचा उद्देश आहे.

∎∎∎

हे पुस्तक वाचल्यानंतर आपला अभिप्राय books.feedback@tejgyan.org कृपया या पत्त्यावर अवश्य पाठवा.

सरश्री : अल्प परिचय

सरश्रींचा आध्यात्मिक शोधाचा प्रवास त्यांच्या बालपणापासूनच सुरू झाला होता. हा शोध सुरू असतानाच त्यांनी अनेक प्रकारच्या पुस्तकांचे अध्ययन केले. त्याचबरोबर या शोधकाळात त्यांनी अनेक ध्यानपद्धतींचा अभ्यासही केला. त्यांच्यातील या जिज्ञासेने त्यांना अनेक वैचारिक आणि शैक्षणिक संस्थांमध्ये जाण्यासाठी प्रेरित केले. जीवनाचे रहस्य समजण्यासाठी त्यांनी प्रदीर्घ काळ मनन करून आपले शोधकार्य सातत्याने सुरू ठेवले. या शोधातूनच त्यांना 'आत्मबोध' प्राप्त झाला.

आत्मसाक्षात्कारानंतर त्यांना जाणवले की, अध्यात्माचा प्रत्येक मार्ग ज्या शृंखलेने जोडलेला आहे, तो म्हणजे 'समज' (Understanding). आत्मबोधप्राप्तीनंतर त्यांनी अध्यापनाचे कार्य थांबवले आणि जवळजवळ दोन दशकांहूनही अधिक काळ आपले समस्त जीवन मानवजातीच्या कल्याणासाठी आणि आध्यात्मिक विकासासाठी अर्पण केले.

सरश्री म्हणतात, ''सत्यप्राप्तीच्या सर्व मार्गांचा आरंभ वेगवेगळ्या मार्गांनी होत असला, तरी सर्वांचा अंत मात्र एकच समज प्राप्त केल्याने होतो. ही 'समज'च सर्व काही असून ती स्वतःमध्ये परिपूर्ण आहे. आध्यात्मिक ज्ञानप्राप्तीसाठी या 'समजे'चे श्रवणच पुरेसे आहे.''

ही समज प्रकाशमान करण्यासाठी आजपर्यंत त्यांनी आध्यात्मिक विषयांवर तीन हजारांहून अधिक प्रवचने दिली आहेत. या प्रवचनांद्वारे ते अध्यात्मातील अतिशय गहन संकल्पना सहज, सुलभ आणि व्यावहारिक भाषेत समजावून

सांगतात. समाजातील प्रत्येक स्तरावरील मनुष्य सरश्रींद्वारे सांगितल्या जाणाऱ्या या समजेचा लाभ घेऊ शकतो. त्यासाठी कोणत्याही धर्म, जात, उपजात, वर्ण, पंथ वा लिंग यांचे बंधन नसते.

विश्वाच्या प्रत्येक कानाकोपऱ्यांतील लोक आज 'तेजज्ञान'च्या अनोख्या ज्ञानप्रणालीचा लाभ घेत आहेत. याच व्यवस्थेचा आणखी एक महत्त्वपूर्ण भाग म्हणजे, दररोज सकाळी आणि रात्री ९ वाजून ९ मिनिटांनी लाखो लोक विश्वशांतीसाठी प्रार्थना करत आहेत.

तेजज्ञान फाउंडेशन : परिचय

तेजज्ञान फाउंडेशन 'आत्मविकासातून आत्मसाक्षात्कार' प्राप्त करण्याचा एक मार्ग आहे. यासाठी सरश्रींद्वारा एक अनोखी बोधप्रणाली (System for Wisdom) निर्माण झाली आहे. या प्रणालीला आंतरराष्ट्रीय प्रमाणपत्राद्वारे ISO 9001:2015च्या आवश्यकतेनुसार आणि निकष पडताळून सरळ, व्यावहारिक आणि प्रभावी बनवले गेले आहे.

या संस्थेच्या प्रबोधनपद्धतीच्या भिन्न पैलूंना (शिक्षण, निरीक्षण आणि गुणवत्ता) स्वतंत्र गुणवत्ता परीक्षकांद्वारे (Quality Auditors) क्रमबद्ध पद्धतीने पडताळले गेले. त्यानंतर या पैलूंना ISO 9001:2015 साठी पात्र समजून या बोधपद्धतीला हे प्रमाणपत्र प्रदान करण्यात आले.

या फाउंडेशनचे लक्ष्य आहे, नकारात्मक विचारांकडून सकारात्मक विचारांकडे वाटचाल! सकारात्मक विचारांकडून शुभ विचारांकडे म्हणजे 'हॅपी थॉट्स'कडे प्रगती. शुभ विचारांकडून निर्विचार अवस्थेकडे मार्गक्रमण आणि निर्विचार अवस्थेच्या अंती आत्मसाक्षात्कार प्राप्ती. 'मी सर्व विचारांपासून मुक्त व्हावे!' हा विचार म्हणजे शुभ विचार (हॅपी थॉट्स)! 'मी प्रत्येक इच्छेपासून मुक्त व्हावे!', अशी इच्छा म्हणजे शुभ इच्छा!

आपल्याला असे ज्ञान हवे आहे, की जे सामान्य ज्ञानापलीकडे आहे, जे प्रत्येक समस्येवरील उत्तर आहे, जे प्रत्येक समजुतीपासून, गृहीत धारणांपासून आपल्याला मुक्त करते, ईश्वरी साक्षात्कार घडवते, अंतिम सत्यात स्थापित करते. आता वेळ आली आहे शाब्दिक, सामान्यज्ञानातून बाहेर येऊन तेजज्ञानाचा अनुभव घेण्याची!

महाआसमानी : अल्प परिचय

Self Delelopment to Self Realization
towords Self Stabilizaion

तुम्हाला सर्वोच्च आनंद हवाय? असा आनंद, जो कोणत्याही बाह्य कारणांवर अवलंबून नाही... जो प्रत्येक क्षणी वृद्धिंगत होतो. या जीवनात तुम्हाला प्रेम, विश्वास, शांती, समृद्धी आणि परमसंतुष्टी हवी आहे का?... शारीरिक, मानसिक, सामाजिक, आर्थिक आणि आध्यात्मिक अशा आयुष्याच्या सर्व स्तरांवर यशस्वी होण्याची तुमची इच्छा आहे का?... 'मी कोण आहे' हे तुम्हाला अनुभवाने जाणावेसे वाटते का?

तुमच्या अंतर्यामी अशा सर्व प्रश्नांची उत्तरे जाणण्याची इच्छा आणि 'अंतिम सत्य' प्राप्त करण्याची तृष्णा असेल, तर तेजज्ञान फाउंडेशनतर्फे आयोजित 'महाआसमानी शिबिरा'त तुमचे स्वागत आहे. हे शिबिर सरश्रींच्या मार्गदर्शनावर आधारित आहे.

महाआसमानी परमज्ञान शिबिराचा उद्देश

विश्वातील प्रत्येक मनुष्याने 'मी कोण आहे?', या प्रश्नाचे उत्तर जाणून तो सर्वोच्च आनंदाच्या अवस्थेत स्थापित व्हावा, हाच या शिबिराचा मुख्य उद्देश आहे. प्रत्येकाला असे ज्ञान प्राप्त व्हावे; जेणेकरून त्याने प्रत्येक क्षणी वर्तमानात जगण्याची कला आत्मसात करावी. तो भूतकाळाचे ओझे आणि भविष्याची चिंता यांतून मुक्त व्हावा. प्रत्येकाच्या आयुष्यात कधीही न संपणारा आनंद आणि योग्य समज यावी. शिवाय, प्रत्येकाने समस्या विलीन करण्याची कला आत्मसात करावी. मनुष्यजन्माचा उद्देश सफल व्हावा. 'मी कोण आहे? मी येथे का आहे? मोक्ष म्हणजे काय? या जन्मातच मोक्षप्राप्ती शक्य आहे का?' असे प्रश्न तुमच्या मनात असतील, तर त्यांवरील उत्तर आहे– 'महाआसमानी परमज्ञान शिबिर'.

'सरश्रीं'द्वारा रचित पुस्तकांची माहिती

सरश्रींनी विविध विषयांवर १५० हून अधिक पुस्तके लिहिली आहेत. त्यांपैकी 'विचार नियम', 'स्वसंवाद एक जादू', 'शोध स्वतःचा', 'स्वीकाराची जादू', 'निर्णय आणि जबाबदारी', 'निःशब्द संवाद : एक जादू', 'संपूर्ण ध्यान' ही पुस्तके बेस्ट सेलर झाली आहेत. ही पुस्तके दहापेक्षा अधिक भाषांमध्ये अनुवादित असून, पेंगुइन बुक्स, हे हाउस पब्लिशर्स, जैको बुक्स, मंजुळ पब्लिशिंग हाउस, प्रभात प्रकाशन, राजपाल ॲण्ड सन्स, पेंटागॉन प्रेस आणि सकाळ प्रकाशन इत्यादी प्रमुख प्रकाशन संस्थांद्वारे प्रकाशित झाली आहेत.

विचार नियम

आपल्या यशाचे रहस्य

विश्वास नियम

सर्वोच्च शक्तीचे सात नियम

पुस्तकं ऑर्डर करण्यासाठी लॉग इन करा

www.gethappythoughts.org

पुस्तकांच्या अधिक माहितीसाठी संपर्क करा

मोबाईल क्रमांक : ०९०११०१३२१०

विश्व शांति प्रार्थना

पृथ्वीवर शुभ्र प्रकाश (दिव्यशक्ती) येत आहे...
पृथ्वीतून सोनेरी प्रकाशाचा (चेतनेचा) उदय होत आहे...
विश्वातील सगळी नकारात्मकता दूर होत आहे...
सर्व जण प्रेम, आनंद आणि शांतीसाठी ग्रहणशील होत आहेत.

ही 'सामुदायिक अव्यक्तिगत प्रार्थना' तेजज्ञान फाउंडेशनचे सर्व सदस्य कित्येक वर्षांपासून सातत्याने करत आहेत. आनंदी लोकदेखील ही प्रार्थना करू शकतात. तसेच आजारी किंवा कोणत्याही समस्येमुळे त्रस्त असणारे लोकही ही प्रार्थना ग्रहण करून स्वास्थ्यलाभ घेऊ शकतात.

तुम्ही एखाद्या आजाराने वा समस्येने त्रस्त असाल, तर सकाळी अथवा रात्री ९ वाजून ९ मिनिटांनी ग्रहणशील होऊन शांत बसा. 'स्वास्थ्य आणि शांती यांचा शुभ्र प्रकाश प्रार्थना करणाऱ्या कित्येक लोकांद्वारे पृथ्वीवर येत आहे. त्याचप्रमाणे तो माझ्यावरही कार्य करत आहे; जेणेकरून मी स्वस्थ आणि शांत होत आहे.' असे मनात म्हणा. त्यानंतर काही वेळ याच भावावस्थेत राहून सर्वांना धन्यवाद द्या आणि मगच उठा.

नम्र निवेदन

विश्वशांतीसाठी लाखो लोक दररोज सकाळी आणि रात्री ९ वाजून ०९ मिनिटांनी वर दिलेली प्रार्थना करत आहेत. कृपया आपणही यामध्ये सहभागी व्हा!